खिळवून ठेवणारी 'मोहिनी'

मनोरुग्ण स्त्रीची कहाणी कादंबरीतून मांडण्याचे मोठे आव्हान पारू नाईक यांनी समर्थपणे पेलले आहे. वेगळा व गंभीर विषय हाताळताना लेखिकेने या कादंबरीची गती कमी होऊ दिलेली नाही. गंभीर प्रसंगातून एका मनोरुग्ण स्त्रीचे जीणे उलगडून दाखवलेले आहे. मनोरुग्ण होण्यापूर्वीचा काळ, प्रत्यक्ष मनोरुग्णाचा काळ, त्यातून सावरलेली नायिका, तिचे पूर्ण बरे होणे, त्यानंतर सातत्याने होणारे आघात झेलत जगणाऱ्या नायिकेचा हा प्रवास वाचनीय झाला आहे.

दैनिक ऐक्य, ६-८-२००६

स्किझोफ्रेनियाबाबत जागृतीसाठी रणजित देसाईंच्या कन्येची अभ्यासपूर्ण कादंबरी

स्किझोफ्रेनिया (खिन्न मनस्कता) या मनोविकारातून बऱ्या झालेल्या रुग्ण मुलीला तिचे कुटुंब पुन्हा कशा पद्धतीने स्वीकारते, या विषयावरील पहिली मराठी कादंबरी दिवंगत रणजित देसाई यांची कन्या पारू मदन नाईक यांनी लिहिली आहे. मनोविकाराबाबत समाजाचा दृष्टिकोन आणि त्याबाबत सकारात्मक दृष्टीने उभे राहण्याची एरवी विरळाच असणारी मनोवृत्ती यातून मांडण्याचा लेखिकेचा प्रयत्न आहे.

महाराष्ट्र टाइम्स, मुंबई, १७ मार्च २००६

मनोरुग्ण महिलेची कहाणी

पारू नाईक या साहित्यक्षेत्रात नव्याने पदार्पण करणाऱ्या लेखिकेने वेगळा विषय निवडून कादंबरी लिहिली आहे. मनोरुग्ण स्त्रीच्या जगण्याचे सहानुभूतीपूर्ण शब्दांत चित्र रेखाटणारी ही कादंबरी आहे.

महाराष्ट्र टाइम्स, मुंबई, १७ मार्च २००६

अभिप्राय

मनोरुग्णाची मानसिकता सांगणारी 'मोहिनी'

स्किझोफ्रेनिया आजारातून बरे झालेल्या रुग्णांना समाजाने पुन्हा स्वीकारले तर ते रुग्ण सर्वसामान्य आयुष्य पूर्वीसारखेच जगू शकतात, हे पटवून देण्यासाठीच पारू मदन नाईक यांनी 'मोहिनी' ही कादंबरी लिहिली आहे.

दैनिक लोकसत्ता, ९-४-२००६

छिन्नमनस्कतेचा साहित्यातील मागोवा

मनोरुग्ण नायिकेचे रंगरूप उलगडून दाखवणारी पारू नाईक यांची पहिलीच स्वतंत्र कलाकृती.

दैनिक सकाळ, मुंबई, ८-४-२००६

हृदयस्पर्शी 'मोहिनी'

मनोरुग्णांच्या मानसिकतेचे त्यांच्यातील मूलभत सत्प्रवृती, सद्‌विचारांच्या आवर्तनांचे आगळेवेगळे रेखांकन 'मोहिनी'त प्रत्ययाला येते. नियतीच्या दुर्दैवी फटकाऱ्यांनी होरपळून निघालेली व आपल्या अस्थिर-असुरक्षित जीवनक्षणांची नोंद करणारी 'मोहिनी'ची जीवनगाथा शृंगार व करुणरसात भिजली आहे.

तरुण भारत, रविवार, १८ जून २००६

मोहिनी

पारू मदन नाईक

मेहता पब्लिशिंग हाऊस

Please contact us at **Mehta Publishing House,** Pune 411030.
✆ +91 020-24476924 / 24460313 / Mob. No. 9545000513
Email : production@mehtapublishinghouse.com
Website : www.mehtapublishinghouse.com

MOHINI by PARU NAIK

मोहिनी : पारू नाईक / कादंबरी

Email : author@mehtapublishinghouse.com

प्रकाशक : सुनील अनिल मेहता, मेहता पब्लिशिंग हाऊस,
१९४१, सदाशिव पेठ, माडीवाले कॉलनी, पुणे ३०.

मुद्रक : ट्रिनिटी अॅकॅडमी फॉर कॉर्पोरेट ट्रेनिंग लिमिटेड,
नऱ्हे इंडस्ट्रिअल एरिया, झील कॉलेज रोड, नऱ्हे, पुणे – ४१.

मुखपृष्ठ : चंद्रमोहन कुलकर्णी

प्रकाशनकाल : ८ एप्रिल, २००६ / एप्रिल, २००८ / मार्च, २०१५ /
पुनर्मुद्रण : ऑगस्ट, २०१८

किंमत : ₹ २५०

P Book ISBN 9788177666465
E Book ISBN 9788184986754
E Books available on : amazonkindle Apple Books Google Play Books

---

माझे साहित्यिक वडील तीर्थरूप कै. रणजित देसाई आणि माझे सासरे कै. वसंतराव गोपाळ नाईक हे दोघेही मला काहीतरी लिहिण्यासाठी सतत सुचवत असत. आज ते हयात असते, तर त्यांनी प्रस्तुत कादंबरीचे प्रगाढ मायेने कौतुक केले असते.

त्यांच्या पवित्र चरणी माझी ही
पहिलीच कलाकृती श्रद्धापूर्वक अर्पण!

या कादंबरीतील सर्व पात्रे आणि प्रसंग काल्पनिक आहेत.
कोणा व्यक्तीशी यातील घटनांचे साम्य आढळले,
तर तो केवळ योगायोग समजावा.

कादंबरीविषयी चार शब्द

पारु मदन नाईक यांची 'मोहिनी' ही पहिलीच कादंबरी. असे असूनही कादंबरीच्या लेखनात पहिलेपणाच्या खुणा क्वचितच दिसून येतात. कादंबरीचं अंतर्बाह्य स्वरूप असे दर्शविते की तो एका प्रौढ साहित्यिक मनाचा गंभीर विषयाचा आविष्कार आहे.

विषय निवडीपासूनच लेखिकेने आव्हान स्वीकारले आहे. प्रस्तुत कादंबरीची नायिका मनोरुग्ण आहे. अशा नायिकेचे सर्व म्हणजे मनोरुग्ण पूर्वकाळापासून ते मनोरुग्णतेचा काळ, त्याची कारणे, त्यातून नायिका हळूहळू सावरणे, शेवटी पूर्ण बरी होणे हा आयुष्यक्रम केवळ रेखाटला असता तरी कादंबरी वाचनीय झाली असती कारण हा विषय वेगळा असल्याने कादंबरी निश्चितपणे वाचनीय, उत्कंठावर्धक झाली असती. पण लेखिकेने फार मोठे धाडस करून मनोरुग्णतेच्या कारणांची खोलात जाऊन वास्तवपूर्ण मीमांसा केली आहे. त्यावरील मानसशास्त्रीय उपायांचे उपयोजन इतर व्यक्तींकडून कसे होत जाणे आवश्यक आहे, त्याची ही मांडणी अतिशय कुशलतेने केलेली आहे.

त्यामुळे कादंबरीचे अंतर्बाह्य स्वरूप वेगळे, अनोखे आणि जिज्ञासावर्धक झाले आहे. –नायिका मोहिनी एका सुखवस्तू इनामदाराची पत्नी होते. दोन्हीही कुटुंबे सुखवस्तू आणि इनामदारांची असल्याने जनसामान्यांच्या समाजापासून काहीशा वेगळ्या इनामदारी, पारंपारिक संस्कारात वाढलेली असतात. जगाच्या जगण्याचा धबडगा. कष्ट, लढाऊ वृत्ती इत्यादींपासून अलिप्त असतात. पारंपरिक संस्कार जपत, खानदान जपत मनसोक्त आनंद व सुख उपभोगत जगत असतात. आपआपल्या मनोविश्वात रमतगमत, भावभावनांचा आविष्कार करत सुंदर जीवन जगत असतात.

मोहिनी खानदानी संस्कारांनी संपन्न झालेली युवती. तिचे पती प्रतापराव तर सतारवादक कलावंत असतात. सतारीच्या सुरेल संगीतात आपल्या काव्यात्म

भावनांना सुंदर स्वररूप देत असतात.

कालौघात मोहिनीला दोन मुलीच होतात आणि दोघाही पतिपत्नींच्या मनात एक गंड निर्माण होतो की आपल्याला मुलीच होत राहणार की काय? मग इमानदाराच्या वंशाला 'वारस' कोण? ...मोहिनीच्या मनात हे भय खोलवर रुजते; कारण त्यामुळे तिची प्रतिष्ठा पणाला लागते, तिचे भावी जीवनाचे अस्तित्व त्यावर अवलंबून राहते. ती काळजीत पडते.

प्रथेप्रमाणे निरनिराळ्या देवतांना ती नवस करते, व्रतीवृत्तीने उपासतपास करते ... थोड्याशा उशिराने तिला दिवस जातात आणि सुदैवाने तिला 'मुलगा' होतो. आनंद सोहळा साजरा होतो.

...पण चारच महिन्यांनी पोटातल्या अनावर कळांचा अज्ञात रोग होऊन मुलगा कालवश होतो. मोहिनीला त्याचा मोठा मानसिक धक्का बसतो आणि मातृमनावर खोलवर परिणाम होऊन तिला वेडाचे झटके येऊ लागतात... ती वाट्टेल तशी वागू लागते... सासर - माहेरी हाहाकार उडतो... निष्पाप, निरागस, भावनाशील, सुंदर, रूपवती मोहिनी 'स्किझोफ्रेनिआ'सारख्या एका बेलाग भीषण रोगाने ग्रस्त होते... तिला अधूनमधून अचानक या रोगाचे झटके येतात आणि ती हिंस्त्र. विपरीत वर्तन करू लागते... त्यामुळे घरातील इतर सगळीच मनोमन हादरून जातात. परिणामी दोनशे पानांत एका कौटुंबिक महाभारताचं दर्शन वाचकाला घडते. मोहिनीच्या सासर-माहेरच्या दोन्ही घरांचे स्वरूपच बदलून जाते. त्या सुखवस्तू कुटुंबातील मोहिनीचे आई-वडील, बहीण-भाऊ, मुलं, गडी, नोकर, स्नेही-सोबती, सासू-सासरे, पती आणि त्यांच्या संबंधित व्यक्ती यांच्या मनस्थितीत फरक पडू लागतो. आंतरिक... एका दृष्टीने त्या कुटुंबाच्या अंतरंगात अस्वस्थता माजते. त्यातून पुढची सर्व कादंबरी वळणे घेत, आकार घेत पुढे जाताना दिसते...

'येरवडा मेन्टल हॉस्पिटल'चंही एक वेगळं अनोखं विश्व या कौटुंबिक महाभारताला येऊन मिळतं. मोहिनीला तिथं वीस-एकवीस वर्षे ठेवलं जातं. तिला शॉक ट्रीटमेंट मधूनमधून दिली जाते... या सर्वातून मनोरुग्ण मोहिनीचा प्रवास बराच काळ सुरू असतो... तिच्याशी अनेक परींनी अनेक पात्रे संपर्क साधत असतात... मोहिनीचा काही काळ अशा रीतीने जात असतानाच तिचे पती प्रतापराव तिच्याशी घटस्फोट घेतात, दुसरे लग्न करतात, त्याचा आघात मोहिनीच्या माहेरच्या माणसांवर होतो. मोहिनी हतबल होते. तो आघात आहे याची जाणीव तिच्या रुग्ण मनाला कितपत आणि कशी जाऊन पोचते; ते पाहण्यासारखे आहे. सगळेच अनपेक्षित असते. त्यासाठी मोहिनीशी वागताना प्रत्येक व्यक्ती शांतपणे, समजूतदारपणे वागण्याची दक्षता घेते. तिच्याविषयी लळा, प्रेम, जिव्हाळा दाखवून वागत असते. सात्त्विक, प्रेमळ भाषेत बोलत असते.

मनोरुग्ण मोहिनीशी इतर पात्रांचे होणारे संवाद अतिशय अर्थपूर्ण आहेत. लेखिकेने हे संवाद समर्थपणे पेललेले आहेत, जणू मनोरुग्णाशी कसे बोलावे, याचे ते साक्षात नमुने आहेत. सबंध कादंबरीभर संवादांनी जास्त 'अवकाश' व्यापलेला दिसतो. पण हे संवाद कुठेही कंटाळवाणे नाहीत, हे त्यांचे वैशिष्ट्य आहे. मोहिनीशी होणारे हे संवाद म्हणजे मोहिनीवर होणारे जणू औषधोपचार आहेत. असे 'संवाद' मनोरुग्णाशी कसे वागणे आवश्यक असते; हे समजून घेतल्याशिवाय कुणाही साहित्यिकाला लिहिता येतील असे वाटत नाही. सारांश लेखिकेने मनोरुग्णतेचा खास अभ्यास करूनच प्रस्तुत कादंबरीची एकूण मांडणी केलेली आहे, हे जाणवते... या विपुल संवादांतूनच कादंबरी उलगडत जाते. त्यातील इतरही पात्रे उलगडत जातात. त्यामुळे प्रस्तुत कादंबरीत तृतीय पुरुषी निवेदन पद्धती अवलंबिलेली असून ही माहिती देणारी निवेदने किंवा अशा निवेदनांचे मोठमोठे परिच्छेद कादंबरीत सहसा येत नाहीत. प्रस्तुत कादंबरीचे हेही एक वेगळेपण आहे. सारांश, मनोरुग्ण नायिकेचे रंग-रूप उलगडून दाखविणारी ही कादंबरी असल्याने कादंबरीचे अंतरंग जसे वेगळे वाटते; तसेच कादंबरीभर संवादांचे प्रचुरतेने यशस्वी उपयोजन केल्यामुळे तिचे बाह्य स्वरुपही वेगळे वाटते. अशा रीतीने अंतबाह्य वेगळे स्वरूप धारण करणारी ही यशस्वी कादंबरी आहे. पहिल्याच कादंबरीत लेखिकेला मिळालेलं हे यश डोळ्यात भरणारे आहे.

मराठी साहित्य क्षेत्रातही ही कादंबरी आपल्या वेगळ्या विषयामुळे लक्षवेधी ठरेल असे वाटते.

पहिल्याच कादंबरीत मनोरुग्णतेसारखा गंभीर विषय लेखिकेने अतिशय यशस्वीपणे हाताळल्यामुळे तिचे कौतुक वाटते. तिची भावी वाटचाल अशीच यशस्वी होत जावो, हे माझे तिला आशीर्वाद!

- डॉ. आनंद यादव

आभार

मोहिनीचा विषय मला जेव्हा सुचला तेव्हा मी अतिशय अस्वस्थ झाले. कारण विषय जरी सुचला तरी तो चाकोरीबाहेरचा असल्यामुळे मला तो पेलणार नाही अशी शंका आली. त्या अवस्थेतच मी तिचे झपाट्याने लेखन केले. पण ते मला असमाधानकारक वाटत होते. स्किझोफ्रेनिआसारख्या मनोरुग्णाची मानसिकता नेमकी काय असते हे जाणकाराकडून समजून घेण्याची मला नितांत गरज वाटली. त्याशिवाय कादंबरीला वास्तवतेचा स्पर्श होणार नाही असे जाणवले. माझ्या या गरजेपोटी डॉ. श्री. व सौ. वाघ यांना भेटले. त्यांनी मला दोन मनोरुग्णांविषयीची साक्षात माहिती पुरवली. त्याबरोबर त्यांनी मला अनेक मनोरुग्णांच्या भेटी सातारा मेन्टल हॉस्पिटलमध्ये घडवून दिल्या. तसेच कोवाडचे डॉ. जोशी, डॉ. पी. एस. पाटील व नेसरीचे डॉ. डवरी यांनीही मला मनोरुग्णाविषयी बरीच माहिती पुरवली.

श्री. पांडुरंग जाधव, श्री. विजय दळवी यांनी माझे पहिले लेखन वाचून, माझ्याशी चर्चा करून मला मोलाच्या अनेक सूचना केल्या. त्यामुळे माझ्या लेखनात साक्षेपता येण्यास मदत झाली. तसेच माझ्या कुटुंबातील सगळ्या व्यक्तींनी वेळोवेळी माझ्या प्राथमिक लेखनाचे वाचन आणि श्रवण करून मला अतिशय मोलाची मदत केली.

माझ्या कादंबरीचे लेखन करण्याच्या कामी लेखनिक म्हणून मला श्री. अशोक बाचुळकर, प्रा. राजश्री बारवेकर, राजू पाटील, माझी धाकटी नणंद सौ. अश्विनी पोतनीस यांची खूप मदत झाली. प्रा. चंद्रकुमार नलगे, प्रा. कमलाकर दीक्षित, नाशिकच्या प्रा. सौ. मीनाताई भिडे आणि श्रीमती बेबी शकुंतला यांनी अत्यंत आपुलकीने हस्तलिखित वाचून अतिशय मोलाच्या सूचना केल्या.

माझे वडील कै. रणजित देसाई यांचे लेखनिक म्हणून अनेक वर्षे काम करणारे श्रीयुत पांडुरंग कुंभार. गुरुजी यांचे मला प्रत्यक्ष लेखनाच्या वेळी इतके मोलाचे साहाय्य झाले की त्याला तोड नाही.

डॉ. आनंद यादव यांनी तत्परतेने प्रस्तावना लिहून दिली. या सर्वांशिवाय अनेक इतर व्यक्तींनी अनेक प्रकारांनी मदत केली ती वेगळीच.

या सर्व संबंधित व्यक्तींचे मी मन:पूर्वक आभार मानते.

आम्हा कुटुंबीयांवर जिवापाड प्रेम करणारे बंधुतुल्य श्री. अनिलभाई व त्यांचे चिरंजीव सुनील मेहता यांनी 'मोहिनी' ही कादंबरी प्रसिद्ध करून मला साहित्य क्षेत्रात प्रवेशाची संधी दिली त्याबद्दल मी त्यांची व 'मेहता पब्लिशिंग हाऊस'ची मनापासून आभारी आहे.

पारू

'एक गं... दोन गं... तीन गं....
चार गं... पाच गं....
हे खाच
कोंबडी काच
पिल्लं पाच...
कोंबडीची अंडी...
बारा खंडी...!'

ह्या शब्दांबरोबर सागरगोट्यांचा खेळ चालला होता. पाच मुली एकत्र बसून पाच खडे घेऊन हा खेळ बेधुंद होऊन खेळत होत्या. खेळणारी मुलगी एक खडा वर उडवत होती. क्षणातच दुसरा खडा खालून उचलत उडवलेल्या खड्याबरोबर हातात टिपला जात होता. असे पाची खडे हातात टिपण्याचा ती प्रयत्न करत होती. एखादा खडा जरी हातातून निसटला की लगेच दुसरी मुलगी खेळ सुरू करत होती. इकडंतिकडं मुलींचं बिलकूल लक्ष नव्हतं. त्यांचं सगळं लक्ष आपल्या खेळाकडे होतं. त्यातल्या त्या घाऱ्या डोळ्यांच्या मुलीचं लक्ष तर खड्यांकडंच होतं. नक्षत्रासारखं तिचं देखणं रूप कोवळ्या उन्हात तळपत होतं. पण त्याकडं तिचं लक्ष नव्हतं. क्षणाक्षणाला खेळ हा रंगतच होता.

वाड्यात येणाऱ्या-जाणाऱ्या सर्वांचं लक्ष त्या चौकात खेळणाऱ्या मुलींच्या खेळाकडं जात होतं. पण ह्या मुलींचं त्यांच्याकडं बिलकूल लक्ष नव्हतं. खेळ हा रंगतच चाललेला.

"आक्कासाब, आईसाब बोलवतात जी." गड्यानं येऊन त्या मुलीला सांगावा दिला.

"आक्का, आई बोलवायला लागलेत." भावंडांनी पण येऊन तिला सांगितलं. एक नाही की दोन नाही खेळ हा सुरूच होता.

"अहो, ऐकता काय?" शिवाजीराव आत जाताच रखमाबाईसाहेब त्यांना म्हणाल्या, "तुमच्या लाडक्या लेकीला जरा आत पाठवता काय? कासारमामा आत चुडा भरण्याकरता खोळंबलेत."

"कोण? मोहिनीबद्दल बोलताय काय? अहो, का म्हणून त्या मुलीच्या पाठीमागं लागलाय? ती ह्या घरची थोड्या दिवसांची तर पाहुणी आहे. बिचारीला जरा मनमोकळेपणानं वावरू द्या. लग्न झाल्यावर जबाबदाऱ्या पडल्यावर ती आपोआप शहाणी होईल आणि हो! कुठं आहे तो कासार? जरा बोलवा त्याला आमच्यासमोर, पाहिजे तर चुडा भर नाहीतर चालता हो म्हणावं. असले छप्पन कासार आणू आमच्या मोहिनीआक्कांसाठी."

शिवाजीरावांचा राग बघून रखमाबाईसाहेब तर गारच झाल्या, पण आतून कासारानं पळत येऊन शिवाजीरावांचे पाय धरले.

"मायबाप सरकार, असं बोलू नकाशीजी. आक्कासाहेबांचा खेळ संपेस्तोवर थांबतो म्या."

शिवाजीरावांच्या दराऱ्यासमोर कुणाचं काही चालत नव्हतं. चाळीशी ओलांडूनसुद्धा एखाद्या तरुणाला लाजवेल, असं त्यांचं भारदस्त व्यक्तिमत्त्व होतं. स्वत: शिवाजीराव गावचे इनामदारच, शिवाय व्यवसायानं ते मामलेदार होते. गावाच्या शेजारून वाहणाऱ्या नदीपासून दूरवर पसरलेली शेती ही ह्या इनामदारांचीच. गावच्या मध्यभागी त्यांचा चौसोपी वाडा. त्यांच्या व्यक्तिमत्त्वाला शोभेल असाच त्यांचा राजेशाही थाट. सदैव पांढराशुभ्र सदरा, कडक इस्त्री केलेली पांढरीशुभ्र विजार, बंद कॉलरचा कोट आणि पॉलीश केलेले काळे बूट, असा हा इनामदारांचा पोशाख. सफरचंदासारखा लालबुंद चेहरा, घारे डोळे, डोक्यावर बारीक केस असं हे त्यांचं देखणं रूप. कोणी म्हणणार नाही की ह्यांना सहा मुलं आहेत. असा हा त्यांचा तरतरीतपणा. कामापुढं त्यांना दिवसातील चोवीस तास पण कमी पडायचे. त्यामुळे कचेरीच्या कामानिमित्त वाड्यामध्येही सदैव लोकांची वर्दळ असायची.

अतिशय लाडात, वैभवात वाढलेली मोहिनी ही शिवाजीरावांची थोरली कन्या. सोप्यावर शिवाजीरावांचं मामलेदार कचेरीतील महत्त्वाचं काम चालू होतं. बरीच मंडळी कामानिमित्त येऊन सोप्यावर बसली होती आणि त्याच सोप्याच्या बाहेरच्या चौकात मोहिनीआक्कांचा एका बाजूला सागरगोट्यांचा खेळ चालू होता. शिवाजीरावांना त्यांचा बिलकूल त्रास होत नव्हता. कारण मोहिनी ही त्यांची लाडकी लेक.

थोड्या वेळानं भूक लागल्यामुळे मोहिनी डाव सोडून आपला परकर सावरत उठली आणि पळतच स्वयंपाकघराकडं गेली. स्वयंपाकघरात फराळाचा घमघमाट सुटलेला. मोहिनीची नजर सगळीकडं फिरत होती. आचारी फराळ करण्यात गुंग झालेले पाहून मोहिनीनं हळूच आपला हात करंजीच्या दुरडीत घातला. पण

रखमाबाईसाहेबांच्या तीक्ष्ण नजरेतून हे सुटलं नाही.

"अगं, अगं, कसं हिला कळत नाही? अगं देवाला अजून नैवेद्य दाखवायचा आहे. अरे रामजी, बघतोस काय लेका? पकड तिला," रामजीमामा तिला पकडणार इतक्यात मोहिनीनं बाहेर धूम ठोकली.

"कसली हाताला लागते ही पोर!" रखमाबाईसाहेब स्वत:शीच पुटपुटल्या.

मोहिनी पळत येऊन आपल्या आबांना बिलगली. तिच्या हातातल्या करंजीचा चुरा शिवाजीरावांच्या सदऱ्यावर पडला, तोच त्या करंजीचा डाग आणि तिच्या हाताच्या घाणीचे डाग त्यांच्या पांढऱ्याशुभ्र सदऱ्यावर उमटले. शिवाजीरावांनी एकवार मोहिनीकडं बघितलं. तिचा तो निष्पाप, निरागस चेहरा बघून शिवाजीराव मनमोकळेपणानं हसायला लागले. आपलं हसू आवरत ते म्हणाले,

"आक्का! खेळ संपल्यावर हात कुणी धुवायचे?"

एवढं ऐकून आपल्या आबांच्या मिठीतून बाहेर पडण्याऐवजी मोहिनीची मिठी आणखीनच मजबूत झाली. शिवाजीरावांनी पण तिला आपल्या उराशी कवटाळत तिची पापी घेतली.

"आता पुरे झाले तुमचे लाड!" शिवाजीरावांनी आणि मोहिनीनं पाठीमागं वळून पाहिलं तर रखमाबाईसाहेब उभ्या होत्या.

"अगं, बेबी, तू आता पंधरा वर्षांची झालीस की गं."

मोहिनीच्या घरातील ज्येष्ठ मंडळी तिला मायेनं बेबी म्हणून हाक मारायचे.

"असू दे!"

"अगं, लग्न कुणाचं?"

"आम्हांला नाही करायचं." ह्या वाक्यावर शिवाजीराव खदखदून हसायला लागले.

"अहो, असे हसताय काय? तुमच्या लाडानंच ही कुणाचं ऐकत नाही."

रखमाबाईसाहेबांनी पुढं येऊन मोहिनीचा हात धरला आणि तिला जरा ओढतच आत घेऊन जायला लागल्या.

"अहो, अहो, जरा हळू!"

" तर तर! फक्त तुम्हांलाच तेवढी काळजी आहे." म्हणत रखमाबाईसाहेब मोहिनीला घेऊन आत गेल्या.

"अगं, मोहिनी, किती सतावशील मला? आता पुरे झाला हं तुझा हा पोरकटपणा. आता जरा न्हाणीत जा, स्वच्छ हात-पाय धुऊन घे, वेणी घाल आणि लवकर देवघरात ये."

तशी मोहिनी आईला घाबरून असायची. ती निमूटपणे न्हाणीत गेली. हात-पाय धुऊन छान तयार होऊन देवघरात आली. देवाजवळ ठेवलेल्या पाटावर येऊन

ती शांतपणे बसली. मोहिनीच्या निरागस चेहऱ्याकडं बघून रखमाबाईसाहेबांना हसू आलं. तिच्या चेहऱ्याकडं बघत कासारमामा म्हणाले,

"आईसाब, आक्कासाब अगदी सरकारांसारख्या दिसतात बघा."

"अगं, बघत काय बसलाय? चला, लवकर ओवाळून घ्या बघू तिला!"

पाच सुवासिनींनी पुढं होऊन मोहिनीला हळद-कुंकू लावून ओवाळलं. बायकांच्या मधुर गीतांच्या स्वरात कासारमामांनी मोहिनीला चुडा भरायला घेतला.

"कासारमामा, लवकर भरा की!"

"का आक्कासाब? एवढी कसली गडबड?"

"अहो मामा, बाहेर सागरगोट्यांचा खेळ खेळायला जायचं आहे. माझ्या मैत्रिणी माझी वाट बघत असतील ना?" या वाक्याबरोबर सर्वजण हसायला लागले. रखमाबाईसाहेब हसत हसतच हातात करंजी घेऊन मोहिनीजवळ आल्या आणि तिच्या तोंडात करंजी कोंबत कासारमामाकडं बघत म्हणाल्या,

"मामा, ही पोर केव्हा पोक्त होणार हो?"

कासारमामा मोहिनीकडं बघत म्हणाले,

"आक्का, आता चुडा भरल्यावर घराबाहेर जायचं नाही."

"मामा, पण चौकात चालतंय ना?"

मामा हसतच म्हणाले,"अहो आक्का, आता तुम्ही लग्नानंतरच सागरगोट्या खेळायच्या, त्यापण तुमच्या नवऱ्यासंगट."

मोहिनीनं लाजून आपली मान खाली घातली. त्यावर सर्वजण तिच्याकडं बघून हसायला लागले. चुडा भरून झाल्यावर सर्वांनी तिला जवळ घेऊन तोंड भरून आशीर्वाद दिला. कासारमामांनी रखमाबाईसाहेबांना, मोहिनीला तिच्या बहिणींना आणि बाकीच्या सुवासिनींना चुडा भरला.

वाड्यातील पाठीमागच्या परसात एका बाजूला बायका लग्नाची हळद दळत बसल्या होत्या. जात्याच्या घरघर आवाजात त्यांचे मधुर स्वर उमटत होते -

'सोन्याची नांगरु, रुप्याचा फाळू
हळद काढू गेले, कोळंब्याचं पानू ।
काढूनी करुनी, सारख्या केल्या राशी
बोलता शंकराशी, माप लावू ।
फळकाच्या बुट्टी, हळदी काढली
जात्याच्या मुका, हळद दळली ।।'

गालातल्या गालात हसत रखमाबाईसाहेब आत परसात आल्या. त्या कौतुकानं त्या बायकांच्याकडं बघत राहिल्या. इकडं बाहेरच्या बाजूला गडी माणसं बैलगाडीतून पाणी आणून पाण्याचे हौद भरत होते. धान्यांची निवडानिवड सुरूच होती. कचेरीच्या

कामाबरोबरच शिवाजीरावांचं ह्या कामावर पण बारीक लक्ष होतं.

◆

मोहिनीचं लग्न जवळच्याच गावातल्या इनामदारांच्या धाकट्या चिरंजीवांशी 'प्रतापरावां'शी ठरलेलं. एक ख्यातनाम सतारवादक म्हणून त्यांचा नावलौकिक होता. प्रतापरावांचा जेवढा सतारवादक म्हणून नावलौकिक तेवढंच त्यांचं वैभवपण मोठं होतं. पण एवढं सारं असून ते आपले साधे, सरळ होते. आजही ते मिरजेच्या आबांच्याकडून सतारीची तालीम घेत होते.

बऱ्याच दिवसांपासून घरातील ज्येष्ठ मंडळी त्यांच्या लग्नासाठी त्यांच्या पाठीमागं लागली होती. बऱ्याच मुली प्रतापरावांनी पाहिल्या. पण त्यांना एकही मुलगी पसंत पडत नव्हती. पण जेव्हा त्यांनी मोहिनीला पाहिलं. तेव्हा मात्र ते तिच्या मोहातच पडले. लग्न जमलं उत्साहामध्ये याद्या आटोपल्या. लग्नाचा मुहूर्त पण अगदी जवळचाच काढला गेला.

दोन्ही घराण्यांमध्ये लग्नाची जय्यत तयारी सुरू झाली. दोन्ही गावं जवळ असल्यामुळे लग्नाच्या कामानिमित्त दोन्ही घरातील लोकांची ये-जा सुरू झाली. दोन्ही घरांना वाजतगाजत तोरणं बांधली गेली. लग्न घरातून दूरवर सनई-चौघड्याचे मधुर स्वर कानावर पडत होते. अगदी त्या संपूर्ण भागातलंच लग्न असल्यासारखं. आजूबाजूच्या खेड्यातील लोक पण ह्या शुभकार्याला हातभार लावत होते.

शिवाजीरावांच्या वाड्यापासून ते गल्लीच्या टोकापर्यंत सुंदर शामियाना उभारण्यात आला. कलेक्टर व इतर भागातील इनामदारांसाठी शामियान्यात खास बैठक मांडली गेली. सगळ्या लोकांचे डोळे ह्या सुवर्णसोहळ्याकडे लागलेले. राबणाऱ्या प्रत्येक माणसाला चहा, फराळ, जेवण सुरूच होतं. या सगळ्या कामावरती शिवाजीरावांचे मित्र गोविंदराव, बारकाईनं लक्ष ठेवत होते. शिवाजीरावांच्या गावातल्या प्रत्येक माणसानं रात्रंदिवस राबून गावाला अगदी नव्या नवरीसारखं नटवलं.

चुडा भरल्यापासून छोटे-मोठे लग्नाचे कार्यक्रम सुरूच होते. कुणाला कळलं पण नाही की हसण्याखिदळण्यात हळदीचा दिवस कधी उजाडला. भल्या पहाटे रखमाबाईसाहेब मोहिनीच्या खोलीत गेल्या. मोहिनी आपल्या भावंडांमध्ये गाढ झोपलेली. क्षणभर रखमाबाईसाहेब तशाच आपल्या या मुलीच्या निरागस चेहऱ्याकडं बघून स्तब्ध उभ्या राहिल्या. त्यांच्या डोळ्यात न कळत अश्रू भरले, त्यांनी ते पुसायचा प्रयत्न केला, तरीही ते आणखीनच ओघळत होते. त्यांच्या मनाला एकच गोष्ट सलत होती, 'एवढ्या कोवळ्या वयात आपल्या मोहिनीला संसार करायला जमेल काय?' एवढ्यात पाठीमागून कानावर शब्द पडले -

'अहो, ऐकलं का?'

रखमाबाईसाहेबांनी लागलीच अश्रू पुसले. शिवाजीराव त्यांना काहीतरी सांगत होते.

"अहो, अशा उभ्या काय राहिलात? चला लवकर, मोहिनीला उठवा."

"अहो, आपली बेबी एवढी साधी, सरळ कसं हो तिला जमायचं?" पुढं त्यांना बोलवेना. त्यांना रडू कोसळलं.

"अहो, हा काय वेडेपणा चालवलाय? मुलगी म्हटली की ती आपल्या घरट्यातून एक ना एक दिवस लांब जायचीच. शेवटी ते पराया धनच. किती दिवस आपल्याजवळ राहणार? ...अहो, माझी बेबी अल्लड असली तरी खूप हुशार आहे हो. बघा तुम्ही लवकरच आपल्या संसारात रमते की नाही! तसे प्रतापरावसुद्धा खूप विद्वान आणि समंजस आहेत. ते आपल्या मोहिनीला अगदी फुलासारखं जपतील... तुम्हांला काय वाटलं, आम्हांला आमच्या बेबीची काळजी वाटत नाही?" बोलता बोलता शिवाजीरावांचा कंठ दाटून आला. पण स्वत:ला सावरत ते म्हणाले,

"चला लवकर, मोहिनीला उठवून तिला बाहेर घेऊन या पाहू. सगळे तिच्याकरता चौकात खोळंबलेत. चला आटपा लवकर!" एवढं बोलून शिवाजीराव खोलीबाहेर गेले.

रखमाबाईसाहेबांनी मायेनं मोहिनीच्या डोक्यावरून हात फिरवला. मोहिनीनं आपले डोळे उघडले. आपल्या आईला आपल्याजवळ बसलेलं बघून ती त्यांच्याकडं बघून गोड हसली आणि तिनं अलगद आपलं डोकं आईच्या मांडीवर ठेवलं. तिच्या केसातून हात फिरवत रखमाबाईसाहेब तिला म्हणाल्या,

"बेबी, चल बाळा, ऊठ! तुला आज हळद लावून न्हायला घालायचं आहे."

मोहिनीची बाकीची भावंडं पण उठत आपल्या आईला म्हणाली,

"आई, आम्ही पण हळद लावणार."

"चला मग लवकर तोंड धुऊन बाहेर चौकात या."

मोहिनी तोंड वगैरे धुऊन आल्यावर रखमाबाईसाहेबांनी तिला नवीन पिवळी साडी नेसवली. परकरामधून एकदम साडीत आलेल्या मोहिनीला अवघडल्यासारखं वाटत होतं पण तशी ती साडीत खूप सुंदर दिसत होती. तिला तयार करून रखमाबाईसाहेब तिला बाहेर घेऊन आल्या. क्षणभर शिवाजीराव आपल्या मुलीकडं बघतच उभे राहिले. रखमाबाईसाहेब मोहिनीकडं बघत म्हणाल्या, "बेबी, चल आधी देवघरात जाऊन देवाच्या पाया पड."

आपल्या आईनं सांगितल्याप्रमाणं मोहिनी देवघरात गेली. देवाच्या पाया पडली आणि कुणीही न सांगता ती आपल्या आई-बाबांच्या पाया पडली. शिवाजीराव आपल्या मुलीला जवळ घेत आपल्या सौभाग्यवतींच्याकडं बघत म्हणाले,

" बघा माझी बेबी कशी समंजस झालीय ते. शेवटी बापाचे गुण तिच्यात उतरले की नाही."

रखमाबाईसाहेब यावर गालातच मनमुराद हसल्या. मोहिनीला घेऊन बाहेर चौकात आल्या.

चौकात मध्यभागी पाटांचा चौक मांडला होता. बाजूला पाच घंगाळ्यांमध्ये गरम पाणी ठेवलेलं. भटजींच्या सूचनेप्रमाणं मोहिनीनं प्रथम आपला उजवा पाय पाटावर ठेवला आणि आपली साडी सावरत ती पाटावर बसली. भटजींच्या सांगण्यावरून रखमाबाईसाहेब व सुवासिनींनी मिळून मोहिनीच्या कपाळावर मुंडावळ्या बांधल्या. तिला सगळ्या जणींनी हळदी-कुंकू लावलं. चांदीचं तबक घेऊन त्यातील निरांजन लावून तिला ओवाळलं. प्रतापरावांच्या मंडळींकडून आलेली उष्टी हळद एका चांदीच्या ताटात आणली गेली. आंब्याच्या पानांनी रखमाबाईसाहेबांनी मोहिनीच्या हाता-पायाला आणि चेहऱ्याला हळद लावायला घेतली. इतक्यात सुवासिनींनी हळदीचं मधुर गीत म्हणायला सुरुवात केली.

'गंगेच्या पाण्या हळद पाकळले
कुंभाराच्या डेऱ्या हळद उकळली ।
सोन्याच्या पाटा रुप्याचा वरूटा
हळद वाटे निळकंटा सीतादेवी।
चांदीच्या वाटी हळद कालवली
नवरी मुलीच्या अंगा हळद मरदली ।।'

बघता बघता चेष्टा-मस्करीमध्ये बायका रखमाबाईसाहेबांना आणि एकमेकींना हळद फासायला लागल्या. घरातील पुरुष मंडळींना पण हळद फासली गेली. लग्नाच्या हळदीनं रंगपंचमीचं रूपांतर घेतलेलं. साऱ्या चौकात हळदीचे सडे पडलेले. बाहेर गल्लीत पण लोक हळद खेळत होते. हे बघून मोहिनीचं मन आनंदानं भरून आलं. हळद खेळून झाल्यावर रखमाबाईसाहेबांनी आणि इतर बायकांनी मिळून मोहिनीला न्हायला घातलं आणि तिला आत नेऊन भरजरीचा पिवळा शालू नेसवला. तिला दागिन्यांनी मढवलं. क्षणभर मोहिनी पण आरशात आपलं रूप निरखायला लागली. तिच्याकडं बघणारे प्रत्येक जण रखमाबाईसाहेबांना म्हणत होते,

"आईसाब, आक्कासाबांची जरा दृष्ट काढा."

रखमाबाईसाहेबांनी मोहिनीला आत स्वयंपाकघरात नेऊन तिची दृष्ट काढली आणि मायेनं तिच्या गालावरून हात फिरवत आपल्या कानाजवळ हात नेत त्यांनी आपली बोटं कडाकडा मोडली.

"बघा आईसाब, किती दृष्ट लागली ती." ह्या वाक्यावर सगळे हसायला लागले. भटजींनी आत येऊन सांगितलं,

''आईसाहेब चला, आपल्याला भैरवनाथाला जायला हवं. ते आपलं कुलदैवत तेव्हा त्याचा पहिला मान.''

''नैवेद्य तयार आहे का?''

रखमाबाईसाहेब, शिवाजीराव, मोहिनीची भावंडं, घरातील इतर सगळी मंडळी भैरवनाथाला जायला निघाले. सर्वांत पुढे वाजंत्री, त्यांच्यामागं पुरुष मंडळी, त्यांच्या पाठीमागं बायका, पाठीमागं नैवेद्याची ताटं घेऊन गडीमाणसं असे सगळे मिळून दर्शनाकरिता देवळात गेले. तेथे शास्त्रोक्त पद्धतीनी भटजींनी शिवाजीराव व रखमाबाईसाहेबांच्याकडून भैरवनाथाची पूजा करून घेतली. कालपर्यंत दंगामस्ती करणाऱ्या मोहिनीत एकाएकी पोक्तपणा आलेला.

◆

हसतखेळत हळदीचा दिवस मावळला. वाड्यातल्या रोषणाईत सारा वाडा रात्रभर जागा होता. दिवसभराच्या दगदगीनं मोहिनी गाढ झोपली होती. पहाटे पहाटेच तिला जागं करण्यात आलं. हरणाच्या गतीनं वेळ मागं सरत होती. वाढत्या किरणांबरोबर साऱ्या पंचक्रोशीतील माणसं लग्नमंडपात जमत होती. मंडपात सर्वांकरता चहा-फराळाची सोय केली होती. एकीकडं मोठी चुलवण मध्यरात्रीपासून पेटली होती. गावातील सर्व स्वयंपाकी स्वयंपाकात गुंतले होते. चाळीस बकऱ्यांचा खारा स्वयंपाक तसाच गोड्या स्वयंपाकासाठी वेगळी चुलवण मांडली होती. दहा हजार पत्रावळयांचे गठ्ठे तयार होते. गावच्या वीस-तीस तरण्या पोरांच्या संगतीला बाजूच्या खेड्यातली तेवढीच पोरं वाढण्यासाठी तयार होती.

वऱ्हाड वेशीत आल्याची वर्दी वाड्यात आली. वाड्यात एकच तारांबळ उडाली. मोहिनीला घरातील मंडळी, तिच्या मैत्रिणी चिडवायला लागले. मोहिनीनं लाजून मान खाली घातलेली. इकडं सजवलेल्या वीस बैलगाड्यातून वऱ्हाड आलं होतं. शिवाजीरावांनी मानपानाची सर्व सिद्धता मंडपाच्या दारात करून ठेवली होती. वाजत-गाजत वऱ्हाड मंडपाच्या दारात आलं. प्रतापराव घोड्यावरून खाली उतरताच घरच्या सुवासिनींनी त्यांना ओवाळलं. दहीभाताचे मुटके त्यांच्यावरून उतरून दोन्ही बाजूला टाकले.

एकमेकांच्या भेटीगाठी झाल्या. शिवाजीरावांनी सर्वांचं यथायोग्य स्वागत केलं. मुहूर्ताची वेळ साधण्यासाठी भटजींची गडबड सुरू झाली. मोहिनीला तिच्या मामांनी धरून आत वाड्यातून बाहेर मंडपात आणलं.

प्रतापराव आणि मोहिनी समोर अंतरपाट धरण्यात आला. लग्नाचे विधी सुरू झाले. शिवाजीराव आणि रखमाबाईसाहेबांना आपले अश्रू आवरणं कठीण झालं.

अक्षता पडल्या आणि वाजंत्र्यांच्या आवाजात फटाकड्यांचा आवाज दुमदुमला. पंचक्रोशीतून आलेले लोक जेवणाच्या मंडपाकडं जात होते. एकावेळेस तीन ते चार हजार लोकांची पंगत बसेल, असा लांब, रुंद मंडप घातला होता. उन्हाचा आणि कावळ्यांचा त्रास नको म्हणून मंडपावर तट्ट्यांचं आच्छादन घातलं होतं. पंगतीतून शिवाजीराव, घरातील पुरुषमंडळी जातीनं लोकांना जेवणाचा आग्रह करीत फिरत होते. मंडळी शिवाजीरावांच्या आदरतिथ्यानं तृप्त होऊन पंगतीतून उठत होती.

कुठल्याच प्रकारे मानपान, आहेर यांमध्ये वाद न होता सगळं सुरळीत पार पडलं. कोणी काही नाराजी दाखवावी अशी जागाच शिवाजीरावांनी ठेवली नव्हती. साऱ्या पंचक्रोशीबरोबर पाहुण्यांनीही शिवाजीरावांच्या व्यवस्थेची प्रशंसा केली.

सारे धार्मिक विधी आटोपले गेले. सजलेल्या बैलगाड्या परतीच्या प्रवासाला तयार झाल्या. मोहिनीसाठी खास मेण्याची सोय केली होती. मोहिनीभोवती घरच्या स्त्रिया, भावंडं आणि तिच्या मैत्रिणींचा घोळका जमलेला. रखमाबाईसाहेब जड पावलांनी मोहिनीचे दोन्ही खांदे अलगद धरून तिला मेण्याकडं नेत होत्या. मेण्याजवळ जाताच मोहिनीच्या मनाचे बांध फुटले. आपल्या आईला घट्ट मिठ्ठी मारून ती हुंदके देत रडायला लागली. तिला सावरता सावरता स्वत: रखमाबाईसाहेबांना पण आपला आवेग आवरता आला नाही.

"अहो, आवरा स्वत:ला" म्हणत शिवाजीराव पुढं आले, त्यांना बघताच मोहिनी त्यांच्याकडं धावली. शिवाजीरावांना घट्ट मिठ्ठी मारून आणखी ओक्साबोक्सी रडायला लागली. तिच्या डोक्यावरून हात फिरवत शिवाजीराव काहीतरी तिच्याशी बोलण्याचा प्रयत्न करत होते,

"बेबी! सुखानं संसार कर. आजपासून प्रतापरावांचं घर ते तुझं घर आहे. त्या घरची माणसं ती.." शिवाजीरावांना हुंदका आवरता आला नाही, हे पाहताच प्रतापराव पुढं झाले. शिवाजीरावांना ते म्हणाले,

"मामासाहेब, आपण मोहिनीची बिलकूल काळजी करू नका. तुमच्या तळहाताचा हा फोड तेवढ्याच काळजीनं आम्ही सांभाळू."

शिवाजीरावांनी मोहिनीला बळेच दूर केलं. प्रतापरावांच्या समोर जात त्यांचे खांदे थोपटून ते म्हणाले,

"कालपर्यंत सागरगोट्या खेळणारी माझी मोहिनी अजून अल्लड आहे. तिला माहेरची आठवण येऊ देऊ नका, एवढंच आपल्याकडं माझं मागणं."

"मामासाहेब, तुम्ही चिंता करू नका. तुम्हांला वाईट वाटेल अशी कोणतीही वागणूक मोहिनीला आमच्या घरी मिळणार नाही. एवढं आम्ही आपल्याला वचन देतो. आपण आमच्यावर विश्वास ठेवावा इतकंच." एवढं बोलून प्रतापरावांनी शिवाजीरावांना व रखमाबाईसाहेबांना वाकून नमस्कार केला. त्यांना उठवत शिवाजीराव म्हणाले,

“आमचा आपल्यावर विश्वास आहे, जावईबापू.”

बैलगाड्या हलल्या. बैलांच्या गळ्यातल्या घुंगरांचा आवाज गाड्यांच्या खडखडात मिसळला. मोहिनीला हळुवारपणे मेण्यात बसवलं गेलं. मेणा उचलला गेला. मेण्याच्या पडद्यातून डोकं बाहेर काढून अश्रूंनी भरलेल्या अंधुकशा नजरेनं मोहिनी हात हलवून निरोप घेत होती. वऱ्हाड गावच्या वेशीपर्यंत पोहोचेपर्यंत शिवाजीरावांचं घरदार मोहिनीच्या सोबत चाललं होतं. वऱ्हाड वेशीत आलं आणि फटाकड्यांची आतषबाजी झाली. साऱ्या गावानं वऱ्हाडाला हात उंचावून निरोप दिला.

वऱ्हाडाच्या गाड्या निघाल्या. बैलांच्या गळ्यातल्या घुंगरांचा निनाद हळूहळू दूरवर जात राहिला. मावळतीच्या तिरप्या किरणांत बैलगाड्या लांबवर जाईपर्यंत सारा गाव शिवाजीरावांच्या बरोबर वेशीवर उभा होता. वळणावर गाड्या दिसेनाशा झाल्या आणि सारे परत फिरले.

वाड्यात येताच शिवाजीरावांना निर्विकार शांतता जाणवली. वाड्यातलं एक माणूस कमी झालं आणि कधी नाही तो वाडा सुना सुना वाटायला लागला. मोहिनी शिवाजीरावांची लाडकी लेक. तिच्या जाण्यानं शिवाजीरावांना वाड्यात एवढी माणसं असून एकटेपण जाणवत होतं. मोहिनीचा तो अल्लडपणा त्यांच्या डोळ्यांसमोरून हलत नव्हता आणि आपल्यासमोर कोणी येऊ नये, असं त्यांना वाटत होतं. अशी विचित्र अवस्था अनुभवताना रखमाबाईसाहेब त्यांच्यासमोर आल्या. शिवाजीरावांनी त्यांना पाहिलं पण त्यांची नजर टाळत ते काहीतरी बोलावं म्हणून बोलले,

“आपली बेबी, आपल्या हक्काच्या घरात पोहोचली असेल बघा.”

◆

दिवस मावळतीला वऱ्हाड प्रतापरावांच्या गावच्या वेशीत पोहोचलं. चारी बाजूंनी फटाकड्यांची, हुक्क्यांची आतषबाजी सुरू झाली. गावातल्या सुवासिनींनी प्रतापरावांना ओवाळलं. गावच्या लोकांचे नमस्कार स्वीकारत वऱ्हाड रामाच्या देवळात पोहोचलं. नवरा-नवरी आणि घरातील इतर मंडळींनी रामाचं दर्शन घेतलं. तसंच वाजत-गाजत वऱ्हाड प्रतापरावांच्या वाड्याकडं पोहोचलं. प्रतापरावांचा वाडा रोषणाईनं सजला होता. मोहिनीला हळुवारपणे मेण्यातून उतरवलं गेलं. मोहिनीचा चेहरा पदरामुळं दिसत नव्हता. वाड्याच्या दरवाजात प्रतापराव आणि मोहिनीला सुवासिनींनी ओवाळलं त्यांच्यावरून भाताचे मुटके ओवाळून दोन्हीकडं टाकले गेले.

उंबरठ्यावरचं माप ओलांडून मोहिनीनं वाड्यात प्रवेश केला. वाड्यात कुलदेवतेला जोडीनं जाऊन नमस्कार केला. नव्या वास्तूत मोहिनीनं प्रवेश केला होता. वास्तू नवी, माणसं नवी, मोहिनी अगदी बावरलेली. पण जसजसे दिवस सरत होते

तसतशी प्रतापरावांच्या वाड्यातील सगळीच माणसं मोहिनीला आपलीशी वाटू लागली. मोहिनीच्या तिन्ही जावा, मावशीसाहेब, प्रतापरावांच्या काकी या सगळ्याजणींनी मोहिनीला आपलंसं करून टाकलं होतं. या सर्वांच्या संगतीत मोहिनी रमायला लागली. प्रतापरावांना समाधान वाटत होतं. प्रतापराव मैफिलीनिमित्त कुठं बाहेर गेले, तरी मोहिनी घरच्या मंडळींत रमण्याचा प्रयत्न करीत होती.

मोहिनीचा संसार दृष्ट लागावी असा चालला होता. महिन्यातून चार-दोन दिवस जरी प्रतापराव बाहेरगावी गेले, तरी परतल्यानंतर मोहिनीवर प्रेमाचा ते एवढा वर्षाव करीत की मोहिनी गुदमरून जाई. प्रतापरावांच्या सान्निध्यात ती स्वत:चं माहेर विसरून जायची. प्रतापराव मोहिनीचे सारे लाड पुरवीत असत. मोहिनीचा प्रत्येक शब्द ते झेलत असत. कधी रंगात आले तर तिला ते सतारीचे बोल ऐकवत. संगीताची जाण नसलेल्या मोहिनीला प्रतापरावांच्या सतारीतून निघणाऱ्या बोलांनी धुंद व्हायला व्हायचं. नकळत त्या स्वरांमध्ये मोहिनी रममाण होत होती. सतारीच्या तारांचं नकळत तिला आकर्षण वाटू लागलं.

दिवस उलटत होते. महिने सरत होते. प्रतापरावांची सतार ऐकता ऐकता मोहिनी मंत्रमुग्ध होऊन जात होती. एके दिवशी तिनं अभावितपणे प्रतापरावांना विचारलं,

"तुमच्यासारखी सतार मला वाजवता येईल?"

मोहिनीचा तो भोळाभाबडा प्रश्न ऐकून प्रतापरावांनी सतार थांबवली. मोहिनीचा हात आपल्या हातात घेत कौतुकानं ते म्हणाले,

"मोहिनी, तू तुझ्या बोटांकडं कधी पाहिलंस? ही लांबसडक बोटं कलावंताची आहेत. मनात आणलंस तर माझ्याहीपेक्षा अधिक चांगली सतार तुझ्या बोटानं बोलेल."

"मला शिकवाल?"

"का नाही? माझी लाडकी पत्नी जर माझी शिष्या झाली, तर ह्या सारखा आनंद नाही. चला, आजच तुमची शिकवणी सुरू करू या."

हसतखेळत मोहिनीची सतारीची शिकवणी सुरू झाली. प्रतापराव दौऱ्यावर गेले. तरी ती स्वत: सतार छेडायची. तिची ही आवड बघून प्रतापराव बेहद्द खूष होते. एके दिवशी मुंबई-पुण्याचा दौरा करून प्रतापराव परत आले. नोकरानं त्यांचं सामान खोलीत आणून ठेवलं. प्रवासातले कपडे बदलून प्रतापराव बैठकीवर बसले. मोहिनी समोर उभी होती. तिच्याकडे पाहत ते म्हणाले,

"आम्हांला आठवत नाही आम्ही कुणाला शिक्षा दिल्याचं."

न समजून मोहिनी गोंधळून त्यांच्याकडं बघतच राहिली.

"खरंच आठवत नाही." प्रतापराव म्हणाले.

"काय?" अभावितपणे मोहिनीनं विचारलं.

"तुम्हांला उभं राहण्याची शिक्षा दिल्याचं," प्रतापरावांनी गंभीर होऊन म्हटलं. मोहिनीला त्यांच्या बोलण्याचा संदर्भ कळताच खुदकन हसत ती म्हणाली,

"तर! त्याशिवाय का अशी उभी राहिली आहे?"

"हरकत नाही एवढं गोड हसण्याबद्दल सारं माफ!" प्रतापराव हसत म्हणाले, "नुसती माफीच नाही आम्ही बक्षीसही देऊ."

प्रतापराव उठले. नोकरानं आणून ठेवलेली गवसणीत बांधलेली सतार त्यांनी बाहेर काढली. अत्यंत सुरेख कलाकुसर केलेली ती सतार मोहिनीच्या हाती देत ते म्हणाले,

"मोहिनी, मुद्दाम वाकडी वाट करून मिरजेला गेलो आणि आमच्या या लाडक्या शिष्येसाठी ही भेट खरेदी केली. आपल्याला आवडली?"

"छान!" मोहिनी उद्गारली.

"नुसतं छान म्हणू नका. आम्हाला काहीतरी बक्षीस नको का?"

मोहिनी गोरीमोरी झाली. तिनं सतार खाली ठेवली आणि प्रतापरावांच्याकडं पाठ फिरवून दरवाज्याकडं जात म्हणाली,

"कामं आहेत."

प्रतापराव एकदम म्हणाले,

"अहो, तुमच्या पाठीला काय लागलंय ते?"

"कुठं?" म्हणत मोहिनीनं आपला हात पाठीशी नेला, त्यावेळी प्रतापराव जवळ येत म्हणाले, "तुम्हांला कसं दिसेल? हे इथं.." म्हणून प्रतापरावांनी दोन्ही हाताचा विळखा तिच्या गळ्यात घातला. मोहिनी त्यांच्या मिठीत बंदिस्त झाली. त्यांच्या खांद्यावर मोहिनीचं मस्तक विसावलं होतं. मोहिनी हलकेच त्यांच्या कानात कुजबुजली,

"अहो, आता खट्याळपणा करायचा नाही हं."

"का?"

"लवकरच तुम्ही बाबा होणार आहात."

मोहिनीच्या शब्दांनी प्रतापरावांची मिठी सैल झाली. मोहिनीचे दोन्ही खांदे पकडून ते मोहिनीकडं काहीक्षण एकटक बघत राहिले. बघता बघता त्यांचा चेहरा खुलला. मोहिनीचा चेहरा प्रेमानं कुरवाळत ते आनंदानं म्हणाले,

"आम्ही तुमच्याकडून बक्षिसाची अपेक्षा केली आणि तुम्ही असं बक्षीस बहाल करून आम्हांला चकितच केलं. यापेक्षा मोठं बक्षीस आम्हांला आजपर्यंत कधी मिळालंच नाही."

प्रतापरावांना आपला आनंद लपवता आला नाही. प्रतापरावांना वाटलं प्रथम

आपल्यालाच ही गोड वार्ता समजली असावी. पण प्रतापराव दौऱ्यावर असतानाच साऱ्या घरादाराला ही गोड बातमी समजलेली. मोहिनीच्या तिन्ही जावा, मावशीसाहेब, प्रतापरावांच्या काकी या सगळ्या प्रतापराव येण्याचीच वाट बघत होत्या. त्यांची थट्टामस्करी करण्यासाठी सगळ्याच तयारी करून बसल्या होत्या.

मोहिनीला आता सगळेजण जपत होते. माहेरची माणसंही अधूनमधून येत होती, भेटत होती. दोन्हीकडं तिचं मोठ्या थाटात ओटी भरणं होत होतं. प्रतापरावांनी मोहिनीच्या काळजीनं आपल्या मैफिलींना थोडा आवर घातला होता. या सगळ्यांच्या मायेच्या वर्षावानं मोहिनीच्या सुखाला सीमा उरल्या नव्हत्या. शिवाजीराव आणि रखमाबाईसाहेब मोहिनीच्या सासरच्या लोकांवर खूप खूष होते. आपल्या अल्लड पोरीचा संसार कसा होईल? याची काळजी करणाऱ्या त्या दोघांचंही मन भरून गेलं होतं.

सुखाचे दिवस भरभर मागं पडत होते. सासर आणि माहेर दोन्हींकडून मोहिनीचे डोहाळे पुरविले जात होते. पहिलं बाळंतपण माहेरी व्हावं असं शिवाजीराव आणि रखमाबाईसाहेबांना वाटत होतं. पण प्रतापरावांनी सारी व्यवस्था कोल्हापुरला एका खाजगी प्रसूतिगृहात केली होती. डॉक्टरांच्या सल्ल्यानुसार मोहिनीला आठ दिवस अगोदरच तिथं दाखल केलं. सर्वांच्या मायेच्या सहवासात मोहिनीला आपले नऊ महिने कसे पार पडले ते कळलं पण नाही. मोहिनीच्या बाळंतपणाच्या वेळेला तिच्या माहेर आणि सासरकडच्या लोकांनी सारा दवाखाना गजबजलेला.

प्रतापराव तर इकडंतिकडं नुसत्या येरझाऱ्या घालत होते. घरातील सर्व मंडळी त्यांची चेष्टा करायचे. पण त्यांचं तिकडं लक्ष नव्हतं. त्यांचं सगळं लक्ष मोहिनीच्या बंद खोलीकडं होतं. खोलीतून बाळाच्या रडण्याचा आवाज त्यांच्या कानावर पडला. तेव्हा त्यांचे डोळे आनंदानं भरून आले. डॉक्टरांनी बाहेर येऊन सांगितलं,

'Mr. Pratap, Congratulations !

तुम्हांला नक्षत्रासारखी गोड मुलगी झाली आहे.'

डॉक्टरांचं बोलणं ऐकताच प्रतापरावांच्या रोमारोमात आनंद संचारला. लागलीच त्यांनी गावाकडं निरोप धाडला. साऱ्या गावाला जिलेबी वाटली. तासन्तास ते आपला वेळ हॉस्पिटलमध्ये घालवायला लागले. बाळ-बाळंतिणीला घरी आणल्यानंतर सुद्धा प्रतापराव आपल्या मैफिली पार विसरून गेलेले. आपला संपूर्ण वेळ ते आपल्या मुलीबरोबर खेळण्यात घालवायचे. तिला घेऊन बसल्यावर जर त्यांचे कपडे घाण झाले तरी कपडे बदलायचे नाहीत, तर हातात थोडं पाणी घेऊन तिथंच साफ करायचे. प्रतापरावांनी आपल्या मुलीचं बारसं अगदी थाटात केलं. आपल्या मुलीचं नाव त्यांनी 'राणी' ठेवलं. एवढ्याशा चिमुकल्या राणीसाठी ते कधी कधी सतार वाजवायचे. राणीकरिता त्यांनी भरपूर बाहुल्या, खेळणी आणली होती. मोहिनी

या बाप-लेकींचं प्रेम अगदी कौतुकानं बघायची. बाळंतपणामुळं मोहिनीचं रूप आणखीनच खुलून आलेलं.

प्रतापरावांच्या वाड्यातील सर्वांचीच ही चिमुरडी राणी खूप लाडकी बनलेली. तिला जरासुद्धा कोणी खाली ठेवत नव्हतं. राणीला वाढवण्यात, तिला खेळवण्यात कशी दोन वर्षं निघून गेली हे कुणालाच कळलं नाही.

◆

दुसऱ्या वेळी पण मोहिनीला मुलगीच झाली. घरातील लोक जरा नाराज झाले. पण प्रतापरावांना काही फरक पडला नाही. त्यांनी आपल्या दुसऱ्या मुलीचं नाव 'राधा' ठेवलं. आपल्या हौसेखातर ते तिला शर्टपँट घालायचे. चिमुकल्या राधाला पण हेच कपडे घालायला आवडायचे.

"अहो, ऐकलं का?"

"बोलावं बाईसाहेब! आम्ही आपली काय सेवा करावी?"

राधा प्रतापरावांच्या पाठीवर बसली होती. बाप-लेकीचं 'चल रे घोड्या टक टक टक' चाललं होतं.

"अहो, ह्या मुली झाल्यापासून बघते, आपलं आमच्याकडं बिलकूल लक्ष नाही!" राधाला पाठीवरून खाली ठेवत प्रतापराव मोहिनीशेजारी येऊन बसले.

"अहो बाईसाहेब, आपल्याकडं दुर्लक्ष करून चालेल का?' म्हणत ते मोहिनीच्या आणखीन जवळ आले.

"एवढे लाडात येऊ नका, मी काय सांगते ते जरा शांतपणे ऐका."

प्रतापरावांनी लहान मुलासारखी हाताची घडी घालून आपल्या तोंडावर बोट ठेवलं. हे पाहून मोहिनीला हसू आवरेना. तिला पाहून प्रतापरावांनीही हसायला दुजोरा दिला.

"अहो!"

"काय बाईसाहेब?"

"सारखी कसली थट्टा?"

"बरं बाबा, आता नाही करणार."

"आपल्या राणीला शाळेत घालायचं नाही काय?"

"मोहिनी! ती अजून लहान आहे. ती पाच वर्षांची झाली की पाहू. सध्या आपण तिच्याकरता घरी मास्तर बोलावू या."

"तुमच्याशी बोलण्यात काहीच अर्थ नाही." एवढं बोलून मोहिनी राधाला घेऊन खोलीबाहेर निघून गेली.

मोहिनीचा बराचसा वेळ आपल्या जावांच्यात मजेत निघून जायचा. सगळ्याजणी मिळून भरतकाम करायच्या, आचाऱ्यांकडून नवीन पदार्थ करायला शिकायच्या. संध्याकाळच्या वेळेला सर्वजण एकत्र शेतावर जायचे. बॅडमिंटन खेळायचे, रिंग खेळायचे. खरोखर अगदी दृष्ट लागण्यासारखा संसार सुरू होता.

राधा दोन वर्षांची होती न होते तोपर्यंत मोहिनीला परत दिवस गेले. गरोदरपणात पुन्हा सर्व तिला फुलासारखं जपत होते. मोहिनीचे आई-बाबा तिला वरचेवर येऊन भेटत होते. राधाच्या वेळचं बाळंतपण मोहिनीच्या माहेरी झालं होतं. म्हणून ह्यावेळी प्रतापरावांनी तिचं बाळंतपण कोल्हापुरला करायचं ठरवलेलं. मोहिनीचे सारे डोहाळे घरातील मंडळी काळजीपूर्वक पुरवत होते.

"अहो, ऐकलं का?"

"बोला मोहिनी."

"ह्यावेळेला मुलगा होईल ना?"

तिला आपल्या जवळ बसवत प्रतापराव म्हणाले,

"अगं वेडी आहेस का? मुलगा काय नि मुलगी काय? दोन्ही सारखेच ही परमेश्वरानी दिलेली फळं. ते कुठलंही असलं तरी ते आपल्याला गोडच लागतं ना? तू ह्यातून सुखरूपपणे बाहेर पडावीस एवढीच परमेश्वराकडं प्रार्थना करतोय."

"किती हो, तुम्ही माझ्यावर प्रेम करता?"

"बाईसाहेब लाडात येऊ नका, चला उठा. टेबलावर दूध ठेवलंय ते पिऊन घ्या चला."

मोहिनी हसतच उठली आणि दुधाचा पेला हातात घेऊन तिनं तो संपवला.

◆

जसजसे दिवस भरत होते. तसतशी मोहिनीची काळजी वाढतच चाललेली. मनातून बिचारी कित्येक देवांना नवस बोललेली आणि खरोखरीच परमेश्वरानं तिचं ऐकलं. मोहिनीनं यावेळी प्रतापरावांच्या कुलदीपकाला जन्म दिला. मुलगा अगदी मोहिनीसारखा देखणा होता. घरातील मंडळी बेहद्द खूष होती. शिवाजीराव आणि रखमाबाईसाहेबांनी मोहिनीला आता मुलगा झाला म्हणून सुटकेचा निःश्वास सोडला. जे काही कुलदेवतेचे अभिषेक बोलले होते ते सगळे श्रद्धेनं फेडले. राणी, राधा आपला संपूर्ण वेळ आपल्या भावाला खेळवण्यात घालवायच्या. प्रतापराव आणि मोहिनीच्या आनंदाला तर सीमा उरल्या नव्हत्या. आता त्या दोघांचे बाळाविषयी मनसुबे सुरू झाले.

"मोहिनी, आपण ना याला माझ्यासारखा सतारवादक करू या."

“छे ! हो, ह्याला आमच्या आबांसारखा मामलेदार करू या.”

अशी भावी स्वप्नं रंगवली जात होती. बाळाचं बारसं पण प्रतापरावांनी अगदी थाटात पार पाडलं. बाळाचं नाव ‘राम’ ठेवलं. संपूर्ण गावाला बारशाचं जेवण दिलं. मावशीसाहेब, काकीसाहेब व रखमाबाईसाहेबांच्या चेहऱ्यावरून आनंद ओसंडत होता. ह्या तिघींना काय करू नि काय नाही असं झालेलं. पाळीपाळीने तिघीपण रामला न्हायला घालायला जातीनं उभ्या राहायच्या.

हसतखेळत रामला जपण्यात कसे चार महिने निघून गेले कळलं पण नाही. अचानक एके दिवशी काय झालं माहिती नाही, पण राम एकाएकी खूप रडायला लागला. सगळेजण आपापल्या परीनं त्याला शांत करायचा प्रयत्न करीत होते. पण काही उपयोग झाला नाही. त्याची दृष्ट काढली गेली. पोटात दुखत असेल म्हणून ओवा खाऊन फुंकला गेला. वेगवेगळे अंगारे लावले गेले.भटजी तर पंचांग उघडून बसलेले. राणी-राधा आपल्या चिमुकल्या हातांनी रामला खेळवायचा प्रयत्न करायला लागल्या. मोहिनीचे तर रडून रडून डोळे सुजले. संपूर्ण दिवस रामचं रडणं काही थांबलं नाही. त्याच्या यातना पाहून घरातील सर्व लोक अन्नपाणी विसरलेले. प्रत्येकाचा त्याला गप्प करायचा प्रयत्न विफल झालेला. दिवस मावळतीला तर रडून रडून रामला ताप भरलेला. डॉक्टर सकाळी, दुपारी येऊन गेलेले. परत त्यांना संध्याकाळी बोलावलं गेलं. काही औषधं आणि इंजेक्शन देऊन डॉक्टर निघून गेले.

वाड्यात देवधर्म, होमहवन सुरू झालेले. मोहिनीच्या जिवाचा थारा सुटला होता, प्रतापरावांना पण काही सुचत नव्हतं. मावशीसाहेब, काकीसाहेब, रखमाबाईसाहेब, मोहिनीच्या तिघी जावा बाळाच्या खोलीत बसून होत्या. बाहेर सोप्यावर सर्व पुरुषमाणसं बसलेली. सर्वजण राम बरा व्हावा म्हणून मनोमनी परमेश्वराकडं प्रार्थना करत होते. रात्र झाली. दिवसभरात कुणीही अन्नाचा कण शिवला नाही. सारे प्रयत्न सुरू होते. मध्यानरात्र झाली होती. एकाएकी रामला झटके यायला लागले. सर्वांची एकच धावपळ उडाली. डॉक्टरला बोलावायला माणूस गेला होता. पण डॉक्टर यायच्या आधीच रामनं मोहिनीच्या मांडीवरच या जगाचा निरोप घेतलेला. डॉक्टरांनी आल्यावर त्याला तपासलं. त्यांनी त्याच्या डोक्यावर पांघरूण ओढलं.

मोहिनी निस्तेज डोळ्यांनी डॉक्टरच्यांकडं बघत म्हणाली,

“अर्धा तास झाला बघा आता कुठं शांत झोपला आहे.”

मोहिनीचे हे शब्द ऐकून डॉक्टरांना तिला काही सांगण्याचं धाडस झालं नाही. डॉक्टरांनी जेव्हा रामच्या डोक्यावर पांघरूण ओढलं. तेव्हाच प्रतापरावांनी ओळखलं. ते गुडघ्यात तोंड लपवून लहान मुलासारखं ढसाढसा रडू लागले. डॉक्टरांनी त्यांच्याजवळ जात त्यांना धीर देत सांगितलं,

“दादा ! I am very sorry. मी काही करू शकलो नाही. पण तुम्ही सावरलं

पाहिजे आणि वहिनींना ह्या शॉकमधून बाहेर काढलं पाहिजे.''

प्रतापरावांचं कुटुंबीय, शिवाजीरावांचं कुटुंबीय सर्व प्रतापरावांच्या वाड्यात जमलेले, सर्व घरदार त्याचबरोबर संपूर्ण गाव हळहळत होतं. मोहिनीच्या मांडीवरून बाळाला कसं उचलायचं हा एक मोठा प्रश्न होता. पण जना मोठ्या धीराची. मोहिनीचा पण तिच्यावर मोठा विश्वास.

''वहिनीसाब, बाळाला जरा द्या माझ्याजवळ.''

मोहिनीनं एकवार जनाकडं पाहिलं आणि तिनं रामला अलगद उचलून जनाकडे दिलं आणि ती स्वत: उठून शांतपणे न्हाणीघरात निघून गेली. एवढ्यात रामला पांढऱ्या वस्त्रात गुंडाळून खालती नेण्यात आलं. प्रतापराव तर ओक्साबोक्सी रडत होते, घरातील बायकापण खूप रडत होत्या. कुणी कुणाला सावरायचं अशी परिस्थिती निर्माण झाली. पुरुष माणसं सगळे विधी आटोपून परत येईतोपर्यंत मोहिनीकडं जाण्याचं कुणाचंच धाडस झालं नाही. दोन-तीन वेळा रखमाबाईसाहेब खोलीत गेल्या पण मोहिनी एकच सूर लावायची.

''आई रामला आणा जावा. आता कुठं त्याला जरा बरं वाटतंय तोपर्यंत ही जना त्याला कुठं बरं घेऊन गेली असेल?'

रखमाबाईसाहेब काही न बोलता रडत खोलीबाहेर निघून जायच्या. डॉक्टर म्हणायचे,

'वहिनींनी रडायला तर पाहिजे.'

डॉक्टरांनाच प्रतापरावांनी खोलीत पाठवलं. डॉक्टरांना बघताच मोहिनी म्हणाली,

''डॉक्टर बघा ना, माझ्या रामला कुणी आणून देत नाही.''

''वहिनी, अजिबात काळजी करू नका, तुम्ही पुन्हा आई होऊ शकता, या घरात पुन्हा रामचा जन्म होऊ शकेल.''

''डॉक्टर, ह्यावेळेला तरी माझी अशी थट्टा करू नका.'' त्यांच्याकडं बघत हसतच मोहिनी म्हणाली,''आता कुठं तुमच्या औषधानं बरा झालाय तो. तुम्ही बघितलंय ना कालपासून किती रडत होता तो.''

आता मात्र डॉक्टरांचा तिच्यापुढं नाईलाज झाला, दारात काकीसाहेब, रखमाबाईसाहेब उभ्या होत्या.

''वहिनी, राम आपल्याला सोडून गेला. तो आता परत तुमच्याजवळ यायचा नाही.''

मोहिनी अगदी विचित्र नजरेनं डॉक्टरांकडं पाहायला लागली. डॉक्टरांचं हे बोलणं ऐकून तिची बोलतीच एकदम बंद झाली. डॉक्टर खोलीबाहेर जाताच तिनं उठून आपल्या खोलीचा दरवाजा बंद केला. आपल्या आईला आणि काकीसाहेबांना तिनं दरवाज्यात उभं राहिलेलं पाहिलं, तरीपण तिनं दरवाजा लावून घेतला. बाहेर

उभ्या असलेल्या त्या दोघीपण पार घाबरल्या. त्यांनी प्रतापराव आणि शिवाजीरावांना वर बोलावून घेतलं. प्रतापराव स्वत:चं भान विसरून दरवाजा वाजवायला लागले. मोहिनीला हाका मारायला लागले. पण दरवाजा काही उघडला गेला नाही. प्रतापराव शिवाजीरावांना मिठी मारून तिला दरवाजा उघडण्यासाठी विनवू लागले. शिवाजीराव त्यांची समजूत काढत होते.

"प्रतापराव, शांत व्हा. मोहिनीला काही होणार नाही. ती थोड्या वेळाने आपोआप दरवाजा उघडेल. ती मनसोक्त रडत असेल. एकदा तिचं मन शांत झालं की ती दरवाजा उघडेल."

"नाही हो मामासाहेब. मला खूप भीती वाटायला लागली आहे. मोहिनी काहीतरी करून घेईल."

"नाही हो प्रतापराव, तसं काही होणार नाही. ती दरवाजा उघडेल."

रखमाबाईसाहेबांच्याकडं बघत शिवाजीराव म्हणाले,

"तुम्ही जरा हाक मारून बघा."

रखमाबाईसाहेबांनी डोळे पुसत काकीसाहेबांच्याकडं बघितलं. काकीसाहेबांनी पुढं होऊन दरवाजावर थाप मारून मोहिनीला हाक मारली.

"मोहिनी ! अहो मोहिनी! दरवाजा उघडा पाहू. तुमचे आई-बाबा आले आहेत."

कितीदा हेच वाक्य बोललं गेलं तरी आतून काहीच उत्तर आलं नाही. आता मात्र सगळेच पार घाबरले.

"मामासाहेब, आपण दरवाजा फोडायला लावू या."

तोपर्यंत रखमाबाईसाहेब स्वत:ला सावरत म्हणाल्या,

"थांबा मी बघते प्रयत्न करून." दारावर थाप देत रखमाबाईसाहेबांनी आपल्या मुलीला घाबरत हाक मारली,

"बेबी, अगं बेबी! हा काय वेडेपणा लावला आहेस. दरवाजा उघड बघू."

आतून काहीच उत्तर न आल्यामुळे पुन्हा स्वत:ला सावरत त्यांनी हाक मारली.

"बेबी...बेबी दार उघडलं नाहीस तर मी इथंच स्वत:ला सं...." पुढं, त्यांना काही बोलवलं नाही. काकीसाहेबांना मिठी मारून त्या हुंदके देत रडू लागल्या.

"प्रतापराव, गड्यांना बोलावून दरवाजा फोडा." शिवाजीरावांचा धीर सुटला. प्रतापराव कुणाला तरी हाक मारणार इतक्यात दरवाजा उघडला गेला. मोहिनी खिन्न नजरेनं सर्वांकडं बघत होती. रखमाबाईसाहेबांनी धावत जाऊन मोहिनीला मिठी मारली आणि त्या गळा काढून रडायला लागल्या. रखमाबाईसाहेब रडत होत्या पण मोहिनी मात्र नि:स्तब्ध उभी होती. काकीसाहेब पुढे होत रखमाबाईसाहेबांना म्हणाल्या,

"स्वत:ला सावरा, चला, त्यांना आत खोलीत घेऊन बसा. मी त्यांच्याकरता गरम वरणभात आणते."

रखमाबाईसाहेब, शिवाजीराव, प्रतापराव मोहिनीला घेऊन खोलीत पलंगावर बसले. प्रतापराव आपल्यापरीनं मोहिनी काहीतरी बोलावी किंवा रडावी ह्यासाठी खूप प्रयत्न करत होते. शिवाजीरावांनी पण खूप प्रयत्न केले. रखमाबाईसाहेब मोहिनीची अवस्था पाहून खूप रडत होत्या. तेवढ्यात काकीसाहेब स्वत: जेवणाचं ताट घेऊन आल्या. काकीसाहेबांनी रखमाबाईसाहेबांच्या हातात ताट दिलं आणि म्हणाल्या,

"चला लवकर, चार घास भरवा पोरीला. परवापासून उपाशी आहेत त्या."

रखमाबाईसाहेबांनी अगदी बळेच मोहिनीला चार-पाच घास भरवले असतील पण मग मोहिनीनं आपलं तोंड फिरवलं. शिवाजीरावांनी त्यांना हातानं इशारा करून थांबायला सांगितलं. एवढ्यात राणी, राधा मोहिनीजवळ आल्या. त्या आपल्या तिच्याशी खूप बडबडत होत्या. पण मोहिनीचं तिकडं बिलकूल लक्ष नव्हतं. प्रतापराव उठले आणि दोन्ही मुलींना घेऊन बाहेर गेले. नकळत त्यांच्या डोळ्यांतून झरझर अश्रू वाहू लागले. विठोबानं पुढं येऊन त्यांच्याकडून मुलींना घेतलं आणि तो जिना उतरून खाली गेला.

चार-पाच दिवस झाले तरी मोहिनी शांतच होती. डॉक्टर सतत यायचे. ते एवढंच म्हणायचे,

"वहिनी शॉकमध्ये गेल्या आहेत. तुम्ही त्यांना रडवायचा प्रयत्न करा."

सर्वजण मोहिनी रडावी किंवा काहीतरी बोलावी म्हणून आपापल्या परीनं प्रयत्न करायला लागले. रखमाबाईसाहेब आणि शिवाजीराव जवळ असल्यामुळे प्रतापरावांना त्यांचा खूप मोठा आधार वाटत होता. पण त्या दोघांच्या प्रयत्नांनाही यश येत नव्हतं.

सर्वजण राणी-राधाला घेऊन मोहिनीजवळ बसलेले असताना काहीतरी कामानिमित्त काकीसाहेबांनी जनाला हाक मारली. त्या हाकेबरोबरच मोहिनीची नजर इकडंतिकडं जनाला शोधायला लागली. जना आत खोलीत येताच, ती पलंगावरून झटदिशी उठली आणि कुणाला काही कळायच्या आत तिनं जनाच्या केसांना धरून तिला मारायला सुरुवात केली.

"तूच माझ्या रामला मारलंस, त्याला माझ्याकडून तूच घेतलंस ना?" म्हणतं तिनं तिला जमिनीवर लोळवत लाथाबुक्यांनी मारायला सुरुवात केली. शिवाजीरावांनी आणि प्रतापरावांनी मोठ्या मुश्किलीनं जनाला मोहिनीच्या तडाख्यातून सोडवलं. जना बिचारी अपराध्यासारखी हमसून रडत बाहेर पळाली. सर्वांनी बळजबरीनं मोहिनीला पलंगावर बसवलं. ती सर्वांच्या तावडीतून सुटायचा प्रयत्न करीत होती. पण तिला सर्वांनी इतकं घट्ट धरलं की तिला आता काहीच करता आलं नाही. अचानक ती खूप रडायला लागली. सर्वांना वाटत होतं की आता तिचं रडून रडून

मन हलकं होईल. राणी, राधा हे सर्व पाहून पार घाबरल्या. प्रतापरावांनी त्या दोघींना मोहिनीजवळ नेलं. राधा आपल्या आईला बिलगली पण तिला जवळ न घेता मोहिनी तिला मारायला लागली. राणीनं राधाचा हात धरला आणि ती तिला घेऊन पळतच खोली बाहेर गेली. त्या पळत जाताच मोहिनी जोरजोरात हसू लागली.

एकदम तिची नजर रामच्या पाळण्याकडं गेली. ती जागची उठली. पाळण्याजवळ सावकाश गेली. पाळण्याची दोरी हातात घेऊन छानसं अंगाईगीत गाऊ लागली. मोहिनीची ही दयनीय अवस्था पाहून रखमाबाईसाहेबांच्या हृदयाचा बांध फुटला. त्या रडायला लागल्या. प्रतापराव तर थरथर कापत रडू लागले. तिथं बसलेल्या मावशीसाहेब, काकीसाहेब आणि घरातील तेथील इतर मंडळींचे डोळे तिची ही अवस्था पाहून भरून आले. सर्वांचा धीर आता सुटला होता. कुणालाच काही करायचं सुचत नव्हतं.

सर्वजण तिची समजूत काढायचा प्रयत्न करत होते. डॉक्टरही वारंवार तिला समजावयाचा प्रयत्न करत होते. पण नाही, कुणाच्याच म्हणण्याचा परिणाम मोहिनीवर होत नव्हता. परिणाम झाला तो फक्त तिच्या डोक्यावर. ती एकटीच मोठमोठ्यानं हसायची. राणी, राधाला बघताच त्यांना जवळ घेऊन पाठीवरून मायेचा हात फिरवायच्या ऐवजी ती त्यांच्या पाठीत धपाटे मारू लागली. सतत रामच्या रिकाम्या पाळण्याजवळ बसून राहायची. पाळण्याला झोका घालायची. 'जो जो रे बाळा जो जो रे जो' गाणं म्हणायची. तिचं स्वत:कडं काही एक लक्ष नव्हतं. गेले तीन-चार दिवस रखमाबाईसाहेबच तिचे केस वगैरे विंचरायच्या. जनाला तर तिच्याजवळ जायची छाती नव्हती. जसं जसं लोकांना, नातेवाईकांना मोहिनीच्या अवस्थेबद्दल समजलं तस तसं ते सर्व भेटायला म्हणून येऊ लागले. शिवाजीराव आणि प्रतापरावांना येण्या-जाणाऱ्यांना उत्तरे देऊन वैताग आला. मध्ये मध्ये शिवाजीराव आपल्या गावाकडून यायचे. पण रखमाबाईसाहेबांना मात्र प्रतापराव जाऊ देत नव्हते. रखमाबाईसाहेबांना पण मोहिनीला सोडून जावंसं वाटत नव्हतं.

प्रतापरावांना आता मोहिनीची सवय झाली होती. मोहिनी खोलीत एकटी असली की, तिच्याबरोबर बोलायचं म्हणून प्रतापराव जायचे, तिला जवळ घ्यायचा प्रयत्न करायचे पण त्याचा काही उपयोग व्हायचा नाही. मोहिनी त्यांच्या शर्टाला धरून विचारायची,

''माझा राम कुठं आहे? त्याला माझ्याजवळ आणा. त्या जनानं त्याला पळवून नेलंय.''

''अगं, मोहिनी, आता राम ह्या जगात नाही.''

एवढं बोलताच ती प्रतापरावांच्यावर धावून जायची. कसंतरी तिच्या तावडीतून सुटत ते रडतच खोलीबाहेर पडायचे. त्यांचे विस्कटलेले केस, फाटलेले कपडे

पाहून रखमाबाईसाहेबांना खूप वाईट वाटायचं. त्या प्रतापरावांच्या पाठीवरून हात फिरवत म्हणायच्या;

"बाबा, बेबी लवकर बरी होईल. तुम्ही असा धीर सोडू नका."

"बाबा एक विचारू?"

"बोला, मामीसाहेब." आपले डोळे पुसत प्रतापरावांनी त्यांच्याकडं बघितलं.

"बाबा, आता महिना झाला मी इथंच आहे."

"मामीसाहेब, आपल्याला काही त्रास?"

"छे ! हो ! त्रास कसला आलाय! पण जरा गावाकडं जाऊन यावं म्हणते, पाहिजे तर बेबीला पण घेऊन जाते."

"नको मामीसाहेब, मोहिनीची काळजी करू नका. आम्ही आहोतच की."

"आपलं मोहिनीवर खूप प्रेम आहे. आपण तिला जपणारच पण..'

"नको मामीसाहेब, ती माझ्याशी बोलली नाही तरी चालेल. पण ती माझ्या नजरेसमोर असावी." हे बोलत असतानाच प्रतापरावांचे डोळे भरून आले. आपले डोळे पुसत ते म्हणाले,

"मामीसाहेब, आम्ही उद्याच आपली जायची सोय करू. पण एक विनंती आहे."

"बोला बाबा,"

"आपण लवकर परत या."

रखमाबाईसाहेब अगदी जड पावलांनी दुसऱ्या दिवशी आपल्या गावी गेल्या.

◆

प्रतापराव, विठोबा सतत मोहिनीजवळ बसून होते. मावशीसाहेब, काकीसाहेब पण मधूनमधून मोहिनीजवळ येऊन बसायच्या. राणी, राधा संपूर्ण दिवस पलीकडच्या वाड्यात असायच्या. मोहिनीच्या तब्येतीत काहीच सुधारणा नव्हती. प्रतापरावांची बुद्धी तर काम देईनाशी झाली. काय करावं त्यांना सुचेना. एके दिवशी बऱ्याच दिवसांनी त्यांनी आपली सतार हातात घेतली.

प्रतापराव मान खाली घालून सतार छेडायला लागले. सतार सुंदर बोलायला लागली. अचानक कुणाच्या तरी पावलांचा आवाज त्यांना ऐकू आला. त्यांनी मान वर करून पाहिलं, तर काय त्यांच्यासमोर मोहिनी उभी होती. तिचे ते भयानक रूप पाहून प्रतापराव क्षणभर घाबरले. परंतु सतारीवरील बोटं काही थांबली नाहीत. ते मग्न होऊन सतार वाजवू लागले. मोहिनी त्यांच्यासमोर बसली. किती वेळ सतार तरी वाजवणार? कुठं तरी थांबवावं लागणारच. सतार थांबवली. घामानं डवरलेला चेहरा

पुसण्यासाठी म्हणून त्यांनी नॅपकीन हाती घेतला. तेवढ्यात मोहिनीनं सतार हिसकावून घेतली आणि भिरकावून दिली. सतारीचा भोपळा फुटला. हे पाहून प्रतापरावांच्या डोळ्यांच्या कडा अश्रूंनी ओल्या झाल्या. पण त्यांनी शांतपणे मोहिनीला जवळ घेण्याचा प्रयत्न केला. मोहिनी त्यांच्या अंगावर एकदम धावून गेली. तिनं त्यांचे कपडे फाडले, केस ओढले. पण प्रतापरावांच्या तोंडातून शब्द बाहेर पडला नाही. दरवाज्याजवळ उभ्या असलेल्या विठोबाने हे पाहिलं. तो धावतच आत खोलीत आला आणि त्यानं प्रतापरावांना मोहिनीच्या हातातून सोडवलं. त्यानं गंगूला हाक मारली. गंगू आणि विठोबानं आपल्या वहिनीसाहेबांना हाताला धरून त्यांच्या खोलीकडं नेलं. जनावर राग असल्या कारणानं आता मोहिनीची सर्व कामं गंगू करायची.

विठोबा परत जेव्हा प्रतापरावांच्या खोलीकडं आला. तेव्हा प्रतापराव गुडघ्यात तोंड लपवून ढसाढसा रडत होते. विठोबाला आपल्या सरकारांची अवस्था बघवली नाही. तो पण रडतच त्यांच्याजवळ जाऊन बसला. त्यानं त्यांच्या पाठीवरून हात फिरवताच प्रतापरावांनी त्याला मिठी मारली आणि ते लहान मुलासारखे रडू लागले.

"सरकार, तुम्हीच जर असा धीर सोडला, तर पोरींनी कुणाकडं बघायचं?'

"विठोबा मी कुठं चुकलो का रे? माझ्या मोहिनीनं कुणाचं वाईट केलं म्हणून हे भोग तिच्या पदरात पडले रे? एवढ्या लहान वयात किती त्रास सहन करतेय ती?"

"सरकार, तुम्ही काय बी घाबरू नगा, समदं बरं व्हईल! म्या सांगतूया इसवास ठेवा माज्यावर. थोड्या दिवसातच वयनीसाब समदं इसरून पुन्यांदा संसारात रमतील बघा."

तेवढ्यात डॉक्टर मोहिनीच्या खोलीतून येऊन प्रतापरावांच्या जवळ बसले.

'तू केव्हा आलास डॉक्टर?"

"दादा! विठोबानं तातडीनं निरोप पाठविला म्हणून लगेच आलो."

"डॉक्टर, असं वरचेवर व्हायला लागलं तर काय करायचं रे?"

"दादा, रागवणार नसाल तर एक सल्ला देऊ?"

"आम्हांला पण तेच पाहिजे."

"दादा, काही दिवस आपण वहिनींना जर मिरजेला हॉस्पिटलमध्ये ठेवलं तर?"

"डॉक्टर! तेवढं सोडून काही सांग. हॉस्पिटलमधलं ते वातावरण तिला सहन होणार नाही रे आणि ती वेडी थोडीच आहे? अरे, रामच्या जाण्यानं जो तिला धक्का बसला आहे तो ती विसरू शकत नाही. तिला आजही वाटतं की राम इथंच कुठंतरी आहे. डॉक्टर, तुला सारखं बोलावतो म्हणून तुला त्रास नाही ना होत?"

"दादा, तुम्ही तर माझ्या सख्ख्या भावासारखे आहात, अहो, चोवीस तास म्हटलात तरीसुद्धा मी वहिनींजवळ बसून राहीन, मला असं परकं समजू नका. दादा."

प्रतापरावांनी डॉक्टरांना मिठी मारली आणि ते रडू लागले. डॉक्टरांच्या पण डोळ्यात पाणी आलं.

"डॉक्टर, तू आहेस म्हणून तर मोहिनी बरी होईल अशी खात्री वाटते रे."

"तुम्ही काळजी करू नका दादा. वहिनी लवकरात लवकर कशा बऱ्या होतील, याचा मी प्रयत्न करीन."

एवढ्यात विठोबा दोघांकरिता चहा घेऊन आला. डॉक्टर चहा घेऊन बाहेर पडताच विठोबानं लगबगीनं डॉक्टरांच्या हातातील बॅग आपल्या हातात घेतली. वाड्याच्या बाहेर पडताच विठोबानं डॉक्टरांना विचारलं,

"डॉक्टरमां, वयनीसाबासनी काय झालंय जी?"

"विठोबा, तू सरकारना काही बोलू नकोस. पण माझ्या समजुतीप्रमाणे वहिनींच्या डोक्यावर जरा परिणाम झाल्यासारखं वाटतंय."

"डॉक्टरमां, परमेश्वरालाही दोघं गुण्यागोविदानं नांदत्यात ते बघवत नसंल का जी? काय बी करा, डॉक्टरमां, पण आमच्या वयनीसाबासनी लवकर बरं करा."

एवढं बोलून विठोबानं चक्क वाकून आपलं डोकं डॉक्टरांच्या पायावर ठेवलं. डॉक्टरांनी त्याला खांद्याला धरून उठवलं.

"विठोबा, जा तू, काळजी करू नकोस, दादा तुझी वाट बघत असतील."

प्रतापराव मोहिनीच्या खोलीकडं गेले. त्यांनी आत डोकावून पाहिलं. मोहिनी गाढ झोपली होती आणि तिच्या उशाजवळ खाली बसून गंगू तिला पंख्यानं वारा घालत होती. प्रतापराव तसेच माघारी आपल्या खोलीकडं आले पाहतात तर काय, राणी, राधा त्यांच्या पलंगावर बसून जोरजोरात भांडत होत्या.

"राणी, राधा का भांडायला लागलाय?"

"आबा, ह्या राधेला सांगा, ती आपले कपडे घाण करते ते करतेच आणि माझेही कपडे घालून घाण करते."

राणीनं आपली तक्रार नोंदवली. प्रतापरावांना हसू आलं. त्यांनी दोघींना आपल्या मांडीवर घेतलं.

"आबा, गोष्ट सांगा!" लाडात येऊन राधा म्हणाली.

"आज आजोबांनी गोष्ट सांगितली नाही वाटतं."

"आबा, आजोबांनी गोष्ट सांगितली की तुमच्या राधाची चड्डी पिवळी होते." खो खो हसत राणी म्हणाली, हे ऐकून प्रतापराव पण मोठ्यानं हसू लागले. राणीला मारायला म्हणून राधा उठली. तिला चकवून राणी जिन्यावरून पळत पळत खाली

गेली. 'आक्का, आक्का' म्हणत राधाही तिच्यामागून पळत खाली गेली.

दुसऱ्या दिवशी भल्या पहाटे कसली तरी आरडाओरड ऐकून प्रतापराव अंथरुणातून जागे झाले. पटकन बिछान्यातून खोलीबाहेर आले. ते मोहिनीच्या खोलीकडं गेले. आत डोकावून पाहिलं तर मोहिनी खोलीत नव्हती. तसे ते घाबरून पळतच जिन्यावरून खाली गेले. पाहतात तर काय, बाहेर गल्लीत गंगू आणि विठोबा सर्व पुरुष माणसांना आत घरात जायला सांगत होते. मोहिनी इकडंतिकडं सैरावैरा आपल्या बाळाच्या शोधात आक्रोश करीत पळत होती. गल्लीतील बायका तिला पकडायचा प्रयत्न करत होत्या. पण ती कुणाच्याच हाती लागत नव्हती. इकडंतिकडं पळत असताना मोहिनीचं लक्ष एका घरात गेलं. तिथं एक बाई आपल्या तान्ह्या बाळाला पाजत बसलेली. मोहिनी त्या घरात शिरली आणि क्षणाचाही विलंब न लावता तिनं त्या बाळाला तिच्याकडून खसकन हिसकावून घेतलं आणि त्याला आपल्या छातीशी लावून घट्ट कवटाळून रडायला लागली. त्याचे पापे घ्यायला लागली. ते लहान मूल परके हात ओळखून जोरजोरात रडायला लागलं.

"नको रे रडू माझ्या रामा, हे बघ मी आले ना तुझ्याजवळ."

बाळाची आईपण मोठ्या धीराची. मोहिनीजवळ जाऊन ती म्हणाली,

"वहिनीसाब सापडला ना तुम्हांला तुमचा राम? मग चला तर आत वाड्यात. बघा त्याला भूक लागली आहे. चला जरा त्याला दूध पाजा चला."

मोहिनीनं तिचं ऐकलं आणि ती बाळाला घेऊन आत वाड्यात गेली. एवढा वेळ घाबरून निःस्तब्ध उभे असलेल्या प्रतापरावांनी सुटकेचा निःश्वास सोडला. मोहिनी बाळाला माडीवर घेऊन गेली आणि तिनं जनाला हाक मारली. जना भिऊन बाहेर येईना. पण प्रतापरावांच्या आणि विठोबाच्या सांगण्यावरून ती मोहिनीच्या खोलीकडं भीत भीतच गेली.

"अगं, जना, अशी काय उभी आहेस? बाळ रडायला लागलंय ना? जा याला वाटीभरून दूध घेऊन ये बघू."

जना रडतच पळत खालती गेली आणि क्षणाचाही विलंब न लावता ती वाटीतून दूध आणि एक चमचा घेऊन आली. तिच्या हातातून वाटी घेत मोहिनी बाळाला हळूहळू चमच्यांनी दूध पाजायला लागली. पण बाळाचं रडणं सुरूच होतं. प्रतापराव मोहिनीच्या शेजारी येऊन बसले. आपल्या वहिनीसाहेब खूप दिवसांनी चांगलं बोलल्या, ह्याचं सर्वांना समाधान होतं. दुधाची वाटी संपताच मोहिनीचं लक्ष प्रतापरावांच्याकडं गेलं. तिनं एकदम त्यांना मिठी मारली आणि ती रडायला लागली. प्रतापरावांनी जनाला खुणेनंच बाळाला उचलायला सांगितलं. जनानं तेवढ्याच तत्परतेनं बाळाला मोहिनीच्या मांडीवरून उचललं आणि दारात उभ्या असलेल्या

त्याच्या आईकडं त्याला सोपवलं. त्या बाईनं आपल्या बाळाला उराशी कवटाळलं आणि हुंदके देऊन रडत रडतच ती आपल्या घराच्या दिशेनं पळत सुटली.

मोहिनीचं मन हलकं होईपर्यंत प्रतापरावांनी तिला शांत करायचा प्रयत्न केला नाही. रडत रडत मोहिनी प्रतापरावांच्या मांडीवर झोपी गेली. अश्रूपूर्ण नजरेनं तिच्या दयनीय निष्पाप चेहऱ्याकडं बघत प्रतापराव तिच्या केसातून हात फिरवत होते.

"जना" प्रतापरावांच्या हाकेबरोबरच जना आत आली. काही न बोलता तिनं पलंगावरची चादर घेऊन मोहिनीच्या अंगावर घातली. विठोबा तिच्या पाठोपाठ आत खोलीत आला. त्यानं प्रतापरावांना तंबाखू मळून दिली आणि लगबगीनं त्यानं चांदीची पिकदाणी आणून प्रतापरावांच्या समोर ठेवली. तो त्यांच्या पायाजवळ बसला. बराच वेळ झाला तरी सरकार काही बोलत नाहीत म्हणून त्यानं मान वर करून पाहिलं, तर प्रतापराव मुसमुसून रडत होते.

"सरकार, जिवाला किती घोर लावून घेशीला?"

"विठोबा तुला नाही कळायचं रे. त्यांच्या निष्पाप चेहऱ्याकडं बघितलं की अगदी भडभडून येतं बघ."

थोडा वेळ परत कोणीच काही बोललं नाही. संपूर्ण वाड्यात नीरव शांतता पसरलेली. शेवटी प्रतापरावच विठोबाकडं पाहात म्हणाले,

"विठोबा तू ऊठ आणि पहिलं जाऊन सर्वगडी माणसांना जेवायला वाढ जा. मला खात्री आहे कुणीही अन्नाचा कण शिवला नसेल. जा ऊठ."

"सरकार तुमचं ताट वाढून आणू?"

"अरे नको, जरा मोहिनीला उठू दे, मग तुला निरोप पाठवतो. मला खात्री आहे ती उठल्यावर माझ्याबरोबर नक्कीच जेवेल."

विठोबा गेल्यावर प्रतापरावांनी पलंगाच्या दांडीवर उशी ठेवली आणि त्यावर त्यांनी आपलं डोकं टेकलं पण त्यांचा एक हात मोहिनीच्या केसातून फिरत होता. मोहिनी अगदी गाढ झोपली होती. हात फिरवता फिरवताच प्रतापरावांचा पण डोळा लागला.

कसल्या तरी आवाजानं प्रतापराव दचकून उठले. पाहतात तर काय, भिंतीवरचा भला मोठा आरसा खाली पडून फुटला होता आणि मोहिनी खाली बसून काचा जुळवायचा प्रयत्न करीत होती. तिच्या बोटातून रक्ताचे थेंब टपकत होते. पण तिचे त्याकडं लक्ष नव्हतं. ती आपली काचा जुळवण्यात गुंग होती. पटकन उठून प्रतापरावांनी मोहिनीच्या हाताला धरून तिला पलंगाजवळ आणलं आणि तिला तसंच पलंगावर बसवत धावतच दुसऱ्या खोलीकडं गेले. हातात कापूस, डेटॉल आणि पेनिसिलीनची ट्युब घेऊन मोहिनीजवळ परत आले. काही न बोलता त्यांनी मोहिनीचं बोट डेटॉलनी साफ केलं. पेनिसिलीन लावून त्यावर कापसाचा बोळा ठेवला. मोहिनी शांतपणे प्रतापरावांच्याकडं बघत होती. तिच्या चेहऱ्याकडं बघत

प्रतापराव म्हणाले,

“मोहिनी, काय हा वेडेपणा? कुठं जास्त काही लागलं असतं तर?”

“तुम्हांला वाईट वाटलं असतं?’ एवढं बोलून मोहिनीनं मानखाली घातली.

‘मोहिनी! तुम्हाला कल्पना नाही की आमचं आपल्यावर किती प्रेम आहे?” एवढं बोलून प्रतापरावांनी मोहिनीला मिठीत घेतलं. जना दरवाजापाशी उभी होती, तिनं बाहेरून दरवाजा ओढून घेतला.

“मोहिनी, आरसा कशानं फुटला?”

“तुम्हांला झोप लागली होती. मला जाग आल्यावर जरा केस विंचरण्याकरता आरशाजवळ गेले. आरसा जरा तिरका होता म्हणून सरळ करायला गेले आणि त्यातच मेला खाली केव्हा पडला कळलंच नाही.”

मोहिनीच्या, साध्या सरळ अल्लड उत्तरानं प्रतापराव खळखळून हसू लागले. मोहिनी पण त्यांच्या हसण्यात सामील झाली. आपलं हसू आवरत प्रतापरावांच्याकडं बघत मोहिनी म्हणाली,

“अहो, एक विचारू?”

“विचारा ना.”

“एवढा कोरीव सुरेख आरसा मुंबईहून तुम्ही खास माझ्यासाठी घेऊन आलात आणि नेमका तोच माझ्या हातून फुटला...माझ्यावर तुम्ही रागवाल असं वाटलं होतं.”

“अहो, मोहिनी, तुमच्यापेक्षा काय तो आरसा आम्हांला जास्त आहे का? असले छप्पन आरसे मागवून घेऊ की तुमच्यासाठी.”

“छप्पन काही नकोत सध्या एकच पुरे आम्हांला.” ह्या वाक्यावर दोघेपण एकमेकांकडं बघत मनमोकळे हसू लागले. दाराबाहेर उभी राहिलेली जना वर बघत म्हणाली,

‘का रं गप्प बसवेना? का म्हणून ह्या सोन्यासारख्या मुलांच्या पाठीमागे लागलायस? तूच जर असं केलंस तर त्यांनी कुणाकडं बघायचं रं? जरा निवांत टाळ घेऊन वाजवीत बस की.’

प्रतापरावांची हाक ऐकताच जनानं डोळे पुसले आणि खाली मान घालून ती खोलीत गेली आणि काही न बोलता खाली बसून तिनं काचा गोळा केल्या.

“जना काचा खाली नेऊन टाक आणि हे बघ विठोबाकडून आमचं जेवणाचं ताट घेऊन ये.”

“म्हणजे तुम्ही अजून जेवला नाही?” प्रतापरावांकडं बघत मोहिनीनं विचारलं.

“अहो बाईसाहेब, आपण जेवल्याशिवाय आमच्या घशातून घास तरी उतरेल का?”

एवढ्यात जेवणाचं ताट घेऊन जना आत खोलीत आली. जनाकडं बघत मोहिनी म्हणाली,

"जना मला माहीत आहे तू पण अजून जेवली नसशील. ताट इथं ठेव आणि जा तू पण जेवून घे."

जनाच्या डोळ्यांत समाधानाचं पाणी तरळलं. ती काही न बोलता ताट ठेवून निघून गेली.

"बाईसाहेब बघितलंत का? लोक तुमच्यावर किती प्रेम करतात?"

"खरोखरच गेल्या जन्मी मी काहीतरी पुण्य केलं असावं म्हणूनच मला तुमच्यासारखा नवरा मिळाला."

प्रतापराव मोहिनीकडं बघून हसले आणि म्हणाले,

"बाईसाहेब आता नवऱ्याचं कौतुक पुरे करा आणि आता छानपैकी तयार होऊन खाली या, राणी, राधा तुमची वाट पाहात आहेत." एवढं बोलून प्रतापराव खोलीबाहेर पडले. जनानं दोन गरम पाण्याच्या बादल्या आणून आत न्हाणीघरात ठेवल्या आणि खोलीचा दरवाजा लावून आपल्या वहिनीसाहेबांना तेल लावून तिनं न्हायला घातलं.

थोड्याच वेळात छानपैकी तयार होऊन मोहिनी जिन्यावरून खाली सोप्यावर आली. त्यावेळी प्रतापराव आपल्या मुलींना मांडीवर घेऊन काहीतरी सांगत होते. मोहिनीनं त्या दोघींना हाक मारताच त्या दोघीही आपल्या आईकडं पळतच येऊन तिला बिलगल्या.

मोहिनीच्या डोळ्यातून न कळत अश्रू वाहत होते. बऱ्याच दिवसांनी राणी, राधाच्या प्रेमळ स्पर्शानं ती सुखावली होती. त्या दोघींना मांडीवर बसवत राणीला तिनं विचारलं,

"राणी, आज तुमची बाहुली तुमच्यावर रुसलेली दिसते."

"नाही हो आई, आज की नाही आमच्या बाहुलीचं विशालदादांच्या बाहुल्याबरोबर लग्न आहे. शीला आक्का की नाही अहो आई ऐका ना, शीला आक्का की नाही बाहुला-बाहुलीला नटवायला लागल्यात आणि विशालदादा आपली मोटार दुरुस्त करायला लागलेत."

"अगंबाई मोटार? आणि ती कशाला हो?"

"आई, एवढं पण कसं कळत नाही तुम्हांला? लग्न झाल्यावर वरात नको का काढायला? बरं जाऊ दे आई, तुम्हांला नाही ते कळायचं. आई, आबा तुम्ही येणार ना आमच्या बाहुलीच्या लग्नाला."

राणीला जवळ घेत मोहिनी म्हणाली,

"राणीअक्का, आम्ही नुसते लग्नाला येणार नाही. आम्ही तुमच्या वऱ्हाडासाठी

गुलाबजाम करून आणणार आहोत. एवढं बोलताच राणीनं आपल्या आईच्या गळ्यात पडत तिची गोड पापी घेतली. राधाकडं बघत मोहिनीनं विचारलं,

"राधा, तुम्ही काय वरातीत पिपाणी वाजवणार काय?"

"जा हो आई!" ह्यावर मोहिनी, प्रतापराव, राणी सगळेजण हसायला लागले.

"अहो आई, असं हसताय काय? चला ना आम्हांला नटवा चला. आक्काच्या बाहुलीचं लग्न आहे ना? मग हे घाणेरडे कपडे शी!" राधाच्या ह्या वाक्याबरोबर मोहिनी आणि प्रतापराव खळखळून हसायला लागले.

मोहिनी दोघींना घेऊन वर माडीवर गेली. त्या दोघींना तिनं अंघोळ घालून स्वच्छ कपडे घातले. चिमुकल्या राणीनं छानसं परकर पोलकं घालून घेतलं. चिमुकल्या हातांमध्ये बांगड्या भरून घेतल्या. पायात पैंजण घातलं आणि कपाळाला चिमुकला मळवट भरून घेतला. राधा आपली पँट-शर्ट घालून खोलीच्या बाहेर केव्हाच पळून गेली होती. राणीनं आपल्या आईला आग्रहानं आमसुली रंगाची साडी नेसायला लावली.

"आई, तुम्ही किती छान दिसता हो?"

"राणीआक्का, पुरे झालं आता आईचं कौतुक, चला लवकर लग्नाला जायचं आहे."

दोघी हसतच जिना उतरून खालती सोप्यावर आल्या. वहिनीसाहेब, मावशीसाहेब आणि दादासाहेब प्रतापरावांच्याबरोबर गप्पा मारत बसलेले. मावशीसाहेब आणि वहिनीसाहेबांची नजर मोहिनीवर पडताच त्यांनी जनाला हाक मारली. हाकेसरशी जना समोर येऊन उभी राहिली.

"हे बघ, तुझ्या वहिनीसाहेबांना अगोदर स्वयंपाकघरात घेऊन जा आणि त्यांची दृष्ट काढ. नाहीतर आमचीच दृष्ट लागायची त्यांना."

मोहिनीचा लाजलेला चेहरा बघून सगळे जण हसायला लागले. इतका वेळ शांत राहिलेली राणी मोहिनीजवळ जात म्हणाली,

"अहो आई, गुलाबजाम करताय ना?" मोहिनी लगबगीनं स्वयंपाक घराकडं जायला निघाली.

"अहो ऐकलं का?"

मोहिनीनं पाठीमागं वळून पाहिलं, प्रतापराव हसतच तिला म्हणाले,.

"आम्हांला पण गुलाबजाम आवडतात बरं का?"

मोहिनी काही न बोलता खाली मान घालून स्वयंपाक घरात गेली. पाठीमागून सर्वांच्या हसण्याचा आवाज येत होता.

◆

“बाळ खूप दिवस झाले आम्ही तुमची सतार ऐकली नाही, ऐकवाल ना?” थोरले दादा म्हणाले. घरची ज्येष्ठ मंडळी प्रतापरावांना प्रेमानं बाळ म्हणायची.

“हात्तेच्या! एवढंच होय? चला की जाऊ या माडीवरती....हो, पण आमची एक अट आहे.”

“बोला ना बाळ.”

“आमच्या सौंनी आमच्यासमोर बसलं पाहिजे.”

वहिनीसाहेब लगेचच स्वयंपाक घरात गेल्या आणि मोहिनीला हाताला धरून घेऊन आल्या. मोहिनीचा चेहरा गोरामोरा झाला. प्रतापरावांची नजर तिच्यावर खिळली. दादासाहेबांच्या नजरेतून ते सुटलं नाही.

“अहो बाळ सतार...”

सगळेजण हसतच जिना चढून वर गेले. बैठकीच्या खोलीमध्ये प्रतापरावांच्या शिष्यांनी आधीच गवसणीतून सतार बाहेर काढून ठेवली होती. हळूहळू काही गावातील लोक नमस्कार करत बाजूला येऊन बसत होते. त्यात डॉक्टर माधव पण आले होते. या सगळ्या लोकांना पाहून प्रतापराव दादासाहेबांना म्हणाले,

“दादा मला एक समजत नाही. आम्ही सतार वाजवणार हे आधीच ह्या मंडळींना कसं कळलं?”

“दादा, तुम्ही सतार हातात घेणार हे तुमच्या विठोबाला कळलं की तो नाचतच सर्वांना सांगत सुटतो.” डॉक्टर माधव म्हणाले.

“काय रे विठोबा,खरं आहे हे?”

“व्ह...न्हाय...व्हय... व्हय जी!” विठोबाचीही अवस्था पाहून सगळेजण हसायला लागले.

प्रतापरावांनी सतारीला नमस्कार केला. बोटात नखी घातली आणि त्यांनी हळुवारपणे सतारीच्या तारा छेडल्या.

“वा! अविनाश,काय छान तारा जुळवल्यास रे? आज सतार छान बोलणार.”

आणि खरोखरच प्रतापरावांची बोटं सतारीवरून कमालीची फिरू लागली. मोहिनी मोठ्या कौतुकानं त्यांच्याकडं टक लावून बघत होती. प्रतापराव पण सगळ्यांची नजर चुकवून तिच्याकडे बघायचे. खोलीतील प्रत्येक व्यक्ती मंत्रमुग्ध होऊन सतार ऐकत होती. सतारीचा आवाज जसजसा हळूहळू कमी होत गेला तसा टाळ्यांचा कडकडाट झाला. सर्व शांत झाल्यावर दादासाहेब म्हणाले,

‘बाळ खरोखरच जादू आहे तुमच्या बोटांमध्ये, कधीही त्यांना इजा होऊ देऊ नका. हीच खरी तुमची दौलत आहे सांभाळा तिला.”

नॅपकिननं आपला घाम टिपत प्रतापराव म्हणाले,

“दादा, आता जरा आम्ही आमचा शिष्य कसा तयार केला आहे ते बघा

अविनाश! चल बेटा घे सतार हातात.''

अविनाशनं प्रतापरावांना आणि सतारीला नमस्कार केला. बोटात नखी चढवली आणि बेभान होऊन तो सतार छेडू लागला. प्रतापराव मधेमधे वा ऽ वा ऽ ची दाद देत होते. सर्वजण भारावून सतार ऐकत होते. सतार थांबताच प्रतापरावांनी अविनाशला कडकडून मिठी मारली. दादासाहेबांनी तर अविनाशला शाबासकी देत आपल्या बोटातील अंगठी त्याला काढून दिली. यावर प्रतापराव म्हणाले,

''अविनाश फार नशीबवान आहेस बाबा, आम्ही इतकी वर्षं सतार वाजवतो पण आजपर्यंत आम्हांला असं कधी बक्षीस मिळालं नाही.'' ह्या वाक्यावर सगळेजण कौतुकानं हसायला लागले.

''मोहिनी, उशीर झालाय ही सारी मंडळी इथंच जेवतील. तेवढं धोंडीबा आणि विठोबाला सांगा.''

मोहिनी आणि वहिनीसाहेब उठून बाहेर जाताच प्रतापरावांनी पुन्हा आपली सतार हातात घेतली. दादासाहेबांच्याकडं बघत ते म्हणाले,

''दादा जेवणाला थोडा उशीर होणार तोपर्यंत तुम्हांला छोटे छोटे खयाल वाजवून दाखवतो.''

''बाळ, आम्हांला पण ऐकायला आवडेल.''

प्रतापराव अगदी मनापासून सतार छेडायला लागले. तेवढ्यात राणी आणि राधा त्यांच्याजवळ येऊन बसल्या. त्या काही बोलणार एवढ्यात प्रतापरावांनी सतारीवर मुलींचं आवडतं गाणं छेडायला सुरुवात केली.

'तेरी प्यारी प्यारी सुरत को
किसी की नजर ना लगे
चष्मेबद्दूर...!'

आणि या गाण्याबरोबर सर्व मंडळी दिलखुलास हसायला लागली.

''आबा तुम्हांला कसं कळलं की आम्ही हेच गाणं वाजवायला सांगणार म्हणून?'' प्रतापरावांच्या गळ्यात पडत राणी म्हणाली.

''तीच खरी गंमत आहे. राणीआक्का बघू तुम्ही चड्डी घातली का?''

''आबा, तुम्हांला कसं हो कळत नाही, आम्ही आता मोठ्या झालो आहे ते.''

राणीला काय बोलावं समजेना. ती उठली आणि आईला हाका मारत खोलीबाहेर पळाली. प्रतापराव आपल्या पाठमोऱ्या मुलीकडं बघत हसत होते. तेवढ्यात विठोबानं वर येऊन वाढल्याची वर्दी दिली. सर्वजण उठून जेवणाच्या खोलीकडं गेले. खाली बादली भरून पाणी आणि तांब्या ठेवला होता. सर्वांनी आपले हात धुऊन घेतले आणि जेवणाची पंगत बसली. हसतखेळत गप्पांत सगळे जेवून उठले. प्रतापरावांचा निरोप घेऊन सारे आपापल्या घरी निघून गेले. राणी आणि राधापण

आपल्या पलीकडच्या वाड्यात झोपायला गेल्या.

प्रतापराव वर माडीवर आपल्या खोलीत आले. आपले कपडे उतरून त्यांनी बंडी घातली आणि लुंगी नेसली. पलंगावर बसून त्यांनी आपला पानाचा डबा उघडला. तेवढ्यात मोहिनी पाण्याचा तांब्या घेऊन आत आली. पाण्याचा तांब्या टेबलावर ठेवत ती म्हणाली,

"अहो, ऐकलं का?"

"बोला बाईसाहेब काय हुकूम."

"अहो, तुम्ही सगळ्यांसमोर....आम्ही नाही जा बाई आम्हांला लाज वाटते."

"अहो बाईसाहेब, जरा आमच्या जवळ बसून नीट सांगाल का काय झालं ते." म्हणत प्रतापरावांनी मोहिनीचा हात धरत तिला पलंगावर बसवलं.

दुसऱ्या दिवशी सकाळी मोहिनी लवकर उठली. स्नान आटोपल्यावर जनानं ठेवलेल्या शेगडीत धूप घालून ती केस वाळवायला लागली. हलक्या गुलाबी रंगाची सिफॉन साडी तिनं नेसलेली. खरोखरीच ती आज सुंदर दिसत होती.प्रतापरावांनी हळूच तिच्या कंबरेला धरलं. विजेचा करंट बसावा तशी ती दचकली. ती खाली पडणार तेवढ्यात प्रतापरावांनी तिला घट्ट धरलं.

"अहो सोडा, काय हा पोरकटपणा कोणीतरी पाहील ना?"

"पाहिलं तर पाहिलं."-

तेवढ्यात कोणीतरी दार वाजवलं, प्रतापरावांचा चेहरा अगदी बघण्यासारखा झालेला. त्यांच्याकडं बघून मोहिनी खुदकन् हसली. मोहिनीनं उठून दरवाजा उघडला. विठोबा चहाचा ट्रे घेऊन आत आला.

"सरकार, तुम्हास्नी भेटूस इन्दोरासनं लोक आल्यांत जी."

"विठोबा, त्यांना कुठं बसवलंस?"

"बैठकीच्या खोलीत बसवलंय जी."

"विठोबा, तू असं कर त्यांच्या चहा-नाश्त्याचा बंदोबस्त -कर जा. तोपर्यंत आम्ही अंघोळ करून येतोच."

"बरं जी," म्हणत विठोबा खोलीबाहेर गेला.

"अहो ऐकलंत का?" प्रतापरावांचे कपडे काढून ठेवत मोहिनीनं विचारलं.

"नाही बुवा!"

"तुम्हांला नको तिथं मस्करी सुचते बघा. तर मी काय विचारत होते, तुमचा कुठं दौरा आहे का?"

"काहो बाईसाहेब?"

"नाही म्हटलं तुमचा जर कुठं दौरा असला, तर जरा माहेरी जाऊन यावं

म्हणते. आई-आबांची खूप आठवण येते.''

''हात्तेच्या एवढंच होय! मग त्यासाठी आमचा दौरा कशाला पाहिजे? आम्हांला तुम्ही आधीच सांगितलं असतं तर पाठवलं नसतं का?''

''अहो, जरा माझ्याकडं बघून तरी बोला.''

''असं का म्हणताय?''

''अहो, साधं परसात तुम्हांला पाठवायचं होत नाही अन् म्हणे माहेरी पाठवलं असतं.''

''मोहिनी, तू बोलतेस ते अगदी खरं आहे. तू सतत नजरेसमोर असावीस असं वाटतं बघ.'' बोलत बोलत ते मोहिनीजवळ आले.

''अहो सरकार, पाहुणे खोळंबलेत!'' म्हणत मोहिनीनं दरवाजा उघडला. प्रतापराव हसत हसतच खोलीबाहेर निघून गेले.

प्रतापरावांनी बैठकीच्या खोलीत प्रवेश करताच सर्व मंडळींनी उठून त्यांना नमस्कार केला. प्रतापरावांनी सर्वांना बसायचा इशारा केला आणि स्वत:पण बैठकीवर बसले.

''काय काम काढलंत मंडळी?''

''सरकार, खाँसाहेबांची जन्मशताब्दी आहे. त्यासाठी आपल्याला निमंत्रण द्यायला आलो आहोत.''

'आम्हांला निराश करू नका सरकार खूप लांबून आलो आहोत आम्ही. म्हणत दुसऱ्यानं एक पत्र प्रतापरावांच्या हाती दिलं. पत्र वाचताच प्रतापराव म्हणाले,

''कुमारभाईंचा शब्द आम्ही टाळू शकत नाही. त्यांना आमचा निरोप द्या आम्ही अगदी वेळेवर इन्दोरला पोहोचू. एवढ्या मोठ्या माणसाच्या जन्मशताब्दीला आम्हांला थोडी सेवा करण्याची संधी मिळाली हेच आम्ही मोठं भाग्य समजतो. अविनाश, डायरीत नोंद करून घे बाळा.''

''बरं मंडळींनो आपला चहा-नाश्ता झाला का?'' प्रतापरावांनी आदरानं विचारलं.

''हो सरकार, आपल्या गड्यानं अगदी प्रेमानं खाऊ घातलं.''

''सरकार आपली हरकत नसली तर आता आम्ही निघू. खूप लांबचा पल्ला गाठायचा आहे.'' म्हणत सर्व मंडळींनी उठून प्रतापरावांना नमस्कार करत निरोप घेतला. मंडळी निघून गेली.

प्रतापरावांनी जिना उतरत उतरच मोहिनीला हाक मारली. मोहिनी त्यांच्यासमोर येत म्हणाली,

''काय हो? अशा हाका का मारायला लागलाय?''

''ओळखा पाहू आम्ही आपल्याला का बोलावलं?''

''आम्हांला हो कसं कळणार?''

"अहो बाईसाहेब, पुढच्या आठवड्यात आम्हांला न्यायला गाडी येणार आहे, तेव्हा आम्ही आपल्याला माहेरी पोहोचवूनच पुढं दौऱ्यावर जाऊ. तेव्हा बाईसाहेब लागा तयारीला. आणि हो, ह्यावेळेला आम्ही पंधरा दिवस दौऱ्यावर असू तेव्हा आपण आनंदानं माहेरात रहा."

आणि हसत पुढं ते म्हणाले,

"आमच्या चहाड्या पण आई-आबांना सांगा."

"काय हो कधी सांगितल्या तुमच्या चहाड्या?" लटक्या रागानं मोहिनी म्हणाली.

"मोहिनी तुम्ही अशा चिडला की खूप सुंदर दिसता बघा." "चालू झालं तुमचं जाते मी, स्वयंपाकघरात मावशीसाहेब वाट बघत असतील."

"अहो बाईसाहेब ! अशा चिडून का. त्या धोंडिबाला बरोबर काहीतरी फराळाचं करून द्यायला सांगा. नाहीतर रिकाम्या हातानं जाल आणि आमची लायकी काढाल."

"तर, तर!" म्हणत मोहिनी स्वयंपाकघराकडं गेली. मोहिनीचा चेहरा खुललेला बघून मावशीसाहेबांनी विचारलं,

"काय हो मोहिनी काही खास?"

"मावशीसाहेब, हे आठ दिवसांनी इन्दोरला जाणार आहोत. तेव्हा आम्हांला माहेरी सोडतो म्हणतात, आम्ही जाऊ?"

मोहिनींना जवळ घेत मावशीसाहेब म्हणाल्या,

"अगदी आनंदानं जा हो मोहिनी! खूप दिवस झाले तुम्ही माहेरी गेलाच नाही." लगेच धोडींबाकडं बघत त्या म्हणाल्या,

"धोंडीबा काही दळणं करून घ्यायची असतील तर करून घे रे आणि आमच्या मोहिनींना जाताना खास फराळ करून दे. आठ दिवस कसे निघून जातील कळणार पण नाहीत."

"मावशीसाहेब, आम्ही जरा वहिनीसाहेबांच्याकडं जाऊन येतो." म्हणत मोहिनी पलीकडच्या वाड्यात गेली. पाठमोऱ्या मोहिनीकडं बघून मावशीसाहेबांना हसू आलं. धोंडीबाकडं आणि जनाकडं बघत मावशीसाहेब म्हणाल्या,

"पोरीला असं आनंदी बघून खूप समाधान वाटतं बघ, जना संध्याकाळी मोहिंनीची दृष्ट काढून टाक गं."

"मोहिनीनं वहिनीसाहेबांच्या खोलीजवळ जाऊन दरवाजा वाजवला.

"कोण आहे?" आतून आवाज आला.

"मी मोहिनी, आत येऊ का?"

"अहो, मोहिनी, काय हा परकेपणा? या ना आत, काय काम काढलंत आमच्याकडं?"

मोहिनी वहिनीसाहेबांशेजारी बसत म्हणाली,

"हे आठ दिवसांनी इन्दोरच्या दौऱ्यावर जाणार आहेत. तेव्हा आम्हांला माहेरी सोडतो म्हणतात, आम्ही जाऊ काय?"

"अहो, असं विचारताय काय? जा लागा तयारीला. आम्ही जायचं नाही म्हटलं तर जाणार नाही वाटतं."

मोहिनीनं लाजून मान खाली घातली

"धोंडिबाला फराळाचं करून द्यायला सांगा." हसतच मोहिनीला जवळ घेत वहिनीसाहेब म्हणाल्या.

"वहिनीसाहेब, मावशीसाहेबांनी धोंडिबाला सांगितलं आहे."

वहिनीसाहेबांनी कपाट उघडून एक साडी काढली.

"मोहिनी, तुम्हांला माझी भरलेली साडी आवडली होती ना? अगदी तशीच मी तुमच्यासाठी ही साडी भरली आहे. नेसाल ना?"

"म्हणजे काय?" म्हणत मोहिनीनं ती साडी आपल्या हातात घेतली.

मोहिनी तुम्हांला आणखीन काही साड्या पाहिजे असल्या तर जरूर घ्या आणि हो, स्वारी माहेराहून परत केव्हा येणार? लवकर या नाहीतर बाबा तुमच्या विना आम्हांला करमायचं नाही."

"तुम्ही येता का वहिनीसाहेब आमच्याबरोबर?"

मोहिनीला मिठीत घेत वहिनीसाहेब म्हणाल्या,

"किती साधं मन आहे तुमचं. मोहिनी."

दोघींच्या इतक्या छान गप्पा रंगल्या होत्या की, दादासाहेब आत आल्याचं त्यांना कळलंसुद्धा नाही. त्यांचा खाकरण्याचा आवाज आल्याबरोबर त्यांनी दचकून मागं वळून पाहिलं, तर पाठीमागं दादासाहेब उभे होते, मोहिनी लगबगीनं उभी राहिली आणि तिनं त्यांना वाकून नमस्कार केला.

"मोहिनी, अशा उठलात का? चालू द्या तुमची मिटिंग?"

मोहिनीनं लाजून खाली मान घातली आणि काही न बोलता ती खोलीबाहेर निघून गेली. वहिनीसाहेब आणि दादासाहेब मनमोकळे हसायला लागले.

"अहो ही मुलगी इतकी साधी, सरळ! तिच्याच वाट्याला असा भोग यावा?" खिडकीतून मोहिनीला जाताना बघत दादासाहेब बोलले.

"परमेश्वरसुद्धा किती निर्दयी आहे पहा." म्हणत त्यांनी आपले डोळे पुसले.

मोहिनी लगबगीनं खोलीकडं जातानाच मावशीसाहेबांनी तिला हाक मारली.

"मोहिनी शिप्यांकडं राणी, राधाचे कपडे टाकलेत शिवायला तेवढे मागवून घ्या आणि हो, तुम्हांला नेसायला माझ्या काही साड्या हव्या असतील तर संकोच करू नका."

"मावशीसाहेब, मी आपल्याला आईसमान मानते. काही लागलं, तर आम्ही नि:संकोचपणे मागू आपल्याकडं." मावशीसाहेबांनी मोहिनीला जवळ घेतलं.

फराळाचं काय चाललंय हे पाहण्यासाठी मावशीसाहेब स्वत: स्वयंपाकघरात गेल्या. मोहिनी सामानाची आवराआवर करीत होती. जना तिला सामान बांधायला मदत करत होती. मामाच्या गावाला जायला मिळणार म्हणून मुली खूष झाल्या होत्या.

ठरलेल्या दिवशी सकाळी गाडी दारात येऊन उभी राहिली. प्रतापराव मोहिनीला माहेरी सोडून तसेच पुढे दौऱ्यावर जाणार होते. विठोबा आणि जनानं सर्व सामान गाडीत नेऊन ठेवलं. सतार घेऊन अविनाश पुढच्या सीटवर बसले. मोहिनीनं सर्वांना नमस्कार केला आणि राणी, राधाला घेऊन मोहिनी गाडीत बसली. प्रतापराव पण गाडीत बसले त्यांनी विठोबाला हाक मारली,

"विठोबा इकडे ये, पानाचा डबा ठेवलास काय रे?"

"जी सरकार,डबा ठेवलाय जी." म्हणत विठोबानं मान हलवली.

गप्पागोष्टींमध्ये शिवाजीरावांच्या वाड्यासमोर गाडी येऊन थांबली.

"मोहिनी, तुम्हांला काही लागलंच तर कारभाऱ्यांना कळवा." म्हणत प्रतापराव खाली उतरले.

रामजी पळतच पुढं आला. त्यानं दोघांनाही नमस्कार केला. तेवढ्यात शिवाजीराव आणि रखमाबाईसाहेब बाहेर आल्या. मोहिनी आणि प्रतापराव त्या दोघांच्याही पाया पडले. रखमाबाईसाहेबांनी मोहिनीला मिठीत घेतलं. दोघींच्याही डोळ्यांतून आनंदाश्रू वाहत होते.

"मामीसाहेब, नीट बघा आपली लेक सुखरूप आहे ना?" ह्यावर शिवाजीराव हसले. सर्वजण मिळून आत आले. मोहिनीची भावंड तिच्या आणि दाजींच्या पाया पडली. प्रतापरावांना तीन मेहुणे आणि दोन मेहुण्या होत्या. सगळे जण गप्पा मारत सोप्यावर बसले होते. जावईबापू, लेक आणि नाती येणार म्हटल्यावर रखमाबाईसाहेबांनी सर्व स्वयंपाक अगोदर तयार करून ठेवला होता. प्रतापरावांना पुढं निघायचं होतं. म्हणून लवकरच रखमाबाईसाहेबांनी त्यांची ताटं केली. मोहिनीनं आईला वाढायला मदत केली. हात धुऊन प्रतापराव बसले. पाटाभोवती सुरेख रांगोळी घातली होती. समोर चांदीचं ताट, त्यात मटण, खिमा, रस्स्याची वाटी, अंड सर्व काही ताट भरून वाढलं होतं. ताटाच्या बाजूला समई तेवत होती. समोरच्या पाटावर जावईबापूंना सक्तीनं वाढायला रखमाबाईसाहेब बसल्या होत्या. आविनाश आणि ड्रायव्हरलाही शिवाजीरावांनी पंगतीत बसायला बोलावलं.

"तुम्ही?" शिवाजीरावांकडं पाहत प्रतापराव म्हणाले.

"प्रतापराव, तुम्ही खाल्याशिवाय आम्ही कसं खायचं?"

"मामासाहेब, इतकी माया करू नका आमच्यावर. सवय लागली, तर आम्हांला खूप जड जाईल." प्रतापराव हसत म्हणाले.

"प्रतापराव, आम्ही तुम्हांला कधीच जावई मानलं नाही. आमचा चौथा मुलगाच समजतो आम्ही तुम्हांला."

रखमाबाईसाहेब सर्वांना आग्रहानं जेवू घालत होत्या. जेवणं उरकल्यावर सर्वांचा निरोप घेऊन प्रतापराव गाडीत बसले. गाडी नजरेआड होईपर्यंत मोहिनी दारातच उभी होती. शिवाजीराव आणि रखमाबाईसाहेब तिच्याकडं कौतुकानं पाहात होते. गाडी गेल्यावर उरलेले सर्वजण जेवायला बसले. शिवाजीराव रखमाबाईसाहेबांकडं पाहात मोहिनीला उद्देशून म्हणाले.

"बेबी बाई, तू वरचेवर माहेरी येत जा.म्हणजे आम्हांला पण चांगलंचुगलं खायला मिळेल."

"तर तर जणू काय सर्वांना आतापर्यंत उपाशीच ठेवलंय! मग कशानं हो झालाय इतके तगडे?" रखमाबाईसाहेबांच्या ह्या बोलण्यावर सर्वजण खळखळून हसायला लागले.

◆

मोहिनी आल्यापासून झाडांना फुलांचा बहर यावा तसा वाडा भरल्यासारखा वाटत होता. रोज संध्याकाळी सगळे मिळून शेतावर फिरायला जायचे. कधी हरबऱ्याचा हुरडा, कधी शेंगा, कधी कणसं भाजून खायचे.लेक आली म्हणून मेजवान्यावर मेजवान्या चालल्या होत्या. मैत्रिणी भेटायला आल्या की त्यांच्यासोबत सागरगोट्या खेळायला मोहिनी अजिबात विसरली नव्हती. शिवाजीराव म्हणत, लग्न झालं, पोरी झाल्या तरी सागरगोट्या काही विसरली नाही. राणी आणि राधानं मामांना अगदी सतावून सोडलं होतं. त्या दोघींना मांडीवर घेऊन शिवाजीराव नेहमी गोष्टी सांगत, पंधरा दिवस अगदी मजेत गेले.

एके दिवशी मोहिनी रखमाबाईसाहेबांबरोबर शेजारच्या घरात बारशासाठी गेली. बारसं करून आल्यावर ती गप्प गप्पच होती. रखमाबाई साहेबांनी विचारलं, तर 'डोकं दुखतं आहे.' म्हणून मोहिनीनं सांगितलं. रखमाबाईसाहेबांना पण ते खरं वाटलं.

रात्री रखमाबाईसाहेब मोहिनी शेजारीच झोपल्या. पहाटे जेव्हा रखमाबाईसाहेबांना जाग आली तेव्हां त्यांनी बाजूला हात फिरवून पाहिलं तशा त्या दचकल्या. मोहिनी

पलंगावर नव्हती. लगबगीनं उठून न्हाणीघरात, शिवाजीरावांच्या आणि मुलांच्या खोलीत पाहिलं. मोहिनी कुठंच नव्हती. त्यांनी घाबरत शिवाजीरावांना जागं केलं. ते दचकून उठले,

"अहो, अशा काय घाबरलात?"

'अहो, काय सांगू? मोहिनी खोलीत नाही तिला शोधा. ती कुठंच दिसतं नाही." रडकुंडीला येऊन त्या म्हणाल्या.

"असेल इथंच कुठं तरी तुम्ही उगाच त्रागा करता?"

"नाही हो सगळीकडं शोधलं मी तिला. ती कुठंच नाही."

अंथरुणातून उठून शिवाजीरावांनी रामजीला हाक मारली.

"जी सरकार." म्हणत पळतच तो त्यांच्या पुढं हजर झाला.

"अरे रामजी तुझ्या आक्कासाहेब कुठं दिसत नाहीत जरा बघ."

परीक्षा तोंडावर आल्यानं अभ्यास करत बसलेले अठरा वर्षांचे विक्रमही सगळी धावपळ ऐकून तिथं पोहोचले. सगळीकडं मोहिनीची शोधाशोध सुरू झाली. काही वेळ गेला. इतक्यात रामजीची हाक ऐकू आली. सर्वजण आवाजाच्या दिशेनं पळत सुटले. पाहतात तर काय, विहिरीच्या भिंतीला टेकून ती बसली होती. पाय लांब सोडून, मांडीवर एक लांब दगड घेऊन त्याला थोपटत मोहिनी अंगाईगीत म्हणत होती -

'तान्ह्या माझ्या बाळा, कुणी गं मारीलं
हातात कारिलं गं, सोनियाचं
तान्ह्या बाळा घरी, येऊ नको मांजरी
सोन्याच्या पिंजरी, बाळू हाई
तान्ह माझं बाळ, खेळू गेलं खडका
डोईवरला फडका गं, गेला वाऱ्यानू ...'

शिवाजीरावांनी मोहिनीला हाक मारली. तिनं तोंडावर बोट ठेवत 'श्यूऽऽऽ!' म्हणत सर्वांना गप्प बसायला खुणावलं. पुन्हा त्या मातृहृदयातून अंगाईगीत सुरू झालं.

'तान्हं माझं बाळ गं, हळदीचं वाणू
ढाकी पदरानं गं, व्हईल दृष्ट
तान्हं माझं बाळ, पिठाचं बाहुलं,
हळदी-कुंकवाची पाउलं, घरभरू....'

"अहो, असं बघत काय बसलाय, पहा ना तिला काय झालंय ते?" रखमाबाईसाहेबांचे डोळे पाणावले.

शिवाजीराव पुढं सरकले. मोहिनीशेजारी बसत तिच्याकडील दगड काढून

घेण्यासाठी त्यांनी हळुवारपणे हात पुढं केले.

"आबा!" मोहिनीनं शिवाजीरावांच्या वर डोळे वटारले.

रखमाबाईसाहेबांनी पुढं येण्यासाठी पाय उचलताच मोहिनी त्यांच्यावर ओरडली. शिवाजीरावांनी हातानं इशारा करून त्यांना आत जायला सांगितलं. तोंडावर पदर घेऊन रडतच ती माऊली आत निघून गेली. मोहिनीकडील दगड हळूच उचलून घेऊन शिवाजीरावांनी तो विहिरीत फेकून दिला. इतक्यात मोहिनीच्या ममतेचा विस्फोट झाला. ती किंचाळली, 'माझं बाळ!' म्हणत ती विहिरीकडं धावली आणि क्षणात कठ्ठ्यावर चढलीसुद्धा. ती विहिरीत उडी टाकणार तोच रामजीनं तिला घट्ट पकडलं आणि मोठ्या कसोशीनं त्यानं तिला खाली घेतलं.

"अरे सोड! सोड मला!! अरे माझा राम बुडेल रे, सोड मला..." त्यात ममतेची तडफड होत होती. आपल्या आक्काची ही अवस्था पाहून इतका वेळ दारात रडत उभा राहिलेला विक्रम धावून आला. त्यानं पण मोहिनीला आवरायला मदत केली. शिवाजीराव, रामजी आणि विक्रम या तिघाजणांची शक्ती तिला आवरायला कमी पडत होती.

त्या तिघांनाही ती लाथांनी मारत होती. मोहिनीचा राग अनावर झाला होता. तिच्या अंगात एक प्रकारची शक्ती संचारली होती. तिनं आबासाहेबांचा शर्ट फाडला. रामजीला ओरबाडलं. काही केल्या ती ऐकेना. शेवटी सर्वांनी मिळून मोठ्या कष्टानं तिला खुर्चीला बांधलं.

मोहिनी धडपडत होती, जोरजोरात ओरडत होती, तिचे डोळे संतापानं लाल झाले होते. विक्रमच्या हे समजण्यापलीकडं होतं. त्यांनी आईला घट्ट मिठी मारली आणि ते ओक्साबोक्सी रडू लागले.

'माझं मेलीचचं चुकलं, तुला बारशाला नेलं.'

रखमाबाईसाहेब स्वतःला आवरू शकल्या नाहीत. त्या मटकन खाली बसल्या. त्यांच्या रडण्याला सीमाच उरली नाही. एवढ्यात रामजी डॉक्टरांना घेऊन आला. मोहिनीचं ओरडणं, विव्हळणं चालूच होतं. तिच्याकडं बघताच डॉक्टर घाबरले. तिला बांधलेलं असल्यामुळे त्यांना थोडसं हायसं वाटलं. त्यांनी दचकत दचकतच तिला झोपेचं इंजेक्शन दिलं. थोड्या वेळानं मोहिनी शांत झाली. तिला उचलून पलंगावर झोपवण्यात आलं. रखमाबाईसाहेबांनी तिच्या अंगावर चादर पांघरली. इतका वेळ गप्प बसलेल्या शिवाजीरावांच्या हृदयाचा बांध फुटला. ते हुंदके देऊन रडायला लागले. रामजीनं स्वतःचे डोळे पुसले आणि त्यांना धरून खुर्चीत बसवलं. रखमाबाईसाहेब पंख्यानं वारा घालत मोहिनीच्या उशापाशी बसून होत्या.

दोन दिवस झाले तरी मोहिनी खोलीबाहेर पडली नाही. राणी, राधा तिची भावंडं सगळीचं तिच्याकडं जाण्यासाठी धडपडत. पण रामजीनं कुणालाच तिकडं फिरकू

दिलं नाही.

शिवाजीराव आणि रखमाबाईसाहेब चातकासारखी प्रतापरावांची वाट बघत होते. एके दिवशी गाडी दारात येऊन उभी राहिली. प्रतापराव खाली उतरले. त्यांना पाहताच शिवाजीराव आणि रखमाबाईसाहेबांना रडू कोसळलं. घाबरून प्रतापरावांनी हातातलं सामान तिथंच टाकलं आणि ते लगबगीनं मोहिनीच्या खोलीकडं गेले. तिचा तो अवतार बघून ते दचकले. शांत होऊन हळू आवाजात त्यांनी तिला हाक मारली. जवळ जाताच मोहिनीनं त्यांना मिठी मारली आणि कोंडलेला श्वास मोकळा व्हावा तशी ती हमसून हमसून रडायला लागली. प्रतापरावांनी तिला रडू दिलं.

"अहो, पहा तर खरं आमच्या सदऱ्याला शेंबुड लागलाय."

मोहिनी प्रतापरावांच्या कुशीत शिरली. इतका वेळ घाबरून दारात उभे असलेले शिवाजीराव आणि रखमाबाईसाहेब सोप्यात गेल्या. दोघांनीही सुटकेचा निःश्वास सोडला.

"अहो, तीन दिवस झाले, बेबीच्या पोटात अन्नाचा कण नाही. आज ती सासरी जायची आहे. काहीतरी चांगला बेत करा." शिवाजीरावांच्या चेहऱ्यावर आनंद दिसत होता.

"मोहिनी, तुम्ही इतक्या शहाण्या आणि मध्येच हे वेडेपणाचं काय सोंग आणता?" तिकडं आत नवरा-बायकोचं बोलणं चाललं होतं.

"तुम्ही इतके दिवस आम्हांला सोडून गेलात. आम्हांला बिलकूल करमलं नाही." हिरमुसल्या चेहऱ्यानं मोहिनी म्हणाली.

"पण तुम्ही तुमच्या माहेरी आहात ना?"

"म्हणून काय झालं? आठवण येणं काय गुन्हा आहे का?" प्रतापरावांची मिठी आणखीनच घट्ट झाली.

"तुम्हांला काय वाटलं, आम्हांला तुमची आठवण आली नाही. मी जिथं जिथं जातो तिथं तिथं तू असतेसच." म्हणत त्यांनी आपलं पाकीट काढून मोहिनीकडं दिलं. तिनं ते पाकीट उघडलं. त्यात तिचा सुरेख फोटो होता. ती ते पाहून म्हणाली,

"एवढं आहे तर वचन द्या की तुम्ही मला सोडून कुठं कुठं जाणार नाही!"

"बरं बाई कुठं कुठं जात नाही आता तरी हसून दाखवा." मोहिनीनं लाजून मान खाली घातली.

"इथं कोण आहे आता लाजायला?"

"इश्शऽऽ"

तिला जवळ घेत प्रतापराव म्हणाले,

"मोहिनी, तू अशी वागल्यामुळे सगळीच अगदी काळजीत आहेत. काय हा

घाणेरडेपणा, शी रे बाबा! आमची बायको अशी लाखात एक पण हा कसला घाण वास छी... छी..!''

''अहो, पुरे झालं हं. किती म्हणून चिडवाल? तुम्ही जा बाहेर. आम्ही तयार होऊन येतो.''

प्रतापराव सोप्यात गेले. शिवाजीराव त्यांची वाटच पाहत होते. त्यांनी सर्व हकिकत त्यांच्या कानावर घातली. सर्व ऐकून त्यांच्या डोळ्यांत पण पाणी आलं.

''मामासाहेब खूप त्रास झाला असेल ना तुम्हांला?''

''प्रतापराव बापाला पोरीचं ओझं नसतं पण वाईट वाटतं की ह्या भोळ्या-भाबड्या पोरीच्या नशिबी हे का आलं असावं?''

मोहिनी तयार होऊन बाहेर आली. ती हिरवी सिफॉन साडी नेसली होती. त्यामुळे ती अधिकच खुलून दिसत होती. आत नेऊन रखमाबाईसाहेबांनी तिची दृष्ट काढली. त्यावर मोहिनी म्हणाली,

''अहो आई, दृष्ट काढायला मी काय आता लहान आहे होय?''

''अगं बेबी, मुलं कितीही मोठी झाली तरी आईला लहानच. आता नाही कळायचं तुला ते. तुझ्या मुली मोठ्या झाल्या की कळेल तुला.''

''आई लवकर वाढताय ना? आम्हांला जायचं आहे.'' मुलींना सासरची ओढ असणं हे आई-वडिलांना एक समाधानच असतं. रखमाबाईसाहेबांनी सर्वांची ताटं केली. सगळे मिळून जेवायला बसले.

''मामीसाहेब, तुमच्या हातची चव आम्ही कधीच विसरू शकणार नाही.'' प्रतापराव म्हणाले. रखमाबाईसाहेबांना समाधान वाटलं. जेवणं आटोपली. रखमाबाईसाहेबांनी देवाजवळ दोन पाट मांडले. जावईबापू आणि लेकीला पाटावर बसवलं. साडीचोळी आणि नारळानं त्यांनी तिची ओटी भरली. प्रतापरावांना टिळा लावून शिवाजीरावांनी बंद पाकीट त्यांच्या हाती दिलं.

''मामासाहेब, आम्ही काय परके आहोत काय?''

''प्रतापराव, हा एक कौतुकाचा भाग आहे.''

''असं कौतुक करून घेणं वरचेवर आवडेल आम्हांला.'' सगळेच ह्यावर मनमोकळे हसले. रखमाबाईसाहेबांनी राणी, राधाला जवळ घेऊन त्यांच्या गालावरून हात फिरवत आपल्या गालाजवळ हात नेत बोटं मोडली. शिवाजीरावांनी पण त्या दोघींची पापी घेतली. सर्वांचा निरोप घेऊन प्रतापराव, मोहिनी, मुली आणि अविनाश गाडीत बसले.

रात्र झाली होती. प्रतापरावांची गाडी वाड्यासमोर येऊन थांबली. आत जाऊन अविनाशनं विठोबाला हाक मारली. विठोबानं गाडीतून सामान आत नेलं. राणी,

राधाला घेऊन प्रतापराव आणि मोहिनी माडीवर गेले. जाताना त्यांनी विठोबाला ड्रायव्हरच्या झोपण्याची व्यवस्था करायला सांगितली.

सकाळी लवकर उठून मोहिनीनं स्नान आटोपलं. देवघरात जाऊन देवाला नमस्कार केला. मावशीसाहेबांना भेटून ती वहिनीसाहेबांना भेटायला वाड्यात गेली.

"कधी आली स्वारी?" मोहिनी आत येताच वहिनीसाहेबांनी विचारलं.

"काल रात्री."

"आमची आठवण तरी आली का?"

"न यायला काय झालंय! वहिनी तुम्ही शिकवलेलं भरतकाम पूर्ण केलं — आम्ही दाखवायला घेऊन येऊ?"

"आता नको, पुन्हा सवडीनं पाहू. आता जरा आमच्याबरोबर चला." मोहिनीला घेऊन वहिनीसाहेब बैठकीच्या खोलीकडं गेल्या. तिथं विजार-शर्ट घातलेला मध्यम वयाचा एक गृहस्थ बसला होता.

"रहिमदादा, ह्या प्रतापरावांच्या पत्नी."

वहिनीसाहेबांनी ओळख करून दिली. रहिमदादांनी तिला नमस्कार केला. तेवढ्यात मधल्या वहिनीसाहेब पण तिथं आल्या. मोहिनीनं त्यांना नमस्कार केला. तिच्याकडं पाहात त्या म्हणाल्या,

माहेर चांगलंच मानवलेलं दिसतंय." मोहिनी लाजली.

"मोहिनी, बाळांनी ह्या रहिमदादांना मिरजेहून खास आपल्याला सतार शिकवायला बोलावलंय. तेव्हां आजपासून आपण ह्यांच्याकडं सतार शिकायची आहे."

तिघी खाली अंथरलेल्या गादीवर बसल्या. रहिमदादांनी तिघींच्या हातात नवीन सतारी दिल्या.

"आम्हांला प्रतापरावांचा तसा हुकूमच होता. म्हणून या खास सतारी तयार करून आणल्यात. आज मी आपल्याला सतार कशी हाताळायची. नखीचा वापर कसा करायचा हे शिकवीन."

रोज नियमितपणे सतारीची शिकवणी सुरू झाली. मोहिनी मन लावून शिकत होती. मास्तरांनी दिलेले धडे वहीत उतरवायची. शिकवणी पुरतेच नव्हे तर ती दिलेल्या धड्यांचा प्रतापरावांबरोबर रियाज करी. ती मन लावून सतार शिकत होती. ते पाहून प्रतापरावांना खूप खूप आनंद झाला.

'भूप' आणि 'यमनकल्याण' राग तर मोहिनी सुरेल वाजवू लागली. पहाटे प्रतापराव जेव्हा रियाज करायचे. तेव्हा ती पण आपल्या खोलीत रियाजासाठी बसायची. सर्व काही सुरळीत चालू होतं.

अचानक पुन्हा मोहिनी गप्प राहू लागली. कोणाशी एक शब्द बोलेनाशी झाली. स्वत:ला खोलीत कोंडून घेऊ लागली. प्रतापरावांनी काही विचारलं तर त्यांच्यावर

चिडायची. तिला कोणी काही बोललं का याची प्रतापरावांनी चौकशी केली पण तसं काही घडलंच नव्हतं. आता मात्र त्यांचा संयम सुटला.

एके दिवशी मोहिनीनं राधाला खूप मारलं. आदळआपट सुरू केली. खाणं पिणं सोडून दिलं. तिच्या अशा या वागण्यानं घरचे सर्वजण अस्वस्थ झाले. डॉक्टर माधवनं औषधोपचार चालू केले. पण काहीच फरक दिसून येत नव्हता. त्यांनी प्रतापरावांशी चर्चा केली. त्यांना समजावलं; मोहिनीवर नवीन उपचार सुरू केला. तिला क्लोरप्रोमॅझिन गोळ्यांचा कोर्स सुरू केला. त्यामुळे मोहिनी नेहमी गुंगीत राहू लागली. डॉक्टर तिच्याजवळ तासन्‌तास बसून राहायचे. आईच्या अशा विचित्र वागण्यामुळे, राणी राधा पार घाबरल्या. प्रतापरावांचं डोकं सुन्न झालं.

◆

संध्याकाळची वेळ होती. डॉक्टर, अविनाश, विठोबा आणि जनासोबत मोहिनीला घेऊन प्रतापराव तळी माळावर फिरायला गेले. मोहिनीला घेऊन जना एका बाजूला बसली. बाकीचे तेथील जागा स्वच्छ करू लागले. दगडधोंडे उचलून बाजूला फेकत होते. तिथं बाग फुलवायचा विचार प्रतापरावांच्या मनात आला. मोहिनीही बसल्या जागेवरून जवळची दगडं फेकत होती. तिच्याकडं लक्ष जाताच प्रतापराव म्हणाले,

''अरे डॉक्टर, मोहिनीसुद्धा स्वच्छतेच्या कामाला लागलीय.''

डॉक्टर आणि अविनाश तिच्याकडं पाहातच राहिले.

''अविनाश ही कलाकार मंडळी मनानं किती महान असतात रे?''

त्यावर अविनाश म्हणाला,

''नुसतीच महान नसतात तर सोशिकपण असतात.''

''बरोबर आहे, खरंय तुझं म्हणणं.'' पुढं अविनाशकडं बघत डॉक्टर म्हणाले,''अरे ह्या दांपत्यांचं जीवन पाहून माझा, तर परमेश्वरावरचा विश्वास उडालाय बघ.''

''डॉक्टर, ह्या दादा-वहिनींनी कधी मुंगीलासुद्धा दुखावलं नसेल मग ह्यांच्याच वाट्याला हे असं का बरं यावं?'' अविनाशचे डोळे भरून आले.

तेवढ्यात राधा आणि राणीनं पळत येऊन आबांना मिठी मारली.

''आबा, तुम्ही वाईट आहात बघा.'' राणी म्हणाली.

''का बुवा?''

''आम्हांला का बरं घेऊन आला नाही तुमच्याबरोबर?''

राणी काखेतली बाहुली मांडीवर घेऊन खाली बसली आणि ती बाहुलीची वेणी घालू लागली.

''आबा, तुम्ही आक्काला बाहुली का आणून दिली. कधी विट्टीदांडू खेळू

म्हटलं तर येतच नाही. नेहमी आपली बाहुली कुरवाळत असते.''

''चल रे डॉक्टर आज आपण राधाआक्कांबरोबर विटीदांडू खेळू.''

प्रतापरावांनी हात झाडले. डॉक्टर, अविनाश, विठोबा, प्रतापराव आणि राधा विटीदांडू खेळू लागले. खेळ चांगला रंगला होता. इतक्यात जनाचा आवाज सर्वांच्या कानावर पडला.

''सरकार! सरकार!''

तिनं मोहिनीच्या कंबरेला घट्ट धरलेलं 'सोड, सोड!' म्हणत मोहिनी तिला मारत होती. सर्वांनी पळत जाऊन मोहिनीला आवरलं. प्रतापरावांनी चला म्हणताच सर्वजण वाड्याच्या दिशेनं माघारी फिरले.

मोहिनी पाय ओढत ओढत चालली होती. येणारे-जाणारे आ वासून त्यांच्याकडं बघत होते. ओळखीपाळखीचे लोक प्रतापरावांना नमस्कार करत होते. गल्लीजवळ पोहोचताच मोहिनी मटकन खाली बसली. कुणाचंच ऐकायला तयार नव्हती. नाईलाजानं प्रतापरावांनी तिला खांद्यावर उचललं, तर ती त्यांचे केस ओढू लागली. मारू लागली. खोलीत आल्यावर त्यांनी तिला पलंगावर झोपवलं. जनानं आणि विठोबानं तिला घट्ट धरलं. डॉक्टर माधवनी तिला इंजेक्शन दिलं. मोहिनी शांत झाली. प्रतापराव आपल्या खोलीत निघून गेले. खोलीत जाताच त्यांच्या डोळ्याला धारा लागल्या. गुडघ्यात मान घालून ते मूक रडू लागले. डॉक्टर माधवनी हे पाहिलं आणि त्यांच्याही डोळ्यात पाणी आलं. प्रतापरावांजवळ बसून त्यांनी त्यांच्या पाठीवरून हात फिरवला.

''डॉक्टर, मी आता काय करू रे? मोहिनीला कसा बरा करू?''

''दादा! असा धीर सोडू नका. माझं ऐका आपण वहिनींना मेंटल हॉस्पिटलमधून दाखवून आणू या.''

''डॉक्टर, वाट्टेल ते कर, पण माझ्या मोहिनीला बरं कर. तिच्या या यातना मला पहावत नाहीत रे. डॉक्टर, गाडीची व्यवस्था होईल का? डोळे पुसत प्रतापराव म्हणाले.

''कशासाठी दादा?''

''नाही... तुला जर वेळ असेल तर आपण मोहिनीला मिरजेला दाखवून आणू. तिथल्या हॉस्पिटलबद्दल मी खूप ऐकलंय.''

''दादा, तुम्ही चांगला निर्णय घेतला आहे. मी आताच दवाखान्याची गाडी घेऊन येतो. दादा, तुम्ही जनाला सोबत घ्या.''

''प्रतापराव तयारीला लागले. कारभाऱ्याला बोलावून पैशांची व्यवस्था केली. जनाला वहिनींसाहेबांचं सामान बांधायला सांगितलं.

डॉक्टर माधव सरकारी हॉस्पिटलची जीप दारात घेऊन आले. ड्रायव्हरशेजारी

डॉ. माधव आणि अविनाश बसलेले पाठीमागं जना मोहिनीला धरून बसलेली मोहिनीच्या दुसऱ्या बाजूला प्रतापराव बसलेले. डॉ. माधवनं औषधाचा डोस दिल्यामुळे मोहिनी तशी गुंगीतच होती. तरीपण प्रतापरावांचं संपूर्ण लक्ष मोहिनीकडंच होतं. त्यांच्या खांद्यावर मोहिनीनं आपलं डोकं टेकवलेलं. तिची मान कुठं कलंडू नये म्हणून त्यांनी हलक्या हातानं तिला धरून ठेवलेलं. संपूर्ण मिरजेपर्यंत प्रवासात कोणी कुणाबरोबर बोललं नाही.

जीप 'कृपामाई' हॉस्पिटलच्या गेटमधून आत शिरली. गाडीतून उतरून डॉ. माधवनं डॉ. सिग्धारांची भेट घेतली. त्यांनी नर्सला बोलावून मोहिनीला तत्काळ आपल्या खोलीत न्यायला सांगितलं. डॉक्टर सिग्धारांनी प्रतापरावांना केबिनमध्ये बोलावून घेतलं. मोहिनीबद्दल सविस्तर माहिती विचारली. ती ऐकताना डॉ. सिग्धारांना खूप वाईट वाटलं. प्रतापरावांना दिलासा देत ते म्हणाले,

"मिस्टर प्रताप, आम्ही या आजाराला 'स्किझोफ्रेनिया' म्हणतो. हा झटका पेशंटला अधेमधे येत असतो. काल बरा असलेला पेशंट आज व्हॉयलंट होऊ शकतो. हा झटका काही क्षणांनी, काही दिवसांनी, काही महिन्यांनी पण येऊ शकतो. खूप वेळा बरीच वर्षं नॉर्मलही राहू शकतो. घाबरायचं तसं काहीच कारण नाही."

"डॉक्टर, ती बरी होईल का हो?" भावनावेगानं प्रतापरावांनी विचारलं.

"हो शुअर! तुम्ही असं करा मोहिनींना ॲडमिट करा. शॉक ट्रिटमेंटनं त्या थोड्या स्थिर झाल्या, की पुढं काय करायचं ते पाहू."

"डॉक्टर, वहिनींना इथं किती दिवस ठेवावं लागेल?" डॉ. माधवनी डॉ.सिग्धारांना विचारलं.

"डॉक्टर, त्याबद्दल मी आताच काही सांगू शकणार नाही. You have to wait and watch."

"डॉक्टर, तू गावी जा." प्रतापरावांना गहिवरून आलं, ते डॉक्टर माधवना म्हणाले,"मी मोहिनीला घेऊन येतो. घरी जाऊन राणी, राधाकडे लक्ष दे."

आठवड्यातून दोनदा मोहिनीला शॉक दिला जात होता. शॉकच्या वेळी तिला खूप त्रास होई. सहन नाही झालं की ती आरडाओरडा करायची. बाहेर बाकड्यावर बसलेल्या प्रतापरावांना तिचं ओरडणं, रडणं असह्य होई. खोलीत जाऊन मोहिनीला बघायचे तर ती निपचित पडलेली असायची. प्रतापराव उशाला बसून तिच्या डोक्यावरून हात फिरवत बसत. ते तहान-भूक-झोप विसरून गेले होते. फक्त पानाचा डबा तेवढा त्यांच्या सोबतीला होता.

मोहिनीचे आई-आबा-भावंडं सर्व मिरजेत वस्तीलाच होते. मोहिनीच्या आजारामुळं तिच्या आई-आबांचं तिच्या भावंडांकडं बिलकूल लक्ष नव्हतं. शिवाजीराव, रखमाबाईसाहेब आणि विक्रम हॉस्पिटलमध्ये बसूनच होते. कुणालाच काय करावं काय कळत

नव्हतं. विक्रम जरा मोठे व समजूतदार असल्याकारणाने ते आपल्या कुटुंबीयांना आणि प्रतापरावांना धीर द्यायचा प्रयत्न करायचे.

पंधरा दिवस निघून गेले. डॉ. माधव जीप घेऊन हजर झाले. ते शिवाजीराव, प्रतापराव डॉक्टर सिग्धारांना भेटले.

"डॉक्टर, आम्ही पेशंटला घेऊन जाऊ का? काही इन्स्ट्रक्शन्स असतील तर...?" डॉ. माधव बोलले.

"डॉक्टर, पेशंटला जेव्हा केव्हा झटका येईल तेव्हा हॉस्पिटलमध्ये ॲडमिट करणं हिताचं होईल. महत्त्वाची गोष्ट म्हणजे त्यांना पुन्हा झटका येईल तेव्हा येरवडा मेंटल हॉस्पिटलमध्ये ॲडमिट करा, असं मी सुचवेन कारण तिथं ट्रिटमेंट आमच्यापेक्षाही उत्कृष्ट आहे. Ok, All the best! Mr.Pratap, don't worry at all. She will be alright.

◆

मोहिनीबरोबर रखमाबाईसाहेब पण प्रतापरावांच्या आग्रहाखातर त्यांच्याबरोबर गावी गेल्या. मोहिनी वाड्यात आल्यापासून वाड्यातलं वातावरण अगदी शांत होतं. वहिनीसाहेबांना त्रास नको म्हणून सर्वजण शांतपणे काम करीत होते. मुलींचा दंगा नको म्हणून त्यांना घेऊन मावशी पलीकडच्या वाड्यात राहात होत्या.

रखमाबाईसाहेब आल्यामुळे प्रतापरावांना खूप मोठा आधार वाटत होता. पण त्यांचं अन्न-पाण्याकडं बिलकूल लक्ष नव्हतं. प्रतापरावांना भेटायला म्हणून रखमाबाईसाहेब त्यांच्या खोलीत गेल्या. त्यांना पाहताच प्रतापरावांनी उठून त्यांना नमस्कार केला.

"बाबा, हा काय वेडेपणा चालवलाय? विठोबा सांगत होता, तुम्ही दोन दिवस काहीच खाल्लं नाही म्हणून, असं कसं करून चालेल? अहो ती लवकर बरी होईल, तुम्ही एवढे प्रयत्न करताहात, नक्कीच तुम्हांला यश मिळणार, हे तिच्या आईचे शब्द आहेत. लक्षात ठेवा."

रखमाबाईसाहेबांनी सांगितल्याप्रमाणं विठोबा जेवणाचे ताट घेऊन खोलीत आला. प्रतापराव नको म्हणत असतानासुद्धा त्यांनी जबरदस्तीनं त्यांना खाऊ घातलं.

"मामीसाहेब, मोहिनीनं काही खाल्लं का हो?" प्रतापरावांनी रखमाबाईसाहेबांना विचारलं.

"हो, आताच मी तिला जेवायला घालून आले. पण प्रतापराव काय हे तब्येतीचं करून घेतलंत? अहो तुम्हीच असं केलंत तर पोरींनी कुणाच्या तोंडाकडं बघायचं. आपल्या नशिबी जे भोग आहेत ते ह्याच जन्मी भोगले पाहिजेत. त्यांच्यापासून आपण कितीही लांब पळायचं म्हटलं, तर ते आपल्याला गाठतातच." रखमाबाईसाहेबांनी

आपले अश्रू पदरानं पुसले. "अहो, ती बिचारी आपले भोग भोगायला लागलीय, त्यात कुणाचाच दोष नाही. फक्त ते भोग कमी कसे होतील, एवढंच पाहाणं आपल्या हाती आहे; आणि त्यासाठी मन घट्ट करणं खूप गरजेचं आहे. तुम्हांला काय वाटतं मी तिची आई असून मला यातना होत नाहीत!" रखमाबाईसाहेबांचा कंठ दाटून आला. तरीही त्या पुढं बोलतच राहिल्या. "खरं सांगायचं तर रडून रडून माझे अश्रू आटलेत. पण येईल त्या प्रसंगाला धीरानं सामोरं जाणं इतकंच आपल्या हाती आहे. उठा प्रतापराव, असं गप्प बसून नाही चालणार. आपलं शेत, मुली आणि आपल्या कलेकडं पण तुम्ही लक्ष द्यावं असं मला वाटतं." एवढं बोलून रखमाबाईसाहेब खोलीबाहेर निघून गेल्या.

एके दिवशी संध्याकाळी प्रतापराव आपल्या खोलीत गेले. सतार हातात घेतली. बोटात नखी चढवली आणि तारा छेडल्या. सोप्यात बसलेली ज्येष्ठ मंडळी, गावातील प्रतिष्ठित, डॉ. माधव, अविनाश जिना चढून वर आले. सर्व मन लावून सतार ऐकू लागले. प्रतापरावांचं त्यांच्याकडं लक्ष नव्हतं. आपल्या विश्वात रमत ते आपली सतार छेडत होते अन् अचानक बांगड्या वाजल्या. सर्वांच्या माना मागं वळल्या. मोहिनी दरवाज्यात उभी होती. तिला पाहताच सर्वजण दचकले. पण जागेचं कोणी हललं नाहीत. सर्वांच्या मधून मोकळ्या जागेतून येऊन मोहिनी प्रतापरावांजवळ बसली. प्रतापरावांनी आपल्या हातातली सतार तिच्या हातात हळुवारपणे दिली. सर्वांच्या पोटात भीतीचा गोळा उठला. मोहिनीनं खसकन प्रतापरावांच्याकडून नखी काढून घेतली आणि खाली मान घालून तिनं सतारीच्या तारा छेडल्या. 'भूप' राग आळवायला सुरुवात केली.

"या अल्लाह!" रहिमदादांच्या तोंडून शब्द बाहेर पडले.

राधा, राणी पळत पळत येऊन आबांच्या मांडीवर बसल्या. सर्वजण मंत्रमुग्ध होऊन मोहिनीची सतार ऐकू लागले.

"आबा, 'तेरी प्यारी प्यारी... वाजवा ना!" राणीनं लाडात येऊन म्हटलं.

मोहिनीनं सतार थांबवली. तिनं शांतपणे सतार व नखी प्रतापरावांच्याकडं दिली. मुली आईच्या मांडीवर येऊन बसल्या. प्रतापरावांनी तारा छेडल्या 'तेरी प्यारी प्यारी सुरत को." गाणं संपताच दोघींनी आबांना मिठी मारली आणि त्याची पापी घेतली.

"उस्तादजी, जर एवढी छान बिदागी मिळणार असेल, तर आम्ही हे गाणं रोज वाजवू." प्रतापराव म्हणाले. ह्यावर सर्वजण हसायला लागले. मोहिनीच्या चेहऱ्यावर पण हसू फुटलं. ते पाहून प्रतापरावांना थोडं हायसं वाटलं. मोहिनी शांतपणे उठून

खोलीबाहेर गेली. पानाचा डबा उघडतच प्रतापरावांनी विचारलं,

"डॉक्टर मोहिनीची मानसिक स्थिती ठीक नसताना ती इतकी सुंदर सतार कशी काय वाजवू शकली?"

त्यावर रहिमदादा म्हणाले,

"सरकार, ये तो अल्लाह की देन है। रक्तात भिनलेली कला आहे ती."

सर्वजण गप्पात रंगले होते. तेवढ्यात विठोबानं सांगावा आणला,.

"चला जेवायला वाढलंय."

"विठोबा, तुझ्या वहिनीसाहेब जेवल्या का रे?" प्रतापरावांनी विचारलं.

"जना ताट घेऊन गेलीय."

जेवण आटोपून प्रतापराव मोहिनीच्या खोलीत गेले. पाहतात तर काय ताट तसंच टेबलावर ठेवलं होतं.

"मोहिनी, जेवण आवडलं नाही दुसरं काही करायला सांगू का विठोबाला?"

मोहिनीनं एकवार प्रतापराव आणि जनाकडं पाहिलं आणि चिडून तिनं ताट भिरकावून दिलं. जना शांतपणे पसरलेली शितं गोळा करत होती. मोहिनीनं पांघरूण घेतलं आणि प्रतापरावांकडं पाठ करून ती झोपली.

"जना, तुमच्या वहिनीसाहेब रुसल्यात वाटतं आमच्यावर."

जनाच्या डोळ्यांतून पाणी ओघळलं. ताटात गोळा केलेली शितं घेऊन ती बाहेर गेली. प्रतापराव हताश नजरेनं छताकडं पाहत उभे होते. जना आत येताच ते संथ पावलांनी बाहेर निघून गेले.

रात्री अचानक आरडाओरड ऐकून प्रतापराव दचकून जागे झाले. दिवा लावला. घड्याळात तीन वाजले होते. कानोसा घेत लगबगीनं मोहिनीच्या खोलीकडं निघाले पाहिलं तर काय, मोहिनीच्या खोलीसमोर सर्व गड्यांची गर्दी दिसली.

"अरे विठोबा काय झालं?" म्हणत पळतच ते तिकडं गेले. विठोबानं त्यांना आत सोडलं नाही. त्याला जोरात ढकलून प्रतापरावांनी खोलीत प्रवेश केला, समोरचं दृश्य पाहून त्यांच्या पायाखालची जमीनच सरकली. जना गडाबडा लोळत होती. मोहिनी तिला लाथाबुक्यांनी बदडत होती.

"विठोबा! अरे विठोबा आत ये." प्रतापराव मोहिनीजवळ गेले.

"विठोबा, मोहिनीला धर, अरे पळ! लाजा कुठं वेशीत टांगून ठेवल्याय हो रे सर्वांनी? अरे, जनाला सोडवायचं सोडून तमाशा बघत बसलाय."

दोघांनी मिळून मोहिनीला मोठ्या कष्टानं आवरलं. सुटका होताच जना तोंडावर हात ठेवून अपराध्यासारखी खाली मान घालून पळतच खोलीबाहेर गेली. मोहिनीला तर इकडं काय करू आणि काय नको असं झालं होतं. तिनं प्रतापरावांचा सदरा टराटरा फाडला. ती ओरडू, विव्हळू लागली. हा आरडाओरडा ऐकून पलीकडच्या वाड्यातून

बरेच जण आले होते. समोरचे हे भयानक दृश्य पाहून सर्वांचीच बोबडी वळली.

डॉक्टर येताच सर्वांनी धीर करून मोहिनीला जबरदस्तीनं पलंगावर झोपवलं. ती लाथा मारू लागली, ओरडू लागली. इतक्यात डॉक्टरांनी तिला झोपेचं इंजेक्शन दिलं. मोहिनी हळूहळू शांत झोपी गेली. प्रतापरावांचं डोकं सुन्न झालं. काय करायचं काही कळेना. बाहेर येताच त्यांनी दादांना मिठी मारली आणि टाहो फोडला. दादा तसे घट्ट मनाचे पण प्रतापरावांची ही अवस्था पाहून त्यांचाही संयम सुटला. त्यांनाही रडू कोसळलं;.

''बाळ, स्वत:ला सावरा.'' डोळे पुसत दादा म्हणाले.

''दादा, मी कुठं चुकलो का हो?'' सर्वांनी सांगितल्याप्रमाणं सर्व होम-हवन सगळं केलं. बदल म्हणून त्यांना फिरायला घेऊन गेलो. मामासाहेबांनी पण माहेराला नेऊन सर्व प्रयत्न केले. मामीसाहेबांनी तर निरंतर उपवास केले. दादा हा परमेश्वर माझी काय म्हणून परीक्षा घेतोय, दादा बोला ना दादा!'' दोन्ही हातात तोंड लपवून ओक्साबोक्सी रडत ते मटकन खाली बसले. दोन्ही भावांनी हाताला धरून त्यांना खुर्चीत बसवलं. इंजेक्शन देऊन पंधरा मिनिटं होतात न होतात इतक्यात मोहिनीच्या खोलीतून आदळआपट, आरडाओरडा ऐकू आला. डोळे पुसत पुसतच प्रतापराव मोहिनीच्या खोलीकडं धावले. खोलीत भयानक दृश्य दिसलं. डॉक्टरांच्या कपाळातून भळाभळा रक्त वाहत होतं. मोहिनीनं काहीतरी फेकून त्यांना मारलं होतं. मोहिनीचा तो अवतार बघून प्रतापरावांचे हातपाय लटपटायला लागले. मागचा पुढचा विचार न करता त्यांनी धावत जाऊन मोहिनीच्या कमरेला घट्ट धरलं विठोबाला दोरी आणायला लावली आणि दोघांनी मिळून मोहिनीला खुर्चीला बांधलं. तिला बांधताना प्रतापरावांना खूप वाईट वाटत होतं पण मोहिनीच्या त्या रूपापुढं त्यांना पर्याय नव्हता.

विठोबानं डॉक्टरांची जखम स्वच्छ केली. त्यावर त्यांनी दिलेली पट्टी बांधली. सावरल्यावर डॉक्टरांनी मोहिनीला पुन्हा एक इंजेक्शन दिलं. क्षणभर थांबले. नंतर हाताला धरून प्रतापरावांना बाहेर नेत त्यांना म्हणाले,

''दादा, तुम्हांला वहिनींना मारायचं असेल तर गळा दाबाना.''

''डॉक्टर असं बोलू नको रे.''

''मग माझं ऐका जरा. त्या लवकर बऱ्या व्हाव्या असं वाटत असेल, तर त्यांना तत्काळ येरवडा मेंटल हॉस्पिटलमध्ये दाखल करा. माझ्या मते पेशंट खूप क्रॉनिक झालाय.''

''डॉक्टर, तूच असं म्हटलास तर आम्ही कोणाकडं बघायचं रे?'' ''दादा आता ही केस माझ्या हाताबाहेरची आहे.''

प्रतापरावांनी मोठ्या आशेनं सर्वांकडं नजर फिरवली. कोणीच काही बोललं नाही. शेवटी तेच म्हणाले,

"डॉक्टर तुला योग्य वाटेल तेच करू या" प्रतापराव मटकन खाली बसले. सर्वांच्या माना खाली होत्या.

"सरकार, वयनीसाबासनी कुठं नेऊ नगासा हो, मला मारू देत, जीव घेतला तर घेऊ देत माझा. कुठं नेऊ नगासा त्यास्नी, कुठं नेऊ नगासा."

प्रतापरावांच्या पायावर डोकं टेकवून जना हमसून हमसून रडायला लागली.

"जना उठ!" तिच्या हातांना धरून प्रतापरावांनी उठवलं. "तू खूप सोसलंस जना! अगदी पोटच्या गोळयासारखं सांभाळलीस तिला. अगं जर त्या गजाननाचीच इच्छा नसेल तिला आपल्या सर्वांच्यात ठेवायची, तर तू आणि मी तरी काय करू शकतो?" प्रतापरावांना बोलता बोलता हुंदका फुटला. ते मान वर करून ढसाढसा रडू लागले.

डॉक्टरांनी कारभाऱ्याला बोलावून रेल्वेची तिकीटं काढायला सांगितली.

"डॉक्टर, ते माझ्याच्यानं नाही व्हनार. आमच्या उभ्या आयुष्यात आम्ही खूप लहान-मोठी कामं केली. पण आजतागायत असलं काम आमच्या बापजन्मी कुणी केलं नाही. आम्हांला एवढ्या मोठ्या धर्मसंकटात टाकू नका. कारभारी हात जोडून म्हणाले.

"गोपाळराव तुमच्याशिवाय हे काम कुणालाच जमणार नाही. जा लवकर जा, वहिनींना खूपच त्रास होतोय."

दादासाहेबांनी आणि अविनाशनं गोपाळरावांना समजावलं. तसे ते बाहेर निघून गेले. सगळेच चिंतेत होते. थोरल्या वहिनींनी विचारलं,

"बाळ, राणी, राधाला मोहिनीला भेटवू या का?"

"त्याचा काही उपयोग होणार नाही वहिनीसाहेब. वहिनी त्यांना ओळखणारसुद्धा नाहीत." डॉक्टर म्हणाले, "आतापर्यंत कुणालाच सांगितलं नाही. फक्त विठोबालाच माहीत आहे. दादांनी वहिनींना खुर्चीला बांधल्यापासून तीन इंजेक्शन्स दिलीत. काही सुचेनासं झालंय. इंजेक्शनचाही काही परिणाम होत नाही. लगेच त्यांना जाग येतेय आणि मग त्या खूपच त्रास करून घेताहेत. नुकतंच मी त्यांना खुर्चीतून उचलून पलंगावर झोपवलंय. तुम्हीच विचार करा अशा परिस्थितीत त्यांना मुलींनी भेटणं योग्य आहे का?"

विठोबा आणि जना खाली मान घालून सामानाची बांधाबांध करत होते. एरव्ही उत्साहात काम करणारी ही दोघं जड अंतःकरणानं काम करत होती. प्रतापरावांचं विचारचक्र चालूच होतं. ते सारखे येरझाऱ्या घालत होते. अचानक ते जिना उतरून खाली गेले. देवघराचं दार उघडून चक्क त्यांनी देवासमोर लोटांगण घातलं. बिचारे देवासमोर हमसून हमसून रडू लागले. वारंवार आपलं डोकं त्यांच्यासमोर आपटत आपटत म्हणत होते,

‘का...? का रे, माझी अशी परीक्षा बघायला लागला आहेस? तूच आमचा माता आणि पिता आणि तूच आपल्या मुलांची अशी चेष्टा करतोस? का असा तू कठोर बनला आहेस? तूच माझ्या मोहिनीला जन्माला घातलंस ना? मग आठव एकदा तरी ह्या निष्पाप मुलीनं पाप केलं असेल का रे? तूच आम्हा दोघांना बंधनात बांधून लग्न घडवून आणलंस. सोन्यासारख्या दोन मुली पदरात दिल्यास. मग गजानना तूच विचार कर त्या मुलींनी आईविना कसं आयुष्य जगायचं रे’ हे म्हणत प्रतापराव आपल्या गुडघ्यावर बसले. आपला सदरा देवासमोर पसरत ते अश्रूंनी भरलेल्या अंधुक नजरेनं गजाननाकडं मोहिनीसाठी भीक मागायला लागले.

‘हे विघ्नहरा, मला अशा धर्मसंकटात टाकू नको. माझ्या मोहिनीला इथंच बरी कर. अरे ती फुलासारखी कोमल कसं रे तिला हॉस्पिटलमधलं वातावरण सहन होईल? गजानना धाव घे आणि माझ्या मोहिनीला ह्या संकटातून वाचव रे.’ म्हणत त्यांनी परत आपलं डोकं आपटून घ्यायला सुरुवात केली. तेवढयात पाठीमागून काकींनी, मावशीसाहेबांनी आणि विठोबानं त्यांना घट्ट धरलं.

“बाळ, बाळ, स्वत:ला आवरा.” म्हणत काकी त्यांच्या शेजारी बसल्या.

प्रतापरावांनी पाठीमागं वळून विठोबाकडं पाहिलं आणि ते जोरात ओरडत म्हणाले,

“विठोबा, यापुढं या गजाननाची स्थापना ह्या वाड्यात करायची नाही. याला जर आमच्यावर रुसता येतं, तर आम्ही का नाही त्याच्यावर रुसायचं?” म्हणत त्यांनी आपलं डोकं काकींच्या मांडीवर ठेवलं आणि ते हुंदके देऊन रडायला लागले. काकी आपल्या एका हातात जपमाळ घेऊन ॐ नम: शिवायचा अखंड जप करत होत्या. पण त्यांच्या डोळ्यांतून नकळत अश्रू ओघळत होते.

“दादा, गाडी आली.” म्हणत डॉ. माधवनी देवघरात प्रवेश केला. काकींनी आणि मावशीनी आपले डोळे पुसत पाठीमागे वळून पाहिलं तर डॉ. माधव त्यांच्या पाठीमागं येऊन उभे राहिले होते. त्या दोघींनी प्रतापरावांच्या खांद्याला धरून अलगद त्यांना उठवलं.

“बाळ, आता स्वत:ला सावरा. असा धीर सोडून कसा चालेल? तुम्हांला अजून मोहिनींना घेऊन पुण्यापर्यंतचा प्रवास पार पाडायचा आहे.”

प्रतापरावांनी आपले डोळे पुसले आणि ते डॉ.माधवबरोबर बाहेर पडले. विठोबानं सर्वसामान गाडीत नेऊन ठेवलं. अविनाश अगोदरच गाडीत जाऊन बसला होता. प्रतापरावांनी आणि डॉक्टरांनी मोहिनीला धरून खाली आणलं. जना हमसून हमसून रडत होती.

“बाळ, मोहिनींना पोहोचवून लवकर या.” प्रतापरावांना जवळ घेत दादा म्हणाले.

प्रतापराव, डॉक्टर आणि विठोबानं मोहिनीला उचलून गाडीत बसवलं. गल्लीतील बायका लांबून मोहिनीच्या पाया पडत होत्या. डोळ्यांना पदर लावून लावून त्यांचे पदर ओले झाले होते. प्रत्येकजण देवाला दोष देत होते.

"डॉक्टर, अग्निपरीक्षा परवडली असती रे!" एवढं बोलून प्रतापराव मन घट्ट करून गाडीत बसले.

धुळीचे लोट उडाले. गाडी दृष्टीआड होईपर्यंत लोक तसेच उभे होते. गाडी स्टेशनजवळ केव्हा येऊन पोहोचली. कळलं पण नाही. अविनाश, विठोबानं सामान खाली उतरवलं. प्रतापरावांचे मित्र गोरे त्यांची वाट पाहत बाहेरच उभे होते. मोहिनीला धरून स्टेशनवर आणलं. प्लॅटफॉर्मवर पुणे गाडी लागली होती. सीट नंबर पाहून मोहिनीला घेऊन सर्वजण गाडीत बसले. विठोबा गाडीतून खाली उतरला. वळून खिडकीपाशी आला.

"सरकार लौकर या जी" खिडकीतून प्रतापरावांचे हात धरत तो म्हणाला, "दोन पोरी पदरात हाईत, ते ईसरु नगासा."

"काळजी करू नकोस, विठोबा मोहिनीला सोडून आम्ही लवकर परत येतो. तोपर्यंत राणी, राधाची काळजी घे." प्रतापरावांनी विठोबाचे डोळे पुसले.. धड्....धड्...धडड्....

बरेच हात हलत होते. बरेच रुमाल भिजले होते. कुणी तोंड लपवून अश्रू लपवत होतं. डॉक्टर, गोरे, अविनाश आणि प्रतापराव गप्प बसले होते. सर्वांसमोर काय बोलायचं हाच प्रश्न होता. सर्वजण खिडक्यातून पळणाऱ्या झाडांकडं, टेकड्यांकडं पाहत होते. प्रतापरावांच्या मांडीवर डोकं टेकवून मोहिनी शांत झोपली होती. अविनाशचं तिच्याकडं लक्ष जाताच त्यांनी पिशवीतून चादर काढून तिच्या अंगावर घातली. प्रतापरावांचा जरा कुठं डोळा लागला होता.

"दादा, पुणं आलं चला!" डॉक्टर माधवनी हलवून त्यांना जागं केलं. अविनाशनं सामान खाली घेतलं. बाहेर उतरून टॅक्सी ठरवली. सर्वजण उतरून टॅक्सीत बसले.

टॅक्सी येरवडा मेंटल हॉस्पिटलसमोर येऊन थांबली. हॉस्पिटलचं गेट बंद होतं. टॅक्सी थांबताच दरवान पुढं आला. अविनाश व डॉक्टर माधवनं डॉ. सिग्धाराचं पत्र दाखवताच त्यानं गेट उघडलं. टॅक्सी हॉस्पिटलच्या आवारात येऊन उभी राहिली. मोहिनीच्या हाताला धरून प्रतापराव आणि सर्वजण जड पावलांनी आत गेले. अविनाश, डॉक्टर आणि गोरे तेथील डॉक्टरांचा शोध घेत होते. थोड्या वेळाने डॉक्टर प्रतापरावांजवळ येऊन म्हणाले.

"दादा, डॉक्टरांनी तुम्हांला आत बोलावलंय. तुम्ही एकटेच आत जा. आम्ही

वहिनींपाशी बसतो.''

प्रतापराव उठले. संथ पावलांनी ते डॉक्टरांच्या केबिनकडं निघाले. आत जाताच डॉक्टरांनी त्यांना चटकन ओळखलं. प्रसिद्ध सतारवादक म्हणून प्रतापरावांची ख्याती ते अगोदरच ऐकून होते.

''बसा प्रतापराव.'' हस्तांदोलन करीत डॉक्टरांनी खुर्चीकडं बोट केलं. "I am Dr. Dev, Superitendent of this hospital. प्रतापराव पेशंटबद्दल सविस्तर माहिती देऊ शकाल'' डॉ. देव यांनी विचारलं.

प्रतापराव काहीही न लपवता मोहिनीचा संपूर्ण इतिहास डॉक्टरांना सांगत होते. तेवढ्यात अविनाश त्यांच्याकडं धावत आला.

''दादा! दादा!''

प्रतापरावांनी ओळखलं. ते खुर्चीतून उठून मोहिनीकडं धावत सुटले. डॉक्टर देवही त्यांच्या पाठोपाठ आले. मोहिनी डॉक्टरांना मारत होती, त्यांचे केस ओढत होती.

''सांगा मला कुठं आणलंय?'' मोहिनी विचारत होती.

''मोहिनी,'' प्रतापरावांनी हाक मारताच डॉक्टरांना सोडून तिनं त्यांना मिठी मारली.

''अहो, हे आपण कुठं आलोत? कशासाठी? आणि हे कोण तुमच्याबरोबर?'' मोहिनीनं प्रश्नांचा भडिमार केला.

''अगं मोहिनी हळू बोल.'' प्रतापरावांनी तिची मिठी सोडवत हाताला धरलं. तिला घेऊन ते डॉक्टरांच्या केबिनकडं गेले. डॉक्टर देव यांनी नर्सला बोलावून घेतलं. तिला केसबद्दल समजावून सांगितलं.

''चला उठा!'' म्हणत नर्सनं मोहिनीचा हात धरताच तिनं हात झिडकारला.

''अहो, मला एकटीला सोडून जाऊ नका हो.'' म्हणत तिनं प्रतापरावांना मिठी मारली, ''मला खूप भीती वाटते!''

प्रतापरावांच्या डोळ्यांतून झरझर अश्रू ओघळत होते. नर्सनं दोन आयांच्या मदतीनं, मोहिनीला आत नेलं. ती मोठमोठ्यानं ओरडत, विव्हळत होती. ''अहो, मला एकटीला सोडून जाऊ नका मला..... मला....'' आवाज हळूहळू दूर होत गेला.

''डॉक्टर मोहिनीला त्रास होतोय हो.''

डॉक्टर देवांच्या पायावर डोकं ठेवून प्रतापराव हुंदके देऊन रडू लागले. डॉ. देव यांनी त्यांना उठवलं.

''प्रतापराव, मोहिनीची तुम्ही अजिबात काळजी करू नका. आम्ही आहोत ना. आम्ही जातीनं त्यांच्याकडं लक्ष देऊ.''

''डॉक्टर, आता तुम्हीच माझे परमेश्वर माझ्या मोहिनीला बरी करा हो.''

"प्रतापराव please, believe me. त्यांना लवकरात लवकर बरं करण्याचा आम्ही प्रयत्न करू."

आवश्यक कागदपत्रे भरून प्रतापराव आणि डॉक्टरांनी त्यावर सह्या केल्या. कागदपत्रं डॉक्टराकडं सुपूर्त करताना प्रतापराव म्हणाले,

"डॉक्टर एक विनंती आहे."

"बोला प्रतापराव."

"मोहिनी अगदी लाडात वाढलीय. तेव्हा तुम्ही त्यांना स्पेशल वॉर्डमध्ये ठेवलात तर खूप बरं होईल."

"प्रतापराव तुमची इच्छा पूर्ण होईल." त्यांच्याकडं बघत डॉक्टर गंभीर होऊन म्हणाले. पण एक लक्षात ठेवा, "आमच्या ट्रिटमेंटमध्ये कोणीही ढवळाढवळ करायची नाही."

"डॉक्टर, तुमच्यावर पूर्ण विश्वास आहे आमचा." प्रतापरावांनी डॉक्टरांचा निरोप घेतला."

"गोरे, मिळेल त्या गाडीनं आम्हांला गावी परत जायचं आहे." बाहेर येताच प्रतापराव म्हणाले.

"दादा, आता इतक्या लवकर आपल्याला रेल्वे नाही मिळायची. संध्याकाळपर्यंत थांबावं लागेल आपल्याला."

"मला ते कदापि जमणार नाही. अविनाश टॅक्सी बघ."

अविनाशनं डॉक्टर माधवकडं पाहिलं. त्यांनी मानेनंच होकार दिला. अविनाशनं बाहेर जाऊन टॅक्सी आणली. सर्वजण स्टँडवर पोहोचले. सकाळपासून कोणीच काही घेतलं नव्हतं. कँटीनमध्ये जाऊन सर्वांनी एकेक कप चहा घेतला. टॅक्सी ठरवली. परतीचा प्रवास सुरू झाला.

◆

कुणीच काही बोलत नव्हतं. फक्त येणाऱ्या-जाणाऱ्या वाहनांचा गाडीचा आवाज ऐकू येत होता. प्रतापराव डोळे बंद करून सीटला डोकं टेकून बसले होते. पण डोळ्यांतून अश्रू वाहायचे काही बंद नव्हते. मोहिनी त्यांच्यासमोर उभी होती. ती म्हणत होती,

'अहो, मला एकटीला सोडून जाऊ नका हो, मला... मला...

मोहिनी, राणी, राधा, एकेक चित्र पुढं सरकत होतं.

गाडी वाड्यासमोर येऊन थांबली. काहीही न बोलता प्रतापराव खोलीत गेले. आतून त्यांनी दरवाजा बंद करून घेतला.

दुसरे दिवशी सकाळी विठोबा दोनदा चहाचा ट्रे घेऊन दरवाजा ठोठावून आला. पण आतून काहीच उत्तर आलं नाही. मावशी आल्या. डॉक्टर आले. सर्वांनी हाका मारल्या. जोरजोरात दरवाजा ठोठावला. आतून काहीच प्रतिक्रिया आली नाही. सर्वजण घाबरले.

"विठोबा, जाऊन राणी, राधाला घेऊन ये." डॉक्टर माधव विठोबाला म्हणाले.

राधा, राणी येऊन 'आबा आबा' म्हणत दरवाजा ठोठावू लागल्या. प्रतापरावांना आता मात्र राहवलं नाही. संथ पावलांनी येऊन त्यांनी दरवाजा उघडला. त्यांचे डोळे सुजून लाल झाले होते.

"आबा, आम्हांला सोडून फिरायला गेला होता काय? आम्ही नाही जा तुमच्याशी बोलणार!" म्हणत दोघींनी आबांना मिठी मारली.

प्रतापरावांनी त्या दोघींना उराशी घट्ट कवटाळलं. त्यांच्या डोळ्यातून अश्रू ओघळले. अश्रूंचा गरम स्पर्श होताच राणी म्हणाली,

"आबा, आई कुठं आहेत हो?"

"तुमच्या आईंना बरं नाही ना, म्हणून काही दिवस तुमच्या आजींकडं सोडलंय आम्ही त्यांना." डॉक्टरांकडं पाहत प्रतापराव म्हणाले.

विठोबानं सर्वांसाठी चहा आणला. तेवढ्यात प्रतापरावांचे भाऊ दादासाहेबही तेथे आले. त्यांना पाहताच त्यांच्या गळ्यात पडून ते रडू लागले.

"डॉक्टरकाका, बघा ना, आबांना काय झालंय? गोळी द्या ना त्यांना, नाहीतर आईंना करता तसं टुच करा."

डॉक्टरांनी विठोबाला मुलींना खाली घेऊन जायला सांगितलं. प्रतापरावांचे हुंदके काही थांबले नव्हते.

"बाळ, हा काय वेडेपणा? अहो मोहिनींना लवकर बरं वाटावं म्हणून तर आपण हा निर्णय घेतला आहे" म्हणत दादासाहेबांनी त्यांच्या पाठीवरून हात फिरवला.

"दादा, माझ्यावर विश्वास ठेवा, वहिनी लवकर बऱ्या होऊन परत येतील." डॉक्टर म्हणाले.

"डॉक्टर, आता माझा स्वत:वरच विश्वास राहिला नाही. गजाननच माझ्यावर रुसला आहे तर मी कुणाकडून अपेक्षा करू? मला तर राणी, राधाचीच अधिक काळजी वाटते. डॉक्टर त्या दोन मुली माझ्या पदरात नसत्या, तर आम्ही तुम्हांला दिसलो नसतो." निराश मनानं प्रतापराव बोलून गेले.

"बाळ, आम्ही तुमच्या माघारी एक निर्णय घेतला आहे."

"कोणता मावशीसाहेब?"

"पुढच्या आठवड्यात राणी आणि राधाला घेऊन भोपाळला जावं म्हणतोय.

कारभाऱ्याला सांगून रेल्वेचं रिझर्वेशन करून घेतलंय आम्ही बाळ, आपली काही हरकत नाही ना?''

''मावशीसाहेब, खूप मोठी जबाबदारी उचललीत तुम्ही, हे तुमचे उपकार आम्ही जन्मभर विसरणार नाही.''

''बाळ आज बोललात ते बोललात. परत चुकूनही उपकाराची भाषा आमच्यासमोर काढायची नाही.'' डॉक्टरकडं वळून मावशीसाहेब म्हणाल्या, ''डॉक्टर जरी आम्ही मुलींना घेऊन गेलो, तरी बाळांची काळजी वाटत राहणार आम्हांला.''

''मावशीसाहेब, तुम्ही दादांची अजिबात काळजी करू नका. मी तुम्हांला वचन देतो की, एक वेळ घर सोडेन पण दादांना सोडणार नाही.''

शिंप्याला बोलावून घेऊन प्रतापरावांनी राणी, राधासाठी नवीन कपडे शिवायला सांगितले. राणी तर राधापेक्षा मोठी असल्यामुळे थोडं फार तिला कळत होतं. पण राधाची मात्र विचित्र अवस्था झाली होती. त्या दोघीही पळतपळत आत गेल्या आणि त्यांनी आबांना मिठी मारली. प्रतापरावांनी त्या दोघींनाही उराशी कवटाळलं.

''आबा, आमचा कंटाळा आला का हो? आम्ही तुम्हांला काहीही त्रास देणार नाही. तुम्ही सांगाल तसं आम्ही वागू. तुम्हांला सोडून आम्ही कुठं कुठं जाणार नाही.''

''राणी बेटा, तसं नाही रे, तुम्ही दोघी तर माझे दोन डोळे आहात. तुमच्याविना मी आंधळा आहे. पण तुमच्या शिक्षणाचा विचार करून मी हा निर्णय घेतला आहे. तुम्ही शिकून खूप खूप मोठं व्हावं हीच इच्छा आहे माझी. ह्या खेडेगावात कसलं आलंय शिक्षण?''

''आबा, आम्ही गेल्यावर तुमच्याजवळ कोण?''

चिमुरड्या राणीला एवढं ज्ञान कुठून आलं. याचंच प्रतापरावांना आश्चर्य वाटलं.

''आबा, ही आक्का सारखं सारखं रडत असते. तिला सांगा ना,'' प्रतापरावांनी राधाला मांडीवर घेतलं. तिच्या ढोपराकडं लक्ष जाताच ते म्हणाले,

''राधा आक्कासारखं हे ढोपर का फोडून घेता?''

''आबा, आम्ही गोट्या खेळत होतो. घस्टी आली आणि हे ढोपर फुटलं त्यावर आम्ही माती लावली. आता ते बरं झालं.''

''कुणी शिकवलं हे तुम्हांला?''

''अहो, आबा ह्या मुल्ल्याच्या गुलब्यानं. तोच की तो काय लागलं की सारखी माती लावत असतो.''

''राणी, काय ही राधाची भाषा? असं नसतं बरं का बोलायचं राधाआक्का! म्हणूनच तुम्हांला चांगल्या शाळेत घालणं गरजेचं आहे.''

''आबा आम्हांला नाही चांगल्या शाळेत जायचं.'' नाक मुरडत राधा म्हणाली,

“इथं बाईंना गुलाबाचं फूल दिलं की पहिला नंबर येतो!” यावर राणी आणि प्रतापराव खळखळून हसायला लागले.

जना आणि विठोबानं मुलींचं सर्वसामान भरलं. राणीनं एका पिशवीत आपल्या बाहुल्या भरल्या. राधानं गोट्या, विटीदांडू, आपल्या पिशवीत भरल्या. प्रतापरावांनी एक बाहुली आणि थोड्या गोट्या बाजूला काढून घेतल्या.

“बाळांनो, ही एवढी तुमची आठवण म्हणून आमच्या खोलीत ठेवतो. चालेल ना?” डबडबलेल्या डोळ्यांनी ते म्हणाले.

राणीनं आबांना घट्ट मिठ्ठी मारली. ती हुंदके देत रडू लागली. पाठीमागून मावशीसाहेबांचा आवाज आला.

“राणी, असं रडू नये. आबांना त्याचा खूप त्रास होतोय. उद्या सकाळी आपल्याला निघायचंय. चला झोपा बघू आता.”

“आबा, आज आम्ही तुमच्याजवळ झोपणार!” डोळे पुसत राणी म्हणाली,

त्या दोघींना घेऊन प्रतापराव खोलीत गेले. अंथरूण अगोदरच घातलं होतं.

दोघीही प्रतापरावांच्या छातीवर हात टाकून दोघी कुशीत गाढ झोपी गेल्या. प्रतापरावांचा मात्र रात्रभर कसला तो डोळा लागला नाही. पहाटेच विठोबानं त्यांना हाक मारून उठवलं. अंघोळीसाठी जना त्या दोघींना आत घेऊन जात होती.

“आबा, आज तुम्ही अंघोळ घाला ना आम्हांला.” राणी म्हणाली.

प्रतापरावांनी जनाला मुलींचे कपडे काढून ठेवायला सांगितलं. दोघींना घेऊन ते न्हाणीघरात गेले. अंघोळ घातली. दोघींनाही पावडर लावली. नवीन कपडे घातले. तेवढ्यात वाड्यासमोर गाडी येऊन थांबली. सर्वांची एकच तारांबळ उडाली. विठोबानं बॅगा गाडीत ठेवल्या. राणी, राधा आबांच्या पाया पडल्या. त्यांना जवळ घेऊन प्रतापरावांनी दोघींची पापी घेतली.

“आबा, आईंना बरं वाटल्यावर भोपाळला घेऊन या हं.” रडत रडत राणी म्हणाली, “आम्ही तुमची वाट बघू.”

प्रतापरावांनी मावशीसाहेबांना नमस्कार केला.

“बाळ, तुम्ही मुलींची अजिबात काळजी करू नका. त्या माझ्याच मुली आहेत असे समजा.”

“मावशीसाहेब, आमचा विश्वास आहे तुमच्यावर.”

डॉक्टर माधवनं चॉकलेटचा डबा राणीच्या हाती दिला.

“राधा, आम्हांला विसरणार नाही ना?”

सर्वांनी मावशीसाहेब, राणी आणि राधाला निरोप दिला.

◆

वाड्यातली भीषण शांतता प्रतापरावांना खायला उठली होती. अविनाशला हाक मारून त्यांनी जवळ बोलावून घेतलं.

"अविनाश, आपलं सामान आवरा, आम्ही उद्याच पुण्याला निघू."

पुण्यात प्रतापराव आपले मामेभाऊ विश्वासरावांकडं उतरले. दोघं एकमेकांना कडकडून भेटले. विश्वासराव प्रतापरावांना आत नेत म्हणाले,

"बाळ, आम्हांला सर्व काही कळलं. बाळ असं घडायला नको होतं. चला डोळे पुसा बघू. इतक्या लहान वयात मोहिनींना हा आजार कसा झाला तेच मुळी कळत नाही. आपल्या घराण्यात त्यांच्यासारखं देखणं रूप कुणाजवळ नाही. त्यांचा भोळा, भाबडा स्वभाव हे असं का घडावं. हे एक कोडंच आहे. बाळ आम्ही भरपूर शिकलो असलो, तरीही 'दृष्ट' या शब्दावर विश्वास आहे आमचा. खरोखरच बाळ तुमच्या सुंदर संसाराला दृष्ट लागली हो."

"दादा, आमच्या नशिबाचे भोग दुसरं काय म्हणायचं!"

"खरंय बाळ, नशिबातलं कोणी टाळू शकत नाही."

"दादा, आम्ही मोहिनीला भेटून येतो."

"बाळ, आम्ही पण तुमच्याबरोबर येतो."

"दादा, वहिनी, कुठं दिसत नाहीत?"

"त्या जरा बाजारात गेल्यात. तुम्हांला पाहून त्यांना आनंद होईल. मावशीसाहेबांचं पत्र वाचल्यापासून त्या अगदी बैचेन झाल्या आहेत."

"दादा, तुम्ही माझ्याबरोबर येणार म्हणताय, आज जेलला सुट्टी आहे वाटतं?" विश्वासराव हे जेलमध्ये आय. जी. पी. होते.

"त्याचं काय आहे प्रतापराव एखादा दिवस दांडी मारली, तर चालतं आम्हांला."

सर्वांनी आपल्या अंघोळी आटोपल्या. अविनाश, विश्वासराव आणि वहिनीसमवेत प्रतापराव येरवडा मेंटल हॉस्पिटलमध्ये निघाले. मोहिनीला भेटायला मिळणार या गोष्टीचा आनंद त्यांच्या चेहऱ्यावर ओसंडून वाहत होता. हॉस्पिटलमध्ये पोहोचताच त्यांनी डॉक्टरांची भेट घेतली. दादा-वहिनींची त्यांना ओळख करून दिली.

"प्रतापराव, तुम्ही मोहिनीला खोलीतच जाऊन भेटलात तर बरं होईल." डॉक्टर देवनं नर्सला हाक मारून त्यांच्याबरोबर जायला सांगितलं. खोलीजवळ पोहोचताच प्रतापरावांना मोहिनीच्या ओरडण्याचा, किंकाळण्याचा आवाज आला.

"हे काय?"प्रतापरावांनी घाबरून नर्सला विचारलं.

"तुमचा पेशंट खूप व्हॉयलंट झालाय. त्यांना वरचेवर शॉक्स द्यावे लागतात. तुम्ही आलात पण त्याचा काही उपयोग होणार नाही." प्रतापरावांचे हात-पाय लटलटायला लागले. आतमध्ये जायचं, तिला भेटायचं, त्यांचं धाडसच झालं नाही. ते सर्वजण तिथूनच परत माघारी फिरले. डॉक्टर देव त्यांची वाट पाहत होते.

"मिस्टर प्रतापराव भेटली का मोहिनी?" आत प्रवेश करताच डॉ. देवनं विचारलं, "प्रतापराव मला माहीत होतं की, तुम्ही मोहिनीला भेटू शकणार नाही. पण हेच जर मी तुम्हांला भेटू देणार नाही. असं म्हटलं असतं तर कदाचित राग आला असता तुम्हांला. आमच्यावरचा विश्वास उडाला असता तुमचा."

"डॉक्टर, हा त्रास केव्हापासून सुरू झाला तिला?" थरथरत्या ओठातून आवंढा गिळत प्रतापरावांनी विचारलं."

"आम्ही त्यांचा क्लोरप्रोमॉझिनचा डोस बंद केला तेव्हापासून." डॉक्टर सहजपणे म्हणाले, "प्रतापराव पेशंटच्या बाबतीत निर्णय घेण्यात तुम्ही चूक केलीय, डॉ. सिग्धारांनी तुम्हांला सांगितलं होतं पेशंटला ताबडतोब येरवडा मेंटल हॉस्पिटलमध्ये दाखल करा म्हणून तरीही तुम्ही त्यांना घरी घेऊन गेलात आणि तिच्यावर रबीश प्रयोग केले. त्यामुळेच त्यांना हे सहन करावं लागतंय. मला माहीत आहे तुमचं बायकोवर अति प्रेम आहे. पण वाईट वाटतं की, तुमच्यासारखी शहाणी माणसं असं वागायला लागली, तर अडाणी माणसांनी काय करायचं? सॉरी प्रतापराव! तुम्हांला आम्ही बोलणं योग्य नाही पण गेला आठवडाभर ही मुलगी ज्या परिस्थितीतून जात आहे, त्याला जबाबदार तुम्ही आहात. डॉक्टर सिग्धारांनी आपल्याला सांगितल्याप्रमाणं तुम्ही तिला इथं दाखल केलं असतं, तर ती इतकी व्हॉयलंट झाली नसती."

पाठीमागं उभे असलेले विश्वासराव सद्‌गदित होऊन ऐकत होते. प्रतापरावांचं डोकं तर सुन्न झालं होतं. विश्वासरावांनी आतापर्यंत फाशीच्या शिक्षा प्रत्यक्ष पाहिल्या होत्या. पण त्यांचे कठोर मन आज मोहिनीच्या गाथा ऐकून झरझर पाझरलं.

"डॉक्टर, आता आम्ही काय करायला हवं?" विश्वासरावांच्या पत्नीनं पुढं होऊन विचारंलं.

"खरोखरंच पेशंट जरा लवकर बरा व्हावा असं तुम्हांला वाटत असेल तर एक काम करा." डॉक्टर कठोर स्वरात म्हणाले, "तुम्ही किमान दोन वर्षं तरी तिला भेटू नका. मी हे बोलतोय याचं वाईट वाटून घेऊ नका. ट्रिटमेंटच्या वेळी पेशंट जर इमोशनल होऊन रडला, तर आमच्या ट्रिटमेंटचा काहीच उपयोग होत नाही. त्यामुळे आम्हांला ट्रिटमेंट रिपीट कराव्या लागतात, म्हणजे परत आम्ही पेशंटच्या यातना वाढवतोय. Please help us आम्हांला काही कळवावंसं वाटलं, तर आम्ही विश्वासरावांना कळवत जाऊ चालेल ना विश्वासराव?"

"डॉक्टर, मीच मोहिनीचा गार्डियन आहे असं समजा. कधीही हाक मारा. मी सदैव हजर आहे." विश्वासराव म्हणाले.

"प्रतापराव, तुम्ही पत्रानं चौकशी करू शकता. आम्ही नियमितपणे आपल्या पत्राचं उत्तर देऊ Ok Mr. Pratap! Excuse me आज मीटिंग आहे. मला गेलंच पाहिजे."

डॉक्टरांचा निरोप घेऊन जड पावलांनी सर्वजण बाहेर पडले.

◆

मोहिनी खोलीत निपचित पडली होती. थोड्या वेळानंतर ती कॉटवर धडपडू लागली, ती कण्हत होती, मोठमोठ्यानं बडबडत होती,

'मला सोडा हो, सोडा मला तुमची शपथ मी कुणाला मारणार नाही. अहो बाबा, तुम्ही सांगा ना यांना मी वेडी नाही हो. मी पळून जाईन म्हणून कोंडलंय मला. मला शॉक देणार? नको नको... हं, मला खूप भूक लागलीय मला जेवायचं आहे... अं... अं.,..अहो बाबा आईंनी डब्यात काय दिलंय हं....हं... कशाला आणि तुम्ही काय खाणार? बरं, तुम्ही आग्रहच करता तर खाते यातलं थोडसं... बाबा माझं एक काम कराल? तुमच्या आईंना सांगून माझ्या आबांना बोलवायला सांगा ना, त्यांना सांगा मी ह्यांच्यावर रुसलेय म्हणून रडक्या आवाजात ती म्हणाली, 'सांगाल ना बाबा?' पुन्हा लाडात येऊन ती म्हणाली, 'शानं गं माझं बाळ, जा आता शाळेला, जा बघू उशीर होईल.'

डॉ. प्रकाश साठेंना घेऊन डॉ. देव राऊंड मारत होते. मोहिनीच्या खोलीसमोर गर्दी पाहून ते तिकडेच आले. ते येताच सगळे निघून गेले. दोघेही एका झाडाच्या कट्ट्यावर बसले.

''डॉक्टर प्रकाश, तुम्हांला माहीत आहे हे काय आहे ते. अहो, प्रतापरावांसारखी सुशिक्षित विद्वान माणसंसुद्धा अंधश्रद्धा ठेवतात. या मोहिनीला इथं आणण्यापूर्वी काही दिवस तिला मिरजेला कृपामयी हॉस्पिटलमध्ये ठेवण्यात आलं आणि त्याच्याआधी प्रतापरावांनी साधू-फकीर होम-हवन असलं काही केलं. त्यांचे डॉक्टर होते. ज्योतिषी त्याला कोंबडं खावंसं वाटलं तर कोंबडं उतरून टाकायला सांगायचा. डॉक्टर अशा वेळेला नदीच्या प्रवाहाबरोबर ओंडका वाहत जावा तसा माणूस वाहत जातो. कधी कधी माणसांचा आत्मविश्वास कमजोर होतो आणि तो याला बळी पडतो. स्वत:ची बायको बरी व्हावी म्हणून काय काय प्रयत्न केले त्यांनी पण त्या बिचाऱ्याच्या लक्षात आलं नाही की पेशंट क्रॉनिक होत चाललाय, त्याला ॲडमिट करणं गरजेचं आहे. अहो, अशा परिस्थितीत पेशंटला ई. सी. टी. देणं फार आवश्यक असतं.''

''सर, हे अति प्रेम असलं की अशा चुका होतात.'' डॉक्टर साठे म्हणाले.

''पण हे भोगावं कुणाला लागतं?'' हताश होऊन डॉक्टर देव म्हणाले.

''सर, हे सगळ्यांनाच कळलं, तर सगळेच डॉक्टर होतील.''

"What you say is also right. निर्णय घ्यायला उशीर झाल्यामुळे मोहिनी जास्तच हट्टी बनली. ती कुणाचंच ऐकायची नाही. सर्वांना मारायचं, कुठंतरी पळून

जायचं, नेहमीचंच झालेलं. तिचं रडणं वाढलं. मग तिला कोंडणं किंवा बांधणं हे दोनच उपचार होते आणि याचा परिणाम म्हणून पेशंट कधी कधी इतका चिडका बनतो बापरे! काही सांगायची सोय नाही. अति झालं की आमच्याकडं आणून सोडतात आणि मग कधी बरा होणार म्हणून विचारत बसतात. डॉक्टर या पेशंटवर वेळीच उपचार सुरू करावे लागतात. वाईट वाटतं. सुशिक्षित लोक असे वागायला लागले, तर अडाणी लोकांनी काय करायचं! डॉक्टर या पेशंटची मजा बघायची असेल तर एक-दोन दिवसांनी तिला या झाडाखाली बघा. अहो, कुणाला वाटणारही नाही की ही पेशंट आहे. ती गाऊ लागली की संपूर्ण स्टाफ आपली कामं सोडून तिचं गाणं ऐकत उभा राहतो. Realy, she is a poor child, but royal blood."

दोघांचं बोलणं चालूच होतं. अचानक मोहिनीच्या ओरडण्याचा आवाज ऐकून ते धावतच तिकडं गेले. पाहतात तर मोहिनीनं कॉटवरच अंथरूण इकडं तिकडं विस्कटलं होतं, खुर्ची भिंतीवर आदळत होती, डॉक्टरांना पाहताच ती त्यांच्यावर धावून गेली.

''मला सोडताय की नाही?'' तिनं डॉक्टरांचा शर्ट पकडला. मेट्रननं आणि सिस्टरनी येऊन तिला आवरलं.

"Sister, Repeat the E.C.T." डॉक्टर देव म्हणाले, ''डॉक्टर साठे, तुम्ही जरा लक्ष द्या.''

ई.सी.टी. देऊन मोहिनीला खोलीत आणल्यानंतर डॉक्टर देव स्वत: आत गेले. मोहिनी झोपी गेली होती.

''डॉक्टर साठे चला आपण राऊंड संपवून येऊ.'' बाहेर येत ते म्हणाले,''मेट्रन तुम्ही हिच्याकडं स्वत: लक्ष द्या.''

डॉक्टर साठे नुकतेच हॉस्पिटलमध्ये रूजू झाले होते. त्यामुळे डॉक्टर देव त्यांना संपूर्ण केसेसबद्दल माहिती देत होते. दोघं बोलत बोलत पुढं चालले होते. समोरून येऊन एका पेशंटनं डॉक्टर देव यांचा हात धरला. तिच्या पाठीवरून हात फिरवत डॉक्टर म्हणाले,

''अहिल्या सोड पाहू मला?''

''तुम्ही किती चिकने दिसता हो, अगदी दिलीपकुमार! माझ्याशी लग्न करणार ना?''

''हो करणार.''

''मग मी तयारी करू?''

''हो, हो! जा भटजीला बोलावून घेऊन ये.''

डॉक्टरांच्या उत्तरानं आनंदून अहिल्या उड्या मारत मारत निघून गेली.

"डॉक्टर साठे, हे रोजचंच आहे. या लोकांशी थोडं प्रेमानं बोललं की संपूर्ण ट्रिटमेंट संपेपर्यंत ते आपलं सर्व काही ऐकतात. डॉक्टर ही मंडळी खरोखरच प्रेमाची भुकेलेली असतात. डॉक्टर ह्या दहा जणी तुम्हांला दिसतात ना ह्या सर्व इथल्या पेशंट होत्या." स्वयंपाकघराकडं बोट दाखवत डॉ. देव म्हणाले.

"सर, बऱ्या झाल्या तरी त्या अजून इथंच?" डॉ. साठेंनी प्रश्न केला.

"हो बऱ्या, झाल्या तरी इथंच. त्यांना कोणी न्यायलाच आलं नाही, म्हणून बिचाऱ्या हे काम करतात. अहो, त्यांच्या घरात कळवूनसुद्धा कोणी यायला तयार नाहीत. साधं पत्रसुद्धा नाही. खरं सांगू डॉक्टर जनावरंसुद्धा प्रेमळ असतात हो."

"खरं आहे सर!"

पंधरा-सोळा वर्षाच्या मुलीनं समोर येऊन डॉक्टर देवांचा हात धरला.

"ए बाबा, ए बाबा, चल ना रे!"

"अगं, हो, पण सांगशील की नाही कुठं जायचं ते?"

"तुला माहीत आहे की रे, तो योगेश त्याला सांग ना, माझ्याशी लग्न करायला! मी काय त्या शालिनीपेक्षा वाईट दिसते का रे? नेहमी तिला घेऊन फिरत असतो बघ." डॉक्टरांच्या गळ्यात पडत ती म्हणाली, "बाबा, बघ हं, गप-मुकाट्यानं माझं त्याच्याशी लग्न लावून दे नाही तर मी जीव देईन बघ."

नर्स येऊन तिच्या हाताला धरून घेऊन गेली.

"डॉक्टर साठे, ही एकतर्फी प्रेमाची केस आहे."

पेशंटना हाताळायची डॉक्टर देव यांची पद्धत डॉ. साठे बारकाईनं पाहत होते.

"चला आपण जेन्टस् वॉर्डकडं जाऊ."

'सर, तुम्हांला कंटाळा येत नाही."

"तुम्हांला आला आहे का? असेल तर आपण उद्या जाऊ."

"सर, मी आपल्यासाठी विचारलं."

"डॉक्टर या लोकांबरोबर संपूर्ण दिवस घालवायला मला आवडतं. आपण फक्त प्रेम वाटायचं असतं. या लोकांची दुसरी कोणतीच अपेक्षा नसते."

दोघंही जेन्टस् वॉर्डकडं पोहोचले.

"डॉक्टर साठे तुम्हांला आमचा ब्रिलियंट स्टुडंट दाखवतो." म्हणत त्यांनी हाक मारली, "आलोक!"

"Yes Sir, How are you, Mr. Dev?"

"अरे आलोक, तुला सांगायचं विसरलो हे "Mr. Sathe, My Friend."

"Glad to meet you, Mr. Sathe. Dr. Dev, please sitdown. आज मी तुमच्यासाठी स्कॉच आणली आहे."

"अरे व्वा!"

आलोकनं दोन ग्लास घेतले. पेगच्या मापाएवढं त्यात पाणी भरलं परत दुसऱ्या तांब्यानं पाणी ओतलं. एक डॉक्टरांना दिला व दुसरा स्वत: घेतला. "चिअर्स" म्हणत त्यानं एक सीप घेतला.

"Sorry, Mr. Sathe! आपण आम्हांला कंपनी द्याल का?"

"Sorry, मी घेत नाही."

"That's like a good boy" म्हणत त्यानं डॉक्टर साठेंची पाठ थोपटली. आलोकनं चार-पाच पेग संपवले आणि झिंगल्यासारखा कॉटवर पडला.

"Poor Child " म्हणत डॉ. देव यांनी त्याच्या अंगावर चादर घातली आणि ते बाहेर पडले.

डॉक्टर, हा इंजिनीअरिंगचा एक हुशार विद्यार्थी, पण (addiction) ॲडिक्शनमुळे त्याच्यावर ही वेळ आली. शिक्षणसुद्धा अर्धवट राहिलं. डॉक्टर, एक मात्र खरं माणसाला संगत चांगली पाहिजे."

"अगदी बरोबर सर!"

दोघंही एका खोलीपुढं थांबले. त्या खोलीला मोठे लोखंडी गज होते. आत साखळदंडांनी बांधलेला एक आडदांड माणूस गुरगुरत होता. त्यांच्याकडं बोट दाखवत डॉक्टर देव म्हणाले.

'डॉक्टर, गेला दीड महिना तो या स्थितीत आहे. दया येऊन सोडलच तर गज वाकवतो. आतापर्यंत हॉस्पिटलमधल्या दोघांचे खून केले त्याने म्हणून त्याला बांधून ठेवावं लागतं. ट्रिटमेंटच्या वेळी त्याला बेशुद्ध करूनच ट्रिटमेंट द्यावी लागते." डॉक्टर देव उसासा टाकत पुढे म्हणाले.

"हा बॅंबेला एका फॅक्टरीत वॉचमनचं काम करत होता. अतिशय सज्जन माणूस, बायकोही देखणी मिळाली. पण हा जेव्हा नाईट ड्युटीवर असायचा तेव्हा त्याच्या माघारी त्याच्या बायकोचे वाईट धंदे चालायचे. ड्युटीवरून परत आला की बायकोवर तो इतका प्रेमाचा वर्षाव करायचा की त्याला काही सुचत नसायचं. एक दिवस मित्राच्या आग्रहास्तव तो ड्युटीवरून लवकर घरी आला. बायकोला एका परपुरुषाच्या बाहुपाशात पाहून तो स्वत:ला आवरू शकला नाही. त्या दोघांचाही त्यानं कोयत्यानं खून केला. त्याला फाशीची शिक्षा झालीय. त्या खुनांचा त्याच्या डोक्यावर परिणाम झाला आणि म्हणूनच येरवडा जेलमधून त्याला इथं शिफ्ट केलंय इथं. खूप जपून वावरावं लागतं डॉक्टर. Ok, doctor ! राहिलेला राऊंड उद्या पूर्ण करू दमला ना डॉक्टर?"

"No, Sir!" हसतच डॉ. साठेनी मान हलवली.

चार-पाच दिवस निघून गेले. समोरचे दृश्य पाहून डॉक्टर साठे जागीच उभे राहिले. मोहिनीचा गोड आवाज त्यांच्या कानावर पडला -

'घनश्याम नयनी आला सखे गं,
काजळ घालू कशाला ॥
रोमांचाने नटली काया
हिरे माणिक कशास वाया, कशास मोहनमाला सखे गं,
काजळ घालू कशाला ॥
कृष्ण सख्याची मंजुळ मुरली
येऊन हृदयी संचारली रे, कशास मोहनमाला सखे गं,
काजळ घालू कशाला ॥
एका जनार्दनी डुंबत अविरत
शेषशायी नारायणा, कशास मोहनमाला सखे गं,
काजळ घालू कशाला...'

"मोहिनी, किती सुंदर गळा दिलाय तुला परमेश्वरानं" गाणं संपताच देशपांडे आणि शेख सिस्टर म्हणाल्या.

"तुम्हांला आवडलं सिस्टर? हे भक्तिगीत आमच्या 'ह्यांनी' शिकवलं मला. ते पण खूप सुंदर गातात हो."

"झाडाखाली पेशंट आणि सिस्टरांचा घोळका जमला होता. राऊंडवर आलेले डॉक्टर शिरवाईकर त्यांना पाहताच ओरडले,

"काय सिस्टर, कामं वगैरे?"

"Sorry Sir!" म्हणत सर्व कर्मचारी कामाला लागले.

सिस्टर तुमची चूक नाही ही त्या आवाजाची जादू आहे. डॉक्टर स्वत:शीच बोलले. मोहिनीजवळ जाऊन ते म्हणाले,

"मोहिनी, तू आज किती सुंदर दिसतेस!"

"डॉक्टर तुम्हांला आवडली साडी? ही चंदेरी साडी आईनं आणली होती माझ्यासाठी!"

मोहिनीचं राहणीमान पाहून डॉ. शिरवाईकर चाट पडले होते.

"मोहिनी, तुला काही त्रास नाही ना?" काय बोलायचं हेच त्यांना सुचलं नाही.

"आहे ना डॉक्टर! अहो माझा राम तिथं रडत असेल ना. डॉक्टर तुम्हांला माझी गाणी ऐकायला आवडतात, तर मग त्याला इथं घेऊन या ना! मग इथंच राहून मी रोज तुम्हांला गाणी म्हणून दाखवेन."

"मोहिनी, काळजी करू नकोस. मी तुझ्या घरी निरोप पाठवून रामला बोलावून घेईन." तिच्या डोक्यावरून हात फिरवत डॉ. शिरवाईकर म्हणाले.

"माझा राम फक्त सहा महिन्यांचा आहे हो, तुम्हीच सांगा कुठली आई एवढ्या तान्ह्या मुलाला सोडून राहील?"

''जा मोहिनी, थोडा वेळ झोप जा. मी तुझ्या घरी निरोप पाठवतो.''

डोळे पुसत मोहिनी आपल्या खोलीकडं गेली.

''मला परवाच सरांनी ही केस ऑब्झर्व्ह करायला सांगितली होती म्हणून मी लांबूनच मोहिनीला ऑब्झर्व्ह करत होतो.'' जवळ येत डॉ. साठे डॉ. शिरवाईकरांना म्हणाले. ''आश्चर्य याचंच वाटतं की चारच दिवसांपूर्वी हिला ई.सी.टी. दिला होता आणि आज हिचं हे रूप.''

''डॉ. साठे तुम्ही तर नवीन आहात. आम्ही इथं जुने असूनसुद्धा आम्हांला आश्चर्य वाटतं. अहो, काय खानदानी राहणीमान हिचं. डॉक्टर असूनसुद्धा हिच्याबाबतीत असं म्हटलं तर वावगं ठरणार नाही, डॉक्टर खरोखरच हिला दृष्ट लागली हो.''

''हिच्या आवाजात किती गोडवा आहे हो! परमेश्वराचीच देणगी म्हणायची.'' डॉक्टर साठे अजूनही तिच्या गाण्यात गुंग होते.

संध्याकाळची वेळ होती. मोहिनी व्हरांड्यात उखाणे घेत होती. शेजारी काम करत असलेल्या आया जवळ आल्या.

''मोहिनी, आम्हांला उखाणे घेऊन दाखव ना.''

मोहिनी लाजली.

''अगं, अशी लाजतेस काय?''

''नाही हो मावशी उखाणे घेताना मुली अशाच लाजतात'' हसून मोहिनी म्हणाली.

''घे गं लवकर अजून कामं आटपायची आहेत. मेट्रन आली की ओरडेल आमच्यावर.''

''बरं मावशी, ऐका तर.'' म्हणून तिनं सुरुवात केली.

''ऐका हं मावशी!''

संस्कृतमध्ये नदीला म्हणतात सरिता, प्रतापरावांचं नाव घेते तुमच्या सर्वांकरिता.''

''अगं किती छान नाव घेतलीस आणखीन एक घे ना गं.''

''नाजूक चमचा, साजूक तूप
गोकुळच्या कृष्णासारखं, प्रतापरावांचं रूप.''

आयानं तिच्या गालावरून दोन्ही हात फिरवून आपल्या गालावर ठेवत कडाकडा बोटं मोडली.

''मोहिनी, तुमचा जोडा म्हणजे लक्ष्मी-नारायणाचा जोडा असणार.''

''मावशी, गावातल्या सर्व बायकाही अशाच म्हणतात.''

''मोहिनीचे डोळे पाणावले. काहीही न बोलता ती उठून गेली.

''उगीच पोरीच्या मनाला लागलं बघ!'' म्हणत आया उठून कामाला लागल्या.

सकाळची आठची वेळ होती, राऊंड सुरू होता. डॉक्टर देव डॉ. साठेंना स्टाफची ओळख करून देत होते. तेवढ्यात एक मेट्रन आली आणि त्यांना मोहिनीच्या खोलीकडं घेऊन गेली. पाहतात तर मोहिनीनं अंगावरील वस्त्रं फाडली होती. हातात खिळा घेऊन ती शरीरावर जखमा करून घेत होती.

डॉ. देव यांनी मेट्रन व सिस्टरना आत जायला सांगितलं. थोड्या वेळानं दोघंही आत आले.

डॉ. देव समोरच्या कॉटवर बसले. मोहिनीनं खाली मान घातली होती. तिच्या डोळ्यातून अश्रू वाहत होते.

"मोहिनी माझ्याकडं बघ," शांतपणे डॉ. देव म्हणाले, "मी ओरडत नाही इकडं बघ."

हळुवारपणे मान वर करून तिनं डॉक्टरांच्याकडं पाहिलं.

"मोहिनी, तुला खिळा कुठं मिळाला.

तिनं भिंतीकडं बोट दाखवलं.

"शाब्बास! गांधीजींचा फोटो कुठं आहे?"

मोहिनीनं कॉटखालून फोटो काढला.

"मोहिनी, जखमा करून घेतल्यास त्रास कुणाला होतो? मला की डॉक्टर साठेंना? तू का जखमा करून घेतल्यास? तुला माहीत आहे ना खोटं बोललेलं आवडत नाही मला."

"डॉक्टर, मला यांची आणि आई-आबांची खूप आठवण येते. त्यांचा रागही येतो मला इथं टाकलं म्हणून."

"वेडी आहेस का तू? असं कोण कुणाला टाकतं काय? अगं, आजारी माणसांना उपचारासाठी हॉस्पिटलमध्ये ठेवावं लागतं. हे हॉस्पिटल आहे. लवकर बरी व्हावीस म्हणून तुला इथं ठेवलंय आणि तू आहेस की आजारपण वाढवत चाललीस."

मोहिनीला रडू कोसळलं. तिच्या डोक्यावरून हात फिरवत डॉ. देव म्हणाले, "मोहिनी, तू एवढी हुशार, सोशिक आणि हा मध्येच काय वेडेपणा? पुन्हा असं करणार नाहीस ना?" मोहिनीनं होकारार्थी मान हलवली.

"Thats like a good girl."

"डॉक्टर इंग्रजी कळत नाही हो मला."

डॉ.देव आणि डॉ.साठे हसत हसतच खोलीबाहेर गेले. सोबत डिसोझा मेट्रनही होत्या.

"डॉ. साठे,तुम्हीच मोहिनीची केस का हँडल करत नाही?"

"सर, ती बिचारी खूप इनोसंट आहे. मला आवडेल ही केस हँडल करायला."

"Very good ! काही लागलंच तर मला बोलवा."

वाटेत डिसोझा मेट्रनना डॉ. देव म्हणाले,

"मिस डिसोझा, तुम्ही एवढ्या सीनियर मेट्रन. खोल्या व्यवस्थित स्वच्छ केलेत की नाही हे तुम्ही पर्सनली पहायला हवं. आया सतत वॉर्डमध्ये फिरत असायला हव्यात. आज थोडक्यात आवरलं. जर काही घडलं असतं तर शिक्षा तर झालीच असती पण हॉस्पिटलचं रेप्युटेशन खराब झालं असतं."

"Sorry Sir, पुन्हा अशी चूक होणार नाही."

"हे बघा, डिसोझा, मोहिनीला एक टी. टी. इंजेक्शन देऊन टाका, जखमांवर ड्रेसिंग रेग्युलर करा. धूळ बसता कामा नये."

"Yes Sir, मी जातीनं लक्ष देईन."

"आणि हो डिसोझा, अहिल्याला ई.सी.टी. दिलाय, कशी आहे ती?"

"बरी आहे सर!"

"त्याचं काय आहे डिसोझा वॉर्ड स्पेशल असो वा जनरल आपण सर्वांची काळजी घेतली पाहिजे."

"सर, तुमच्या किती लक्षात असतं हो!" त्यांच्याकडं पाहत डॉ. साठे म्हणाले.

"डॉक्टर, तुम्हांला पण सवय होऊन जाईल."

सकाळी प्रार्थनेची घंटा झाली.

"मोहिनी तुला बरं वाटत नसेल तर तू येऊ नकोस." आया म्हणाली.

"मी येणार!"

"चल मग लवकर"

"सिस्टर मला साडी नेसवा ना! जखमा झाल्यापासून हा फ्रॉक घालायला लाज वाटते हो मला."

"अगं त्यात कसली लाज? कितीतरी पेशंट हाच ड्रेस घालतात. चल आवर लवकर तुझ्यासाठी कोणी थांबणार नाही."

मोहिनी त्याच अवस्थेत खाली मान घालून सिस्टरबरोबर निघून गेली. तिला संकोचल्यासारखं वाटत होतं.

"हाता-पायांना बँडेज आणि अंगात फ्रॉक हे तुझ्याच वेडेपणामुळं झालं ना?" सिस्टर मोहिनीला म्हणाली.

"खरं आहे सिस्टर."

प्रार्थना हॉल पेशंटनी भरलेला होता. मोहिनी एका कोपऱ्यात हात जोडून उभी राहिली.

'त्वमेव माता पिता त्वमेव
त्वमेव बंधू सखा त्वमेव...'

‘ए मालिक तेरे बंदे हम.
जैसे हो हमारे करम...’

एक तासभर प्रार्थना चालली होती. सुरांचा बिलकूल ताळमेळ नव्हता. मोहिनीचा जीव गुदमरल्यासारखा झाला होता. ओरडणं, किंचाळणं तिला सहन होत नव्हतं. प्रार्थना संपल्यावर आयांनी पेशंटना आपापल्या वॉर्डकडं जायला सांगितलं. एक आया मोहिनीचा हात धरून चालली होती. मोहिनीनं हळूच तिचा हात सोडवून घेतला आणि ती पळायला लागली. डॉक्टर साठेंनी मोहिनीला पकडलं,

“मोहिनी, कुठं निघालीस असं पळत?”

“डॉक्टर कुठं म्हणून काय विचारता? अहो, हे माझी वाट बघत असतील.”

“हे म्हणजे कोण गं?”

“डॉक्टर नवऱ्याचं नाव बायका कधी घेतात का?” डॉक्टर हसायला लागले. मोहिनी पुढं म्हणाली,

“डॉक्टर, तुमची मात्र कमाल आहे हं. अहो माझ्या मुली खूप लहान आहेत. त्यांना आईची आठवण येत असेल की! डॉक्टर आमच्या घरी किती शांत वातावरण आहे. इथं फक्त दंगाच!”

डॉ. प्रकाश साठे तिला एका झाडाखाली कट्ट्यावर घेऊन बोलत बसले.

“हे बघ मोहिनी, तू मला आधीच सांगितलं असतंस, तर मीच तुला तुझ्या घरी सोडून आलो असतो, पण तुला एवढ्या जखमा आहेत त्या बऱ्या होईपर्यंत तुला जाता येणार नाही. तूच सांग ह्या जखमा बघून प्रतापरावांना वाईट वाटणार नाही काय?

“होय की हो, डॉक्टर!”

“त्यापेक्षा आपण असं करू या प्रतापरावांनाच इथं बोलावून घेऊ या.”

“डॉक्टर, तुम्ही किती चांगले आहात हो, परमेश्वर तुमचं भलं करू दे.”

डॉक्टर साठे गालातल्या गालात हसले.नाश्त्याची घंटा झाली. सर्व पेशंट जेवणाच्या हॉलकडं धावत होते. सर्वांकडं बघत मोहिनीनं डॉक्टरांना विचारलं,

“डॉक्टर, मीही जाऊ त्यांच्याबरोबर?”

“मोहिनी, तुला ते आवडणार नाही गं. आताच म्हणत होतीस आरडाओरडा सहन होत नाही म्हणून!”

“डॉक्टर, आता नाही म्हणणार. जाते ना तिकडं. मला पण नवीन मैत्रिणींमध्ये बरं वाटेल. डॉक्टर, इथं खूप कंटाळा येतोय बघा.”

“का? सिस्टर, आया कोण बोलत नाहीत तुझ्याबरोबर?”

“तसं नव्हे हो.”

“अगं मोहिनी, इथं जेवण वगैरे व्यवस्थित वाढतात तुला. तू डायनिंग

हॉलमध्ये नाही गेलीस तरी खोलीत जेवण मिळतं तुला. तिथं वेळेत पोहोचायला पाहिजे. वेळेत नाही गेलीस तर तुला कोण जेवण देणार नाहीत. कारण तिथं खूप पेशंट आहेत गं. कुणा कुणाकडं म्हणून ते लक्ष देणार!''

''असू दे डॉक्टर मला तिकडंच जायचं आहे.''

''बरं ठीक आहे. मी उद्या सरांशी बोलतो आणि तुला सांगतो.''

डॉक्टरांना वाटलं. मोहिनी विसरून जाईल. पण स्पेशल वॉर्डमध्ये तिचं मन लागत नव्हतं. नियमित ड्रेसिंगमुळे मोहिनीच्या जखमा लवकर भरून आल्या. त्यामुळे साड्या घालायला तिला परवानगी मिळाली. तशी ती शांत होती. तिच्या वागण्याबोलण्यात आता खूपच फरक पडला होता.

एक दिवस ती झाडाखाली बसली होती.

''मोहिनी'' समोरून येणाऱ्या आयानं तिला हाक मारली.

''अगं मोहिनी, मोहिनी! अशी का बसली आहेस? अगं तुझे भाऊ-भावजय भेटायला आलेत, चल लवकर.''

''खरं सांगता मावशी.''

''मी तुझ्याशी कधी खोटं बोललेय का?''

''नाही हो, परवा एका पेशंटनं मला सांगितलं तुझे आई-आबा आलेत म्हणून.'' मोहिनीनं आपले डोळे पुसले.

''आणि तू भेटायला गेलीस होय ना? अगं कुणीही सांगितलं तर ऐकायचं नाही. बरं चल बघू मी त्यांना बसवून ठेवलंय.''

मोहिनी आयासोबत भेटण्याच्या खोलीकडं गेली. खोलीमध्ये उंचापुरा अतिशय देखणा नौजवान आणि अतिशय देखणी अशी खानदानी स्त्री पाहून मोहिनी जागीच थांबली. त्या दांपत्यानं पुढं येऊन तिला नमस्कार केला. मोहिनी निर्विकारपणे त्यांच्याकडं पाहत होती.

''आक्का, मला ओळखलं नाही? अहो, मी तुमचा उदय.''

मोहिनी हसायला लागली.

''आक्का असं का हसता?'' धाडस करून उदयनी विचारलं.

''का मला भोळीला फसवता? अहो, माझा उदय गुटगुटीत शाळेला जाणारा विद्यार्थी. तो एवढा कसा मोठा होईल?''

''आक्का, खरंच मी तुमचा उदय आहे. हे बघा आई-आबांबरोबरचे माझे लग्नाचे फोटो.''

हातात फोटो घेऊन मोहिनी निरखून बघायला लागली. सिस्टर, उदय त्यांची पत्नी मोहिनीचे हावभाव निरखत होते. क्षणार्धात तिचे डोळे अश्रूंनी डबडबले; तरीही डबडबलेल्या पुसट नजरेनं पुन:पुन्हा फोटो बघत होती. तिच्या डोळ्यांतून झरझर

अश्रू वाहू लागले. उदयकडं बघत तिनं आपले दोन्ही हात पुढं केले. उदयला हुंदका आला. क्षणातच तो आपल्या आक्काच्या मिठीत शिरला. दोघेही ढसाढसा रडू लागले. मोहिनीच्या वहिनी व सिस्टरच्याही डोळ्यात पाणी आलं. सर्वजण बाकावर बसले. मोहिनीनं उदयचं डोकं मांडीवर घेतलं. त्याच्या केसातून हात फिरवत ती म्हणाली,

"उदय, किती मोठे झालात हो तुम्ही! तुम्हांला आठवतं शाळेतून आल्यावर तुम्ही मला कसे सतवायचे, रुसायचे, मी चिडले तर तुमचा आपला दंगा सुरूच. मला अजून तेच उदय आठवतात. वहिनी अशा लांब का उभ्या आहात" वहिनीकडे पाहत मोहिनी म्हणाली, "माझ्याजवळ या ना." थोडावेळ त्यांच्या चेहऱ्याकडं पाहून ती म्हणाली, "अहो उदय, तुम्ही बाबा होणार!" वहिनींनं लाजून मान खाली घातली. उदय हसायला लागले."

"उदय मुलगा झाला तर त्याचं नाव राम ठेवा हं. उदय माझ्या रामला इथं पाठवा ना. आईविना ते सहा महिन्याचं मूल कसं राहील."

उदय आणि वहिनींना काहीच समजलं नाही. ते सिस्टरकडं पाहू लागले. हात उंचावून सिस्टरनी त्यांना शांत राहायला सांगितलं.

"आक्का, तुमच्यासाठी साड्या आणल्यात, परकर आणलेत." उदय म्हणाले.

"दिवाणसाहेब, ब्लाऊजचं माप नव्हतं म्हणून ब्लाऊज शिवले नाहीत."

"असू दे वहिनी, मी इथं आयांना सांगून शिवून घेईन. उदय फक्त शिलाईचे पैसे द्या. वहिनी साड्या तरी दाखवा ना."

वहिनींनी साड्यांची पिशवी मोहिनीकडं दिली. कॉटनच्या सुंदर साड्या आणि मॅचिंग परकर पाहून ती म्हणाली,

'अरे वा वहिनी! खूपच छान आहेत साड्या आणि कॉटनच्या आणल्यात ते बरं केलं. उन्हाळ्यामुळं खूप गरम होतंय. आता रोज ह्याचं कॉटनच्या साड्या वापरते. हॉस्पिटलमध्ये येताना माझी बॅग कुणी भरली माहीत नाही. जवळजवळ सगळ्या साड्या जरीच्या आहेत. मध्ये देशपांडेकाकांनी पण जरीच्याच साड्या पाठवल्या. विश्वासदादांनी पण भारीतल्याच साड्या आणल्या."

"दिवाणसाहेब, तुम्ही जी साडी नेसलात ती किती छान आहे हो."

"थांबा हं वहिनी मी आलेच. मोहिनी आपल्या खोलीकडं गेली.

उदयनी सिस्टरना विचारलं.

"सिस्टर, मध्येच आक्का काय बोलत होत्या?"

"उदयसाहेब, मोहिनी अजून आपला राम गेलाय, हे मान्यच करत नाही. अजूनही ती त्या आठवणीमध्येच रमते. मधूनमधून एखादा दगड मांडीवर घेऊन छान अंगाईगीत म्हणते. तिला आम्ही सांगतो की तुला दोन मुली आहेत, त्याचं नाव

राणी, राधा आहे. ते काहीही न आठवता ती आपल्या बाळाच्या आठवणीमध्येच रमते.''

''सिस्टर, तुम्ही हे आक्कांच्या डोक्यातून काढून टाकलं पाहिजे. मी लहान होतो पण सर्वजण म्हणतात, ''आक्कांचा मुलगा खूप देखणा होता. तो गेल्यानंतरचा तो भयानक प्रसंग अजूनही सर्वांना आठवतो.''

''मग उदयसाहेब, तुम्हीच कल्पना करा एवढ्या सहजासहजी मोहिनी कशी बाळाला विसरू शकेल.''

तेवढ्यात मोहिनी त्याच्यांजवळ आली. तिनं साडी बदलली होती. हातातील साडीची घडी वहिनींच्या हातात ठेवत ती म्हणाली,

''वहिनी ही साडी घाला. तुम्हांला पण हा रंग खूप उठून दिसेल. जुनी साडी दिली म्हणून वहिनी राग नाहीना आला? अहो, तुम्ही अशा ठिकाणी आलाय की मी तुम्हांला इथं काहीच देऊ शकत नाही.'' बोलता बोलता तिच्या डोळ्यात पाणी आलं. मोहिनीला जवळ घेत वहिनी म्हणाली,

'दिवाणसाहेब, ही साडी तुमची आठवण म्हणून मी जपून ठेवीन. मला ही साडी खूप आवडली.''

''वहिनी आज मी माझ्या घरी असते आणि तिथं तुम्ही मला भेटायला आला असता, तर मी तुमचं स्वागत पायघड्या घालून केलं असतं.'' बोलता बोलता तिनं आपल्या डोळ्यांना पदर लावला.

''आक्का, रडू नका असं, हे पण दिवस लवकर जातील. तुम्ही लवकर बऱ्या व्हाल.''

''उदय, माझ्याकडं स्लिपर नाहीत हो, पाय खूप भाजतात बघा.''

''आक्कांना तुमच्या चप्पल द्या. आपण तुमच्यासाठी नवीन चप्पल घेऊ.'' बायकोकडं पाहत उदय म्हणाले.

''उदय, नको वहिनींचे पाय भाजतील ना.''

''आक्का, किती हो सर्वांची काळजी करता. आक्का आईंनी हा डबा तुमच्याकरता पाठवलाय आणि हिनं तुमच्यासाठी खास आपल्या हातांनी बनवलाय.

''उदय, खाऊ खूप आहे ना? माझ्या खूप मैत्रिणी आहेत. त्यांना पण द्यायला पाहिजे.''

''हा एक खूप मोठा गुण तुमच्या बहिणींमध्ये आहे.'' सिस्टर म्हणाल्या. कुठलीही वस्तू ती एकटी खात नाही. सर्वांना वाटून मगच आपण उरलेलं खाते.''

''हा गुण ह्या सर्वच भावंडांमध्ये आहे.'' मोहिनीची वहिनी म्हणाली.

''आक्का, आता आम्ही निघू? खूप उशीर झालाय. फलटणला जायचं आहे. यांच ते माहेर. उद्या ओटी भरणं आहे तिकडं.''

"उदय, असंच मधूनमधून भेटायला येत जा. वहिनी बाळाला दाखवायला घेऊन या."

दोघांनी मोहिनीला वाकून नमस्कार केला. मोहिनीनं दोघांना जवळ घेतलं. तिघंही रडत होते. मोहिनीनं आपले डोळे पुसत त्यांना आशीर्वाद दिला.

"तुमचा संसार सुखाचा होऊ दे. उदय जमलं तर कधी तरी आईंना भेटायला घेऊन या. खूप आठवण येते हो."

"आक्का, नक्की घेऊन येईन हं."

मोहिनीच्या पायांच्या भेगा बघून तिच्या वहिनींना खूप वाईट वाटलं. त्यांनी आपल्या पायातली चप्पल मोहिनीसमोर ठेवली.

"दिवाणसाहेब, जरा ही चप्पल घालून बघता काय?" मोहिनीनं चप्पल घालताच तिच्या वहिनी म्हणाल्या,

"दिवाणसाहेब, ही चप्पल माझी आठवण म्हणून आपल्याजवळ ठेवा आणि सतत वापरा. तुमच्या नाजूक पायांना जपलं पाहिजे." मोहिनी ढसाढसा रडू लागली. तिला पुढं काहीच बोलवेना. शेवटी वहिनींनी तिला जवळ घेतलं.

"दिवाणसाहेब, तब्येतीला सांभाळा आणि लवकर बऱ्या होऊन घरी या."

दोघांनी मोहिनीचा निरोप घेतला. दोघांचे हात सारखे डोळ्यांकडं जात होते. दोघं दृष्टीआड होईपर्यंत मोहिनी तिथंच उभी होती. सिस्टर तिच्या खांद्यावर हात ठेवत म्हणाली,

"मोहिनी, तुझ्या भावाचं, भावजयीचं तुझ्यावर किती प्रेम आहे गं!"

◆

उदय आणि वहिनी भेटून गेल्यापासून मोहिनी खूपच निराश होती. सारखी रडत होती. नीट जेवत नव्हती. जवळ जाऊन कोणी बोलायचा प्रयत्न केला की रागवायची. थोडीफार हट्टी बनली होती. त्यात भर म्हणून स्पेशल वॉर्डचा एकटेपणा.

"डॉ. साठे, काय म्हणतो तुमचा पेशंट?" आत येताच डॉ. देव यांनी विचारलं.

"जरा नर्व्हस आहे, सर." डॉ.साठे म्हणाले.

"का बरं?"

"सर तिचे भाऊ येऊन भेटून गेल्यापासून जुन्या आठवणी काढून ती नेहमी रडत असते."

"साहजिकच आहे डॉक्टर, जवळचं कोणी येऊन भेटून गेलं, तर आपल्यालासुद्धा जुन्या आठवणी सतावतात. ही अॅटॅचमेंट खूप वाईट असते, डॉक्टर."

“You are right Sir ! सर आपली परवानगी हवी होती.”

“बोला, डॉ. साठे.”

“ सर, मी मोहिनीला सेमी प्रायव्हेट वॉर्डमध्ये शिफ्ट करायचं म्हणतोय.”

“त्यानं काय होणार डॉक्टर?”

“सर, प्रायव्हेट वॉर्डमध्ये तिला आयसोलेटेड वाटतं. She came from a joint family त्यामुळे तिला माणसांची खूप सवय आहे. तिथं ती इतरांत मिसळली, तर इतका एकटेपणा जाणवणार नाही तिला.”

“पण साठे, हे रिस्की आहे असं तुम्हांला वाटत नाही?”

“संपूर्ण विचार करूनच मंगला, सुभद्रा आणि संयोगिताच्या वॉर्डमध्ये तिला शिफ्ट करायचा मी निर्णय घेतला आहे. त्या पेशंटही तिच्यासारख्याच शांत झाल्या आहेत.”

“डॉक्टर, तुम्हांला हे पण पाहवं लागेल की मोहिनीचा त्यांना त्रास होता कामा नये.”

“सर, आपण ट्रायल घ्यायला काहीच हरकत नाही.”

“Doctor, carry on पण लक्षात ठेवा काही घडलं तर मी तुम्हांला जबाबदार धरणार Wish you all the best !”

“Thank you, Sir!” डॉ. साठे केबिनमधून बाहेर पडले.

दुसऱ्या दिवशीच मोहिनीला सेमी प्रायव्हेट वॉर्डमध्ये हलवण्यात आलं. मंगला, सुभद्रा आणि संयोगिताला मोहिनीची ओळख करून देत डॉ. साठे म्हणाले,

“ही तुमची मैत्रीण, मोहिनी. ही इथं तुमच्याबरोबर राहिली, तर चालेल ना?”

“हो!” म्हणत सर्वजणींनी आनंदानं टाळ्या वाजवल्या. मोहिनी त्या तिघींजवळ बसली. इकडच्या तिकडच्या गप्पा सुरू झाल्या. डॉ. साठे त्यांच्या चेहऱ्यावरचे हावभाव निरखत होते.

“सुभद्रा, तू बोलताना शिव्या का देतेस? बाईनं कसं हळू बोलावं, शब्द जपून वापरावेत.”

“चुकले डॉक्टर, पुन्हा नाही शिव्या देणार.”

“मोहिनी, तू गप्पा मारत बैस. मी राऊंड मारून येतो.” डॉ. साठे बाहेर पडले.

बघता बघता पंधरा दिवस उलटून गेले. मोहिनी, मंगला, सुभद्रा आणि संयोगिताची चांगलीच मैत्री जमली. डॉक्टरांना खटकलं ते हेच की मोहिनीच्या डोक्यात उवा झाल्या होत्या, ती आळशी झाली होती, तोंडात खेडवळ भाषा होती.

“सर, असं का व्हावं?” डॉ. साठेंनी विचारलं.

त्यांच्या खांद्यावर हात ठेवत डॉ. देव म्हणाले,

'डॉ. साठे, असे घाबरता काय? अहो, काहीतरी पदरात पाडून घ्यायचं म्हणजे थोडंफार सहन करावं लागतंच. एक गोष्ट तुमच्या लक्षात आली असेल की ह्या पंधरा दिवसांत तिला शॉक द्यावा लागला नाही. ही प्रगती नाही काय?''

डॉक्टर साठेंना समाधान वाटलं. ते मोहिनीच्या वॉर्डकडं गेले. मोहिनी एकटीच कॉटवर बसली होती.

''मोहिनी, तू अशी एकटी का बसली आहेस?''

''डॉक्टर, मी न्हाणीत गेले होते. तेवढ्यात ह्या कुठं गेल्या माहीत नाही.''

''अगं, जेवणासाठी गेल्या असतील तू ही जा ना !''

''नको डॉक्टर, उशीर झालाय.''

''मग काय, उपाशी राहणार!''

''मी जाऊन बघते डॉक्टर, तुम्ही जा.''

डॉ. साठे निघून गेले. मोहिनीला भूक लागली होती पण ती तिथंच बसून राहिली. थोड्या वेळानं मंगला, सुभद्रा आणि संयोगिता खोलीत आल्या. मोहिनी कॉटवर आडवी झाली होती.

''मोहिनी, तुझं जेवण?'' सुभद्रानं प्रश्न केला.

''नको! आज मला भूक नाही.''

तिघी हसतहसत तिच्याजवळ बसल्या.

''हे बघ, मी तुझ्यासाठी लपवून चपाती आणलीय.''

मंगलानं हातातली चपाती-भाजी तिच्यासमोर धरली. पटदिशी उठून कॉटवर बसून मोहिनीनं तिच्या हातातली चपाती- भाजी घेऊन काहीही विचार न करता खायला सुरुवात केली.

''अगं आम्ही मैत्रिणी तुझ्यापेक्षा गरीब असलो, तरी तुझी काळजी वाटते आम्हांला.'' म्हणत संयोगितानं पाण्याचा ग्लास बाजूच्या स्टुलावर ठेवला.

'अगं, तू इनामदारांची मुलगी असलीस तरी इथं सर्वांना वेळेत हजर राहावं लागतं. स्वत:च्या मनाप्रमाणं वागून चालत नाही.''

''काल तर मेट्रन रागवल्या माझ्यावर'' मोहिनी म्हणाली.

''अगं त्यांचं बरोबर आहे. काल तू सगळ्यांचं जेवण संपल्यावर आलीस. इथं कितीतरी पेशंट्स असतात, कुणा कुणाकडं म्हणून त्या बघणार?'' सुभद्रानं तिची समजूत काढली.

''उद्यापासून मी तुमच्याबरोबर वेळेत येत जाईन बाई.'' चपाती-भाजी संपवत मोहिनी म्हणाली.

''शहाणी गं माझी मोहिनी!'' म्हणत मंगलानं तिला मिठी मारली.

दुसऱ्या दिवशी सकाळी मोहिनी अंघोळीचे कपडे घेऊन आपल्या तिघी मैत्रिणींबरोबर

न्हाणीघरात गेली. त्या लांबलचक न्हाणीघरात सर्वजणी अंघोळ करीत होत्या. प्रत्येकाला तीन-चार तांबेच पाणी मिळालं होतं.

''इथं अंघोळ करायची?'' मोहिनीनं संयोगिताला विचारलं.

''मग कुठं?''

कपडे घेऊन मोहिनी तशीच पळत सुटली. तिनं रागानं कपडे फेकून दिले आणि कॉटवर पडून ती रडू लागली. तिच्या मैत्रिणींनी खोलीत येऊन पाहिलं. सुभद्राला राहवलं नाही ती म्हणाली,

''मोहिनी, हा काय वेडेपणा? तुला काय वाटतं, तुला एकटीलाच लाज आहे, आम्हांला नाही? अगं बाळंतपणातच स्त्रीला लाज गुंडाळून ठेवावी लागते.''

''इथं जसं आहे त्याप्रमाणे आपण राहिलं पाहिजे.'' तिचा हात हातात घेत संयोगिता म्हणाली.

''मोहिनी, तू आज अंघोळ केली नाहीस म्हणे.'' संध्याकाळी डॉ. साठेंनी विचारलं.

''तुम्हांला कुणी सांगितलं?''

''मी मेट्रनना विचारलं.''

''डॉक्टर, अशी सगळ्यांसमोर अंघोळ कशी करायची?'' तिनं मान खाली घातली.

''बाकीचे पेशंट करत नाहीत?

''तसं नव्हे डॉक्टर.''

''मला माहीत नाही. उद्या अंघोळ केली पाहिजे.''

मोहिनीनं मान वर करायच्या आत डॉ. साठे बाहेर निघून गेले होते.

''मोहिनी तुझा हट्ट सोड आणि सगळ्या सवयी करून घ्यायचा प्रयत्न कर.'' जवळ येत सुभद्रा म्हणाली. तिला मिठी मारून मोहिनी रडायला लागली.

''अशी सवय नाही मला मंगला.''

ह्या वातावरणाची मोहिनीला खूप भीती वाटत होती. तिला नेहमी गुदमरल्यासारखं होत होतं. तिनं इतरांबरोबर बोलणं बंद केलं. नेहमी रडायची. सर्वांनी विचारलं पण तिनं काहीच उत्तर दिलं नाही. चार-पाच दिवस झाले तरी तिच्या वागण्यात काडीचाही फरक पडला नव्हता. शेवटी डॉ. देव यांनी स्वत: येऊन विचारलं.

''मोहिनी, हा काय वेडेपणा चाललाय? कुणाचंच का ऐकत नाहीस? इतकी शहाणी, समजूतदार तू.'' डॉ. देव यांनी मायेनं तिच्या डोक्यावर हात ठेवला. डॉक्टर बाहेर जाताच एकदम कॉटवर उठून ती ओरडू लागली,

''मी शहाणी नाही. वेडी आहे. म्हणून मला इथं टाकलंय....'' मोहिनी वाटेल ते बडबडू लागली. डॉ. देव बाहेरून ऐकत होते.

"डॉ. साठे हिला ई.सी.टी. द्यावा लागेल." खोलीबाहेर पडत डॉ. देव म्हणाले.

"डॉ. साठेंना वाईट वाटलं. पण उपचार ते उपचारच. ते टाळता येत नाहीत. दोन दिवस निघून गेले. मोहिनी हळूहळू त्या वातावरणात रमायचा प्रयत्न करायला लागली.

सकाळचं कोवळं ऊन चहूकडं पसरलं होतं. उन्हात पाठ शेकून घेऊन मोहिनी झाडाखाली कट्ट्यावर येऊन बसली. राऊंड संपवून डॉ. साठे तिच्याजवळ येऊन बसले. त्यांच्या हातात एक पेपर होता.

"मोहिनी हे घे." म्हणत त्यांनी तो पेपर तिच्या हाती दिला. मोहिनीनं पेपर उघडला. त्यात प्रतापरावांचा फोटो पाहून तिच्या डोळ्यातून घळघळ अश्रू वाहू लागले.

"डॉक्टर, काय लिहिलंय ते वाचून दाखवा ना." तिनं डॉक्टरांच्याकडं पेपर दिला.

"हं ऐक, मुंबईच्या रवींद्र नाट्यमंदिरात ख्यातनाम सतारवादक प्रतापरावांच्या सलग तीन दिवस मैफिली. मुंबईकरांनी त्यांच्या मैफिली अगदी मंत्रमुग्ध होऊन ऐकल्या. कार्यक्रमाला चांगला प्रतिसाद मिळाला. तिन्ही दिवस कार्यक्रमाला खूप गर्दी होती. तिकीट संपल्यामुळे बऱ्याचशा प्रेक्षकांना निराश होऊन परतावं लागलं. दोन दिवसांनी पुण्याच्या बालगंधर्व नाट्यमंदिरात त्यांचा कार्यक्रम होणार आहे."

"डॉक्टर, आपण जाऊया कार्यक्रम ऐकायला. खूप सुंदर सतार वाजवतात ते."

"मोहिनी, तुला जाता येणार नाही."

"चुकलं डॉक्टर, हॉस्पिटलमध्ये आहे ते मी विसरलेच. डॉक्टर पेपर माझ्याजवळ ठेवू?" डोळे पुसत तिनं विचारलं.

डॉ. साठेंनी तिच्या हातात पेपर दिला. पेपर हातात पडताच मोहिनी पळतच आपल्या खोलीत गेली आणि कॉटवर पडून रडू लागली.

रात्री जेवण करून ती कॉटवर कलंडली. पण डोळा काही लागत नव्हता. प्रतापरावांच्या आठवणींनी ती बेचैन झाली होती. सकाळी रानडे मॅडम तिला भेटायला आल्या. साठ वर्षांच्या रानडे मॅडम गोऱ्या गोऱ्या गोल चेहऱ्याच्या, बारीक जरीची किनार असलेली पांढरी शुभ्र साडी नेसल्या होत्या. वेणीत मोगऱ्याचा गजरा. त्या खूपच सुंदर दिसत होत्या. त्या मोहिनीजवळ येत म्हणाल्या.

"मोहिनी, मी तुला झाडाखाली शोधलं आणि तू अजून इथंच! आज आमची मोहिनी का बरं रुसली आहे? कोण सांगेल का?"

सुभद्रानं आपल्या हातातील पेपर त्यांच्यासमोर धरला.

"अस्सं झालं होय! अगं उलट तू खूष व्हायला हवं की दोन दिवसांतच

प्रतापराव तुला भेटणार.''

''बाई, माझं एक काम कराल?'' मोहिनीनं विचारलं.

''बोल ना.''

''तुम्ही यांचा पत्ता शोधून त्यांना भेटा आणि सांगा येताना माझ्यासाठी साड्या, परकर, गंध आणि पावडर घेऊन या म्हणून.''

''मोहिनी, काळजी करू नकोस, मी त्यांना नक्की भेटेन.''

सकाळी सकाळीच आयाचा आवाज मोहिनीच्या कानावर पडला.

''मोहिनी, आज तुझ्याकडून खुशाली घेतल्याशिवाय राहणार नाही.''

''का हो मावशी?''

''का म्हणून काय विचारतेस, अगं, तुझे मालक तुला भेटायला आलेत.''

कॉटवरून उठून मोहिनी पळतच सुटली. ती वेटिंगरूममध्ये येताच प्रतापराव उठून उभे राहिले. बराच वेळ दोघंही स्तब्ध. एकमेकांकडं पाहत जागीच खिळून होते.

''मोहिनी बैस खाली.'' प्रतापरावांनी डोळे पुसले. त्यांच्याकडं पाहत मोहिनी म्हणाली.

''किती थकल्यासारखे दिसता हो, बरं नाही का तुम्हांला? काय हो माझी आठवण येते का तुम्हांला?''

''अगं, मी तुझ्या आणि मुलींच्या आठवणीत तर रमतो.''

''मुली कुठं आहेत?''

''राणी, राधा आता भोपाळला मावशीकडं शिकायला आहेत.''

''बरं झालं. कोणीतरी काळजी घेतंय यातच मिळवलं.'' प्रतापरावांशेजारी बाकावर बसत ती म्हणाली, ''मला इथं रोज तुमची आठवण येते.''

''तू लवकर बरी होशील मोहिनी काळजी करू नकोस. हे बघ तुला खायला आणलंय.''

''काय सांगताय द्या ना!''

प्रतापरावांनी खाऊचा बॉक्स तिच्या हातात दिला. बॉक्स उघडून तिथंच ती खात बसली.

''अगं हळू खा, ठसका लागेल.''

''आज खूप दिवसांनी चांगलं खायला मिळतंय बघा.''

प्रतापरावांचे डोळे भरून आले. मोहिनीचं त्यांच्याकडं लक्ष नव्हतं. ती आपल्याच नादात होती. ती आनंदानं हरळून गेली होती. खात खातच ती म्हणाली,

''उदय आणि वहिनी भेटायला आले होते. त्यांनी पण खूप खायला आणलं होतं.''

''मोहिनी, तुझ्या रानडे मॅडम भेटल्या मला, त्यांनी सांगितल्याप्रमाणं सगळं

काही आणलंय बघ, बरोबर आहे का?"

खाऊचा बॉक्स बाजूला ठेवून तिनं पिशवी उघडली. सांगितलेलं सर्व सामान पिशवीत पाहून तिला खूप आनंद झाला.

"मोहिनी, सगळं व्यवस्थित वापर. डोक्याला तेल लावत जा."

"मला वाटलंच तुम्ही म्हणणार. अहो, तेलच नव्हतं. मग मी काय करू अऽ ऽ ब! "बोलता बोलता तिनं ढेकर दिला.

"अहो, तुम्ही काहीतरी शिकवलं होतं हो म्हणायला." प्रतापरावांकडं बघत ती म्हणाली, "हं, हं आठवलं, सॉरी!"

"मोहिनी, जरा हळू बोलावं."

"बरं बरं आज मी तुम्हांला जाऊ देणार नाही."

मोहिनीनं प्रतापरावांचा हात धरला त्यांनी हात सोडवायचा प्रयत्न केला पण तिची पकड आणखीनच घट्ट झाली.

"मोहिनी, सगळे बघताहेत आपल्याकडं"

"बघू देत. आज तुम्ही मला न्यायलाच पाहिजे."

प्रतापरावांचे डोळे डबडबले. काय करावं त्यांना कळेना. भेटण्याची वेळ संपली होती. त्यांनी उठायचा प्रयत्न केला, मोहिनीनं काही त्यांचा हात सोडला नाही. ती रडायला लागली.

"अहो, मला असं एकटीला सोडून जाऊ नका हो, मी तुमच्या पाया पडते मला काही झालं नाही हो, मी वेडी नाही हो."

मोहिनीचा आरडाओरड ऐकून डॉक्टर आणि नर्स जमा झाले. प्रतापरावांचा हात सोडून त्यांनी तिला बाजूला घेतलं आणि खोलीकडं घेऊन गेले.

"अहो, मी वेडी नाही हो, मला इथून घेऊन चला..." मोहिनीचा आवाज दूर दूर होत गेला. प्रतापरावांच्या अंगातलं बळच निघून गेलं. ते मटकन खाली बसले.

"प्रतापराव घाबरू नका." त्यांच्या खांद्यावर हात ठेवत डॉ. देव म्हणाले, "मोहिनीत आता सुधारणा होत आहे."

प्रतापरावांनी त्यांचा हात हातात घेतला आणि कपाळाला लावत ते म्हणाले, "डॉक्टर, तुम्हीच माझे परमेश्वर! मी तुमच्या ग्रीन सिग्नलची वाट बघतोय."

◆

राणी, राधा भोपाळमध्ये वाढत होत्या. दोघींचीही शाळा व्यवस्थित चालली होती. राणी राधाचा अभ्यास नियमित घेत होती. राधा मात्र तशी अजून अल्लडच होती.

एके दिवशी राणीला आईची खूप आठवण आली. म्हणून तिनं आपल्या आईला पत्र लिहायला घेतलं.

प्रिय आई,

शि. सा. दंडवत.

आई, मला तुमची खूप खूप आठवण येते. आई तुम्ही कशा आहात? लवकर बऱ्या होऊन आम्हांला भेटायला या. तुम्हांला आमची आठवण येत नाही का हो आई? तुम्हांला पत्र लिहिताना खूप रडायला येत हो आई.

आई, तुम्ही तिकडं आबा एकीकडे आणि आम्ही दोघी इकडं आई आपण सर्वजण एकत्र कधी हो राहणार? तुम्ही लवकर बऱ्या व्हा.

आमची शाळा की नाही खूप छान आहे. मी खूप अभ्यास करते पण तुमची राधा नाही करत. ती सारखी गोट्या, विट्टीदांडू आणि क्रिकेट खेळते. फ्रॉक पण घालत नाही. सारखी शर्ट-पँटच घालते. अगदी टॉमबाय आहे. बघा आई माझं काहीच ऐकत नाही. आता तुम्हीच तिला पत्र लिहून सांगा.

आई तब्येतीची काळजी घ्या हं आमची काळजी करू नका. लवकर बऱ्या होऊन या आम्ही तुमची वाट पाहतोय.

तुमची,

राणी

राणीनं पत्र प्रतापरावांच्या नावानं पोस्ट केलं. अविनाशनं एका स्पर्धेत भाग घेतला होता. त्यामुळे प्रतापराव त्याच्याकडून रियाज करून घेत होते. इतक्यात विठोबानं पत्र आणून त्यांच्या हातात दिलं. पत्र वाचून प्रतापराव रडू लागले.

"दादा, सगळं क्षेम आहे ना?" अविनाशनं घाबरून विचारलं. प्रतापरावांनी पत्र त्याच्या हाती दिलं.

"अविनाश, माझं एक काम कर. कोणाकडून तरी पत्र लिहून घे आणि राणीकडं पाठवून दे. या पोरींना त्यांच्या आईची स्थिती कशी सांगायची रे."

'अविनाशनं पत्र वाचलं.

"दादा, मला असं वाटतं की आपण हे पत्र डॉक्टर देव यांच्याकडे पाठवू या." तो शांतपणे म्हणाला, "हे पत्र वाचून वहिनीसाहेबांच्या मनावर चांगला परिणाम होईल, असं तुम्हांला वाटत नाही?"

पत्र वाचून डॉ. देव यांना खूप वाईट वाटलं. डॉक्टर साठेंना बोलावून त्यांनी ते पत्र त्यांना दिलं.

“पहा, मोहिनीची मुलगी किती हुशार आहे. किती छान पत्र लिहिलंय तिनं आपल्या आईला! तुम्ही हे पत्र मोहिनीला नक्की वाचून दाखवा.”

“सर, थोडे दिवस जाऊ देत मग मी हे पत्र तिला वाचून दाखवेन.” पत्र वाचून डॉक्टर साठेंनी खिशात ठेवलं.

“डॉक्टर, Any Problem”

“सर, प्रतापराव भेटून गेल्यापासून तिनं खूप त्रास दिला. तिला पुन्हा ई.सी.टी. द्यावा लागला. अशा स्थितीत जर हे पत्र वाचून दाखवलं, तर कदाचित पुन्हा ती त्रास करून घेईल.”

"You are right, doctor"

स्टाफमध्ये आता बराच बदल झाला होता. बऱ्याच पेशंटची अंघोळ आटोपली होती.

“अगं गेले सहा दिवस पाहते मी मोहिनी कुठं येत नाही. जा तिला धरून घेऊन ये.” मेट्रननं आयाला सांगितलं.

मोहिनी काहीतरी बडबडत कॉटवर पडली होती. आयानं तिच्या हाताला धरून उठवलं. तिला न्हाणीघराकडं घेऊन गेली. आया मोहिनीला काहीतरी सांगत होती. पण मोहिनीचं तिच्याकडं अजिबात लक्ष नव्हतं. ती आपल्याच नादात होती. सुरेल आवाजात ती गात होती -

‘पलीकडे ओढ्यावर
माझे गाव ते सुंदर, माझे गाव ते सुंदर
झाडाझुडपात आहे
लपलेले माझे घर, लपलेले माझे घर...’

“किती छान गाणं म्हणतेस गं.” आया कौतुकानं म्हणाली.

“न्हाणीघराजवळ मेट्रनना पाहून मोहिनी आयाच्या पाठीमागं लपली.

“अगं बाईं काही करणार नाहीत.” हसतच आया म्हणाली.

“असं घाबरू नकोस, मी तुला काही करणार नाही.” जवळ येत मेट्रन म्हणाल्या.

आयानं बादलीभर पाणी घेऊन तिला न्हाऊ घातलं. प्रथमच इतक्या दिवसांनी तिला भरपूर पाणी मिळालं होतं. आयानं तिला कपडे घातले. मोहिनी तिच्याकडं टक लावून पाहत होती.

“अगं मोहिनी अशी काय पहातेस? मी ओळखलं तुला काय म्हणायचं आहे ते! तुम्हांला अंघोळीला पाणी देणाऱ्या पहिल्या बायकांना काढून टाकलं. आता आम्ही आहोत. रोज तुम्हांला अंघोळीला भरपूर पाणी मिळणार. आता रोज अंघोळ

करणार ना?''

मोहिनीनं मान हलवली. मोहिनी खोलीत जाताच संयोगिता तिच्याकडं बघत म्हणाली,

''आमची मोहिनी आज किती छान दिसते! तुझी साडी पण खूप छान आहे गं. हीच ना तुझ्या वहिनीनी दिलेली साडी?''

काही न बोलता मोहिनी पलंगावर शांत बसली. तिच्यासमोर बसत मंगला म्हणाली,

''मोहिनी, अशी गप्प बसू नको गं बोल ना आमच्याशी! आमचं काही चुकलं का?''

मंगलाच्या गळ्यात पडत मोहिनी एकदम रडू लागली. मंगला, सुभद्रा संयोगिता सर्वांनाच रडू येऊ लागलं. रडल्यामुळं मोहिनीचं मन हलकं झालं. तिला खूप बरं वाटलं. डोळे पुसत ती म्हणाली,

''काय करू. सारखी ह्यांची, आई-आबांची, मुलींची आठवण येते बघ.''

''अगं, आम्हांला पण घरची आठवण येते. पण काय करायचं? आपला आजार बरा होईपर्यंत तरी इथं राहिलंच पाहिजे. तू अशी गप्प राहिलीस, रडायला लागलीस तर उपचार शॉकच!''

ह्यावर मोहिनी म्हणाली.

''अगं, आपण बोललो तरी वेडी म्हणतात गप्प राहिलं, रडलं, तरी 'वेडी हाच शिक्का!' मला काहीच कळत नाही कसं वागायचं ते!''

''तू जे बोलतेस ते खरं आहे मोहिनी'' संयोगितानं तिच्या म्हणण्याला दुजोरा दिला. ''मोहिनी, तुला माहीत आहे? उद्या पंधरा ऑगस्ट आपल्या हॉस्पिटलमध्ये मंत्री येणार आहेत म्हणे.''

''चांगले चांगले कार्यक्रम आहेत नाटक पण आहे म्हणे.''

''बरं झालं गं बाई खूप कंटाळा आला होता बघ.''

दुसऱ्या दिवशी सकाळीच सर्व पेशंटसह स्टाफ हॉस्पिटलच्या ग्राऊंडवर हजर होता. सर्व पेशंट रांगेत बसले होते. आया रांगांमधून फिरत होत्या. मंत्र्यांची गाडी येताच सर्वांनी टाळ्या वाजवल्या. सांस्कृतिक कार्यक्रमांचंही आयोजन करण्यात आलं होतं. कार्यक्रम सुरू झाले. सतारीचा आवाज कानावर पडताच मोहिनीनं उठायचा प्रयत्न केला. पण आयांनी हाताला धरून तिला खाली बसवलं. हे पाहताच डॉक्टर साठे म्हणाले,

''येऊ द्या तिला पुढं!''

मोहिनी सावकाश स्टेजवर आली आणि सतार वादकाजवळ बसली. सतारवादक थोडे घाबरले. पण सोबत डॉक्टर पाहून ते शांतपणे सतार वाजवू लागले. सतार

वादन संपताच टाळ्यांचा कडकडाट झाला. टाळ्यांचा आवाज हळूहळू कमी झाला. मोहिनीनं त्यांच्याकडं सतार मागितली. डॉक्टरांनी खुणेनंच सतार द्या म्हणून सांगितलं. मोहिनीनं सतार आडवी उभी करून पाहिली. आज बऱ्याच वर्षांनी तिनं सतार हातात घेतली होती. डॉक्टरही घाबरले. मोहिनीनं त्या गृहस्थाकडून नखी घेऊन बोटात घातली आणि हळुवारपणे सतारीच्या तारा छेडल्या. तेव्हा सर्वजण चाटच पडले. मोहिनीनं भूप रागाला सुरुवात केली. सतार सुंदर बोलत होती. सर्व कौतुकाच्या बेधुंद नजरेनं तिची सतार ऐकत होते. भूप राग संपला तोच टाळ्यांचा कडकडाट झाला. मोहिनी डोक्यावर पदर घेऊन त्या गृहस्थाच्या पाया पडली. सतार त्यांच्या हातात देऊन डोळे पुसतं संथ पावलांनी ती आपल्या खोलीकडं गेली.

"ही कोण हो?" सतारवादकानं डॉक्टरांना विचारलं.

"ख्यातनाम सतारवादक प्रतापरावांची पत्नी."

"तोबा तोबा! तरीच विचार करीत होतो. ही रक्तात भिनलेली कला असणार. त्याशिवाय सतार अशी सुंदर बोलणार नाही. डॉक्टर, तुम्ही कधी प्रतापरावांची मैफिल ऐकलीय? नसेल तर जरूर ऐका. अहो, आज उलगडा झाला की त्यांच्या सतारीमधून कायम करुण स्वरच का निघतात? कलाकार आपली दु:ख व्यक्त करू शकत नाही, पण त्यांच्या कलेतून ती दिसून येतात. डॉक्टर, एवढंच सांगेन की, परमेश्वर यांना लवकर बरं करो आणि यांचा संसार चांगला चालो."

डॉ. साठे, डॉ. देव, रानडे मॅडम मोहिनीला भेटण्यासाठी तिच्या खोलीत गेले. गुडघ्यात मान घालून मोहिनी रडत होती. तिच्याजवळ बसत रानडे मॅडमनी तिच्या डोक्यावरून हात फिरवला.

"मोहिनी, खूप छान सतार वाजवलीस गं." मोहिनीनं मान वर करून मॅडमना मिठी मारली. ती गळा काढून रडू लागली.

"मोहिनी, काळजी करू नकोस. तू लवकर बरी होशील." डॉ. देव म्हणाले.

डॉ. साठे तुमचा या पेशंटवरचा आत्मविश्वास ढळू देऊ नका. You are doing a good job. याचं निश्चितच तुम्हांला लवकर फळ मिळेल." बाहेर पडताच डॉ. देव म्हणाले.

एवढ्यात आरडाओरड कानावर पडला म्हणून ते तिघेजण आवाजाच्या दिशेनं गेले. पाहिलं तर सुभद्रा भिंतीपलीकडं उडी मारण्याचा प्रयत्न करीत होती. वॉचमन आणि आयांनी मिळून तिला पकडून आत नेलं. ती ओरडत होती, किंचाळत होती.

"मला जाऊ द्या हो, मला इथं नाही राहायचं."

जमिनीवर पडून ती लोळत होती. डॉ. देव तिच्याजवळ जाताच ती घाबरली.

"डॉक्टर, मी तुमच्या पाया पडते, मला शॉक देऊ नका हो!"

सर्वांनी मिळून तिला उचललं आणि ई.सी.टी. वॉर्डकडे घेऊन गेले. रानडे मॅडम

डॉ. देव यांना म्हणाल्या,

"डॉक्टर, ह्या पेशंटना हॅन्डल करायचं म्हणजे फार त्रास होत असेल नाही?"

"काय सांगायचं मॅडम? एकेकदा अशा प्रसंगांना तोंड द्यावं लागतं की आम्हांला वेड लागायची पाळी येते."

कोणीतरी भेटायला आलंय म्हणून मोहिनीला निरोप आला. मोहिनी पळतच वेटिंगरूमकडं गेली. तिनं पाहिलं तिचे भाऊ विक्रम समोर उभे होते. मोहिनीला साध्या वेशात पाहून विक्रमना वाईट वाटलं. "आक्का!" म्हणत विक्रम उठले. मोहिनी जवळ येताच त्यांनी तिच्या पायांना स्पर्श केला. विक्रमचे हात आपल्या हातात घेऊन मोहिनी रडू लागली.

"आक्का, असं रडू नका. तुम्ही लवकर बऱ्या व्हाल."

विक्रमनी आपले डोळे पुसले. आई-आबा आणि भावंडांची तिनं विचारपूस केली.

"आक्का, सगळे बरे आहेत. तुमचीच आठवण काढतात."

"विक्रम, वहिनी नाही आल्या?"

"आक्का, मला मुलगी झाली. बाळ लहान आहे म्हणून त्या नाही आल्या. हे बघा आक्का तुम्हांला आईंनी काय पाठवलंय?"

मोहिनीनं लगबगीनं पिशवी उघडली. त्यात साड्या, परकर, पावडर, तेल साबण सर्व काही होतं. मोहिनी आनंदून गेली.

"बरं झालं विक्रम माझं सर्व सामान संपलं होतं."

तिनं एक डबा उघडला. त्यात करंज्या होत्या. त्यातल्या दोन करंज्या तिनं खाल्ल्या. परत दुसरा डबा उघडून त्यातल्या पण दोन चपात्या आणि लोणचंही तिनं खाल्लं.

"आक्का हळू खा!" विक्रम म्हणाले.

वेळ संपायच्या आधीच मोहिनी दोन्ही डबे आणि पिशव्या घेऊन खोलीकडं गेली. तिला आपल्या मैत्रिणींना खाऊ द्यायची घाई झाली होती. विक्रम आपले डोळे पुसू लागले. त्यांच्या खांद्यावर हात ठेवत डॉक्टर देव म्हणाले,

"विक्रमसाहेब, तुमच्या बहिणीमध्ये खूप सुधारणा व्हायला लागली आहे. काळजी करू नका."

"डॉक्टर, आक्कांना आणखीन किती दिवस इथं ठेवावं लागेल?"

"विक्रम, याचं उत्तर आमच्याकडं नाही. पण फार काळ तुम्हांला वाट बघावी लागणार नाही असं वाटतं."

डॉक्टरांचा निरोप घेऊन विक्रम जड पावलांनी हॉस्पिटल बाहेर पडले.

खोलीमध्ये जाऊन मोहिनीनं उरलेला खाऊ आपल्या मैत्रिणींना दिला. खाताना सर्वांचे हावभाव सारखेच होते. सर्वजणी शिस्त विसरल्या होत्या.

"तुझ्या आईच्या हाताला खरंच चव आहे गं." तोंडात करंजी कोंबत मंगला म्हणाली, बोलता बोलता सर्वांनी ढेकर दिला.

"अगं सॉरी म्हणा." सर्वांकडे पाहत मोहिनी म्हणाली.

"तुझी सॉरी तुझ्याजवळच ठेव बाई." सर्वजणी हसायला लागल्या.

दुसऱ्या दिवशी राऊंडच्या वेळेला डॉ. देव मुद्दाम मोहिनीला भेटले आणि त्यांनी तिला विचारलं,

"मोहिनी, काल तुला विक्रम एवढ्या लांबून भेटायला आले. त्यांनी तुला खाऊ आणला. तो तू एकटीनं खाल्लास...आणि वेळ संपायच्या आत सर्व काही घेऊन खोलीकडे गेलीस. विक्रमांना निरोप दिला नाहीस, असं का वागलीस?"

"डॉक्टर, तुम्ही सर्व पाहिलं?" खाली मान घालून मोहिनी बोलली.

"अगं, रोजचं मी काचेतून सर्वांना पाहत असतो. तुम्ही असं गडबडीनं खाता, घास नीट चावून खात नाही हे शोभतं का तुम्हांला? बरं, मला सांग तू तेथून का गेलीस?"

"डॉक्टर सुरुवातीला मला सर्व भेटायला यायचे, तेव्हा मी मला घेऊन चला म्हणून सर्वांना सांगायची, रडायची पण कोणी लक्ष दिलं नाही. मला आता कळून चुकलंय की मी कुणालाच नको आहे. सर्वांनाच माझा कंटाळा आलाय. मग विनाकारण कुणाला त्रास का देऊ? डॉक्टर मी आता हेच माझं घर समजते. डॉक्टर एक विचारू?"

"विचार ना."

"तुम्हांला नाही ना माझा कंटाळा आला?"

"वेडी आहेस का मोहिनी? असा विचारसुद्धा मनात आणू नकोस. अगं तू तिथून निघून गेल्यावर विक्रमनी मला विचारलं. आक्कांना केव्हा घेऊन जाऊ? मी त्यांना म्हटलं, "आणखीन थोडे दिवस वाट पहावी लागेल."

"खरं सांगता डॉक्टर?" मोहिनीच्या चेहऱ्यावरून आनंद ओसंडून वाहत होता.

"मी कुणाशी कधी खोटं बोलतो? आणि हे बघ मोहिनी, तू नीट राहायला लागलीस, नीट खायला लागलीस, नीट बोलायला लागलीस, कुणाशी भांडली नाहीस की बस! एवढं सांभाळलंस की आम्ही तुला इथं कशाला ठेवून घेऊ? जोपर्यंत आम्ही परवानगी देत नाही तोपर्यंत तुला कोणी घेऊन जाणार नाही. काहीतरी डोक्यात वेड घेऊन बसू नकोस. आता जरा हसून दाखव." मोहिनी मोठ्यानं हसली डॉक्टर खोलीबाहेर पडले.

सर्व मैत्रिणी मोहिनीच्या खोलीत आल्या. गप्पा रंगल्या होत्या. सुभद्रा म्हणाली,

"आपल्याला कोणी घेऊन जाणार नाही. तेव्हा त्याचा विचार पण करू नका."

आपल्याला घरी जायला मिळणार हे मोहिनीनं डोक्यातून काढून टाकलं होतं. ती थोडी हट्टी बनली होती.

"मोहिनी, अगं मोहिनी! हे काय चाललंय तुझं?" डॉ. साठे म्हणाले.

मोहिनीनं आपली साडी खोचली होती आणि ती एका चौदा-पंधरा वर्षाच्या मुलींबरोबर खेळत होती. मध्येच ती तिच्याबरोबर इकडंतिकडं पळत होती.

"मोहिनी अगं हे काय चाललंय? अगं जरा ऐकशील का माझं? डॉक्टर साठे हाका मारून मारून वैतागले आणि एका पायरीवर बसले. थोड्या वेळानं मोहिनी डॉक्टरांसमोर येऊन उभी राहिली. डॉ. साठे डोक्याला हात लावून बसले होते.

"तू रुसलास माझ्यावर?"

डॉक्टर तिच्याकडं बघतच राहिले.

"अरे असं काय पाहतोस? मी जरा इंदिरा गांधीना भेटायला गेले होते."

"भेटून आलीस ना? आता जरा बैस माझ्याजवळ."

"अरे, तुला लाज कशी वाटत नाही."

"अगं भावाजवळ बसायला लाज कसली?"

"असं म्हणतोस मग बसते तुझ्याजवळ, सांग काय म्हणतोस?"

डॉ. साठेंनी मोहिनीच्या हातात पेपर दिला. त्यात प्रतापरावांचा फोटो होता. मोहिनी टक लावून फोटो पाहत होती. अचानक काय झालं कुणास ठाऊक तिनं पेपरच्या फाडून चिंध्या चिंध्या केल्या.

"पेपर का फाडलास मोहिनी?"

ती एकदम हमसून रडायला लागली. थोडा वेळ दोघंही गप्प बसले. नंतर मोहिनी बोलली,

"बघा ना डॉक्टर मला भेटायलाही येत नाहीत. मला ते विसरले बघा. आम्ही त्यांच्याशी नाही बोलणार!"

डॉक्टरांना समाधान वाटलं. गाडी रुळावर आली होती. मधे मधे ती असं वागायची तेव्हा तिला रडवायला, असा प्रयोग करावा लागत होता.

◆

सकाळचे नऊ वाजले होते. मोहिनी आवारात इकडंतिकडं फिरत होती. आया शोधत शोधत आली आणि तिला म्हणाली,

"अगं मोहिनी कुठं कुठं तुला नाही शोधलं?"

"मज्जा आली की नाही, मावशी आंधळी कोशिंबीर खेळायला?"

"जळल्ली तुझी आंधळी कोशिंबीर! आता तुझं हे काय वय आहे? चल कोणीतरी लांबून भेटायला आलंय तुला."

"आता आणि कोण आलंय मला भेटायला? खोटं बोलत नाहीस ना मावशी?"

"अगं चल गं लवकर."

मोहिनी वेटिंग हॉलकडे गेली. तिथं कोणीच दिसलं नाही. म्हणून डोकं खाजवत ती बाकड्यावर बसली. तिला वाटलं आज पण फसवलं आपल्याला. निराश होऊन ती इकडंतिकडं पाहत होती. तेवढ्यात कुठून तरी आवाज आला-"हा, ती बघा तुमची आई.!" तिच्याकडं बोट दाखवत डॉ. देव राणी, राधाला आत घेऊन आले. दोघींनी बोटाच्या दिशेनं पाहिलं. राणी, राधाला आपल्या आईचं हे रूप बघून भीती वाटली. त्यांनी आपल्या आईचं अतिशय देखणं रूप फोटोत पाहिलं होतं. त्यामुळे त्यांच्या मनात आपल्या आईचं देखणं रूपच होतं.

"जा तिच्याजवळ, ती काही करणार नाही. अशा घाबरू नका. मी आहे ना." डॉक्टर देव म्हणाले.

एकमेकींचा हात धरून दोघी मोहिनीसमोर उभ्या राहिल्या. समोर एवढ्या मोठ्या मुली बघून मोहिनी दचकली.

"तुम्ही कोण गं? कुठून आलात तुम्ही? आणि कोण पाहिजे तुम्हांला?" धीर करून मोहिनी म्हणाली.

हे ऐकून राणी, राधाच्या डोळ्यांत पाणी आलं. तरीही त्यांनी धीर सोडला नाही. आईजवळ बसत तिचा हात आपल्या हातात घेत राणी म्हणाली,

"आई, मी तुमची राणी आणि ही तुमची राधा."

मोहिनी जोरजोरात हसू लागली. तिचं ते हसणं पाहून दोघीही घाबरल्या. दोघी एकमेकांच्या चेहऱ्याकडं बघत होत्या. मोहिनी त्यांच्याकडं बघत म्हणाली,

"का मला फसवता? माझी राणी सहा वर्षाची आहे आणि राधा चार वर्षाची बाळांनो, तुम्ही दुसऱ्या कुणाला तरी भेटायला आला असणार.

घरातून बाहेर पडताना प्रतापरावांनी दोघींना बाजवलं होतं की 'रडायचं नाही' पण आता ते अशक्य झालं. त्या रडायला लागल्या.

"अगं, अशा रडताय काय? मला नाव सांगा मी तुमच्या आईला शोधायला मदत करते. अहं तुम्हांला नक्की इथलाच पत्ता दिलाय काय? आठवून तिनं विचारलं.

धाडस करून राणीनं तिचा हात पुन्हा धरला. आपला हात सोडवत मोहिनी म्हणाली,

"काय गं ही पीडा? जा पाहू इथून मी चिडले तर उगीच मार खाल माझा!

राणी राधानं मोठ्या आशेनं दरवाज्याकडे पाहिलं. इतका वेळ विश्वासराव आणि

डॉ. देव दरवाजातून सर्व पहात होते. ते मोहिनीजवळ येताच ती उठली. डोक्यावर पदर घेऊन वाकून विश्वासरावांच्या ती पाया पडली. मधे मधे विश्वासराव मोहिनीला भेटत होते. त्यामुळे ती त्यांना चांगलीच ओळखत होती.

"मोहिनी अहो, ह्या तुमच्या मुली राणी, राधाच आहेत." विश्वासराव म्हणाले.

"अगं, मोहिनी तुला हॉस्पिटलमध्ये येऊन बरीच वर्षं झाली. मग तुझ्या मुली मोठ्या होणार नाहीत काय? ह्या तुझ्याच मुली आहेत." डॉ. देव मोहिनीची समजूत काढू लागले.

मोहिनी अगदी भांबावून गेली होती. बिचारीला ह्यातलं काही कळत नव्हतं. ती टक लावून मुलींकडं बघत होती. राणी, राधाला रडण्याशिवाय दुसरं काही सुचत नव्हतं. राणीला राहवलं नाही. तिनं आईला मिठी मारली.

"आई, तुम्ही मला लहानपणी बाहुली दिली होती, ना ती मी अजून जपून ठेवली आहे." राणीनं आपल्या पिशवीतून बाहुली काढून मोहिनीला दाखवली.

मोहिनीनं पटदिशी ती बाहुली घेतली आणि राणीकडं बघत ती म्हणाली,

"अगं, होय की गं, ही माझ्या राणीचीच बाहुली, तुला कुठं सापडली?"

मोहिनीनं बाहुलीचा मुका घेतला आणि छातीशी घट्ट आवळून धरली.

"आई, तुम्हांला बेसन लाडू आवडतात म्हणून लाडू आणलेत." आई जवळ बसत राधा म्हणाली.

मोहिनीनं राधाकडून लाडवांचा डबा घेतला. त्यातले लाडू घेऊन ती एकदम खायला लागली.

डॉ. देव ओरडले,

"अगं, तुझ्या मुली एवढ्या लांबून तुला भेटायला आल्यात. जरा बोल त्यांच्याशी, जवळ घे त्यांना."

डॉक्टरांना घाबरून तिनं विचारायचं म्हणून मुलींना विचारलं,

"तुम्ही कुठं असता?"

"आई, आम्ही आजीकडं भोपाळला असतो."

"इथं कशाला आलाय तुम्ही?" आता मात्र राणी, राधाला असह्य झालं. राणी उठली, मोहिनीच्या मांडीवरून आपली बाहुली घेण्यासाठी तिनं हात पुढं केला.

"काय गं ए? एक तर माझ्या राणीची बाहुली चोरलीस आणि ती परत घेताना तुला लाज नाही वाटत?" राणीचा हात धरत ती म्हणाली. "उद्या माझ्या राणीनं बाहुली मागितली, तर तिला कुठली देऊ मी? जाता की नाही इथून? चालत्या व्हा म्हणते ना!"

मोहिनीनं डोळे वटारले. तशा त्या दोघीही घाबरून दरवाज्याकडं पळत सुटल्या. बाहेर येऊन गाडीत बसल्या. एकमेकींना मिठी मारून ओक्साबोक्सी रडू लागल्या.

लाडूचा डबा आणि बाहुली घेऊन मोहिनी आपल्या खोलीकडं गेली. विश्वासरावांना आपले अश्रू आवरणं कठीण झालं. डोक्याला हात लावून ते तिथंच बाकड्यावर बसले.

"विश्वासराव, ह्यात मोहिनीचा पण दोष नाही आणि राणी, राधाचाही नाही." त्यांच्याजवळ बसत डॉ. देव म्हणाले, "विश्वासराव राणी सहा वर्षाची आणि राधा चार वर्षाची असताना मोहिनीनं त्यांना पाहिलं होतं. तुम्हीच विचार करा, ती कशी ओळखू शकेल? वयानुसार माणसांची फीचर्स बदलतात."

यावर विश्वासराव डॉ. देवना म्हणाले,

"I Can understand doctor ! आमचंच चुकलं मधे मधे राणी, राधाला भेटवायला पाहिजे होतं. डॉक्टर त्या मुलींचं वाईट वाटतं हो. आईला भेटायला मिळणार म्हणून दोघी एका वेगळ्याच भावविश्वात होत्या."

"विश्वासराव, खरं तर मला पण खूप वाईट वाटलं, तुम्ही राणी,राधाला समजावून सांगा, त्या समजूतदार आहेत."

"डॉक्टर, मोहिनीमध्ये कितपत सुधारणा आहे? तसं त्यांनी मला ओळखलं शिवाय आपले संस्कारही त्या विसरल्या नाहीत."

"अहो विश्वासराव, मोहिनीमध्ये पन्नास टक्के सुधारणा झाली आहे."

"डॉक्टर, हे ऐकून मला खूप बरं वाटलं. मी येऊ?"

"विश्वासराव, मुलींना समजावून सांगा."

"येस डॉक्टर, गुड बाय."

विश्वासराव गाडीत बसले. राणी, राधा रडतच होत्या. विश्वासरावांनी ड्रायव्हरला गाडी चालू करायला सांगितली. राणी राधाकडं बघत ते म्हणाले,

"हे बघा, तुमच्या आईनं तुम्हांला अगदी लहानपणी पाहिलं आहे. कदाचित तुम्हांला नीट आठवत पण नसेल. तुम्ही दोघी हुशार आहात. तुम्हीच विचार करा. मोहिनी तुम्हांला कशा ओळखतील. तुम्ही त्यांना मधे मधे भेटायला पाहिजे होतं म्हणजे तुम्हांला ओळखायला त्यांना सोपं पडलं असतं."

"काका, तुम्ही आबांना सांगून आम्हांला आईंना का नाही भेटवलं?" दोघीही एकदम बोलल्या.

गाडी विश्वासरावांच्या दारात येऊन थांबली. राणी, राधा उतरून पळतच घरात गेल्या. बाहेर बैठकीच्या खोलीत प्रतापराव मुलींची वाट पाहत बसले होते. त्यांना पाहताच दोघी त्यांच्या गळ्यात पडून ओक्साबोक्शी रडू लागल्या. प्रतापरावांना काही सुचेना. त्यांच्या डोळ्यांत पाणी आलं. स्वत:ला आवरत ते म्हणाले,

"मोहिनी, तुम्हांला ओळखणार नाही हे मला माहीत होतं. अगं, हा तिचा दोष नाही. इतक्या वर्षांनी तुम्ही तिला भेटल्यावर ती तुम्हांला ओळखेल ही अपेक्षा

करणंच चुकीचं आहे.''

''आबा, तुम्ही आईपासून आम्हांला लांब का ठेवलं?'' राणीनं प्रश्न केलं.

''आबा, तुम्हांला आई आवडत नाही का हो?'' लगेच राधानं विचारलं,

''बरोबर आहे पोरींनो, तुम्ही आम्हांलाच दोष देणार अजून तरी तुमच्या आईखेरीज कोणी आमच्या जीवनात आलं नाही आणि समजा आलंच तरी तुमच्या आईला मी कधीच विसरू शकणार नाही. अगं मुलींनो, तिच्या रूपावर, साध्या-भोळ्या मनावर भाळून मी हट्टानं हे लग्न केलं. तिला मी माझ्या उभ्या हयातीत विसरू शकणार नाही. ते माझं पहिलं प्रेम आहे. तुम्ही भोपाळला वाढत होत्या. मोहिनी हॉस्पिटलमध्ये! माझा कधी विचार केलात की माझं काय झालं असेल? मी वाड्यात पण जास्त राहू शकत नाही. जुन्या आठवणी मला खूप सतावतात. सारख्या मैफिलीच्या निमित्तानं इकडंतिकडं भटकत असतो. तुम्ही दोघी जर माझ्या पदरात नसता, तर कधीच या जगाचा निरोप घेतला असता. आज तुम्ही मोठ्या आहात म्हणून सांगायला काहीच हरकत नाही. आत्महत्त्या करण्याचा प्रयत्न पण केला मी. आज जो तुमचा बाप तुम्हांला दिसतो ना तो फक्त तुमच्या या विश्वासकाकांमुळेच.''

राणी, राधा त्यांना मिठी मारून रडू लागल्या. प्रतापरावांच्या पण डोळ्यांतून अश्रू ओघळत होते. पण त्यांनी बोलणं थांबवलं नाही -

''मी तुम्हांला मोहिनीला भेटवलं असतं, तर कदाचित तुमच्या मनावर परिणाम झाला असता. तुमचं लक्ष अभ्यासाकडं लागलं नसतं. म्हणून जे काही दुःखं होतं ते एकटाच सोसत आलो. अजूनही तुम्हांला तुमचा आबा चुकल्यासारखा वाटत असेल तर तुम्हीसुद्धा......''

राणी, राधानं एकदम त्यांच्या तोंडावर हात ठेवला.

''आबा, माफ करा आम्हांला.''

त्यांना बाजूला करत, डोळे पुसत, प्रतापराव म्हणाले,

''जा जरा तोंड धुऊन घ्या, कपडे बदला. आपण शॉपिंगला जाऊ या. राधाआक्का तुम्हांला गिटार घ्यायची आहे ना?''

दोघी आत निघून गेल्या. प्रतापराव विश्वासरावांना म्हणाले,

''दादा, आज खरं माझ्या डोक्यावरचं ओझं कमी झालं.''

राणी, राधा सर्वजण शॉपिंग आटोपून घरी पोहोचले. जेवण केलं. सामान बांधायला प्रतापरावांनी राणी, राधाला मदत केली. सुट्टी संपवून त्या दोघी परत भोपाळला निघाल्या होत्या. जड अंतःकरणानं प्रतापरावांनी दोघींना रेल्वेच्या डब्यात बसवलं. राणी, राधानं त्यांना मिठी मारली. प्रतापराव राधाला म्हणाले,

''राधा, तुम्हांला अभ्यास जमत नाही, तर निदान म्युझिक क्लास नीट करा.

तुम्ही म्हणता तुम्हांला म्युझिक डायरेक्टर व्हायचं आहे. तुम्ही म्हणता तितकं सोपं नाही ते, त्यासाठी खूप मेहनत करावी लागेल.''

''आबा, मी म्युझिक क्लास नक्की चांगला करेन. मला म्युझिक डायरेक्टरच व्हायचं आहे.''

''काही हरकत नाही. तुझी अकरावी होऊ दे. मी तुला फिल्म इन्स्टिट्यूटमध्ये ॲडमिशन घेऊन देतो. संगीताच्या क्षेत्रात आपले खूप मित्र आहेत, ते तुला मार्गदर्शन करतील.

त्यांच्या गळ्यात पडून राधानं पापी घेतली.

''राणीआक्का, हॉटेल मॅनेजमेंटचा कोर्स करायला तुम्ही डेन्मार्कला जाणार म्हणे! नक्की जा. तू खूप हुशार आहेस. मला विश्वास आहे तू त्यात यश मिळवशील. मला आनंद आहे की, तुमच्या दोघींची पण ध्येय चांगली आहेत. परमेश्वर तुम्हांला यश देवो.'' ह्यावर राणी, राधा रडायला लागल्या.

''अगं, राणी हा माझा टॉमबॉय केव्हापासून रडायला लागला.''

राणी, राधा सर्वजण हसायला लागले. ट्रेन सुटायची वेळ झाली. दोघी आबांच्या पाया पडल्या. प्रतापरावांनी दोघींना मिठीत घेतलं. त्यांच्या पाप्या घेतल्या.

''मावशीसाहेबांना त्रास देऊ नका हं ! नीट अभ्यास करा आणि पोहोचल्यावर एक पत्र पाठवा. तुमचं पत्रं वाचलं की खूप बरं वाटतं.''

''नक्की आबा'' राणी म्हणाली, ''तब्येतीची काळजी घ्या आणि लवकर भोपाळला या.'' थोडा वेळ कोणीच काही बोलत नव्हतं. रेल्वेची शिट्टी झाली.

''आबा, वेळ झाली!'' राणी म्हणाली.

''होय गं'' म्हणत प्रतापराव आपले डोळे पुसत खाली उतरले. बाहेर खिडकीजवळ उभे राहून त्यांनी दोघींचे हात हातात घेतले पण क्षणातच ते हात त्यांच्या हातातून सुटले. रेल्वे हळूहळू पुढे सरकत होती. प्रतापराव रेल्वे नजरेआड होईपर्यंत हात हलवत प्लॅटफॉर्मवर उभे होते.

विश्वासरावांच्या घरी जाऊन प्रतापराव सामानांची आवराआवर करत होते.

''बाळ, आत येऊ काय?'' विश्वासरावांनी विचारलं.

''या ना दादा.''

''बाळ, लगेच असं कुठं निघालात?''

''काही नाही दादा, राणी, राधा होत्या तोपर्यंत कुठल्याच मैफिली स्वीकारल्या नाहीत. आता मुंबईच्या दोन तारखा घेतल्यात तेवढ्या आटोपून येतो.''

''बरोबर कोण आहे बाळ?''

''अविनाश आहे ना! त्याला रिझर्वेशन करायला स्टेशनवर पाठवलंय.''

''बाळ, तुम्ही मैफिलीमध्ये रमलात की आम्हांला खूप समाधान वाटतं.''

“दादा, आता या मैफिलींना खूप जपलं पाहिजे. त्या पण आमच्यावर रुसल्या तर..” पुढं प्रतापरावांना बोलवलं नाही. ते विश्वासरावांना मिठी मारून रडायला लागले. तेवढ्यात वहिनी कॉफी घेऊन आल्या. कॉफी देऊन क्षणाचा विलंब न करता प्रतापराव दोघांच्या पाया पडत म्हणाले,

“दादा, अविनाश स्टेशनवर वाट बघत असेल आम्ही निघतो.”

बाहुली आणि लाडूचा डबा घेऊन मोहिनी आपल्या खोलीत गेली. तिथं मंगला, सुभद्रा, संयोगिता गप्पा मारत बसल्या होत्या. तिनं त्या तिघींना बेसन लाडू दिले. लाडू खात खात त्यांनी मोहिनीला विचारलं,

“अगं मोहिनी, तुला राणी भेटायला आली होती तर तिची आमच्याशी भेट नाही का घालून द्यायची?”

“अगं कुठलं काय? दोन मोठ्या मुली येऊन माझ्यासमोर उभ्या राहिल्या आणि म्हणतात कशा? खाली उभे राहून नक्कल करून दाखवत मोहिनी म्हणाली,

“आई मी तुमची राणी आणि ही तुमची राधा” त्यातल्या एका मुलीकडं ही राणीची बाहुली होती. केव्हा गं बया चोरली असेल? अगं, ह्या बाहुलीशिवाय माझ्या राणीला झोप पण येत नाही. आता कधीतरी हे किंवा विक्रम भेटायला आले की पाठवून देईन ही बाहुली.”

मोहिनीजवळ बसत संयोगिता म्हणाली,

“अगं कशावरून त्या राणी, राधा नसतील?”

“अगं, माझी राणी सहा वर्षाची आणि राधा चार वर्षाची कसं काय शक्य आहे ते?”

“का शक्य नाही?” डॉक्टर साठे खोलीत येत म्हणाले.

“काही नाही डॉक्टर.”

“अगं मोहिनी, ही तुझ्या राणीची बाहुली ना?” डॉ. साठेंनी विचारलं.

“डॉक्टर, तुम्हांला कसं माहीत?”

“आज मला सर बोलले की, विश्वासरावांबरोबर राणी, राधा तुला भेटायला आल्या होत्या म्हणून!”

“अहो, डॉक्टर, तुम्हीपण माझ्यासारखे फसला ना?”

“नाही गं मोहिनी, खरंच त्या तुझ्या राणी, राधाच होत्या. तू का त्याच्यांशी असं विचित्र वागलीस? तुला माहीत आहे त्या किती लांबून तुला भेटायला आल्या होत्या. किती वाईट वाटलं असेल त्यांना? आता त्या परत येतील काय?”

“अहो डॉक्टर बघा ना, माझ्या राणीची बाहुली किती गोड आहे. मी जरा हिला झोपवते हं.”

"मोहिनी, मी तुझ्याशी काय बोलतोय?"

"शूऽऽऽ! जरा हळू बोला ना?" आपल्या ओठांवर बोट ठेवत ती म्हणाली.

डॉ. साठे वैतागून खोली बाहेर गेले आणि एका झाडाखाली मोहिनीचा विचार करत बसले.

डॉ. साठे झाडाखाली विचार करत बसले होते. एक बाई त्यांना शोधत शोधत तिथं आल्या. डॉ. साठेंना त्या म्हणाल्या,

"डॉ. प्रकाश साठे आपणच का?"

"होय, काही काम होतं का माझ्याकडं?"

"जरा आपल्याशी बोलायचं होतं."

"आपण बसा ना आपली ओळख?"

"मी सोशल वर्कर मंदाकिनी द्रविड. या आधी मी मुंबईला ससून हॉस्पिटलमध्ये होते. दोन दिवस झाले हे हॉस्पिटल जॉईन करून."

"ग्लॅड टू मीट यू मिसेस द्रविड!"

"आय टू! सर, मी इथं आल्यावर ठरवलंय की, जे पेशंट पंधरा वर्षांपेक्षा जास्त काळ इथंच आहेत त्यांना हँडल करायचं!"

"चांगली गोष्ट आहे मॅडम!"

"सर, मला मोहिनीची केस जरा इंटरेस्टिंग वाटली. मला तिला भेटायचं आहे. ही केस इंटरेस्टिंग वाटायची दोन कारणं आहेत. एक म्हणजे मी स्वतः प्रतापरावांची फॅन आहे आणि दुसरं म्हणजे दोन्ही बाजूंनी इनामदार घराण्याशी तिचा संबंध असताना तिला असं का व्हावं?"

"चला मी आपल्याला मोहिनीची गाठ घालून देतो."

दोघंही मोहिनीच्या खोलीकडं गेले.

"ही मंगला, ही सुभद्रा, ही संयोगिता आणि ही मोहिनी." मोहिनीकडं पाहत ते म्हणाले, "मोहिनी, ह्या तुमच्या नवीन बाई."

"म्हणजे मास्तर?"

डॉ. साठे आणि द्रविडबाई हसायला लागले.

"सर, हुशार आहे की ही." द्रविडबाई हसत म्हणाल्या,

डॉ. साठे मोहिनीला म्हणाले,

"हे बघ, ह्या रोज तुम्हांला चांगल्या गोष्टी सांगणार. तुमच्याशी चांगल्या गप्पा मारणार."

"बाई, मला पण गप्पा मारायला खूप आवडतात. बसा ना तुम्ही."

"आज नाही हं उद्यापासून!"

"मोहिनी, ह्या बाईंचं तू सर्व ऐकणार ना?"

"मारणार नसल्या तर ऐकणार!"

द्रविडबाईंनी सर्व खोलीभर नजर फिरवली. डॉ. साठेंनी ओळखलं.

"बाई, यांना रोज स्वच्छता शिकवली तरी तुम्हांला हेच रूप दिसेल. मी तर आता या बाबतीत बोलायचंच सोडलंय."

डॉक्टर आणि द्रविडबाई बोलत बोलत एका झाडाखाली जाऊन बसले.

"बाई, मोहिनी मनानं खूप चांगली आहे, भोळी आहे, पण तिची स्मरण शक्ती कमालीची आहे.",

"सर, ते मी तिच्या दोन वाक्यांवरूनच ओळखलं. जरा तिचं राहणीमान आणि भाषा बदलायला पाहिजे."

समोरून मोहिनी दोन फुटक्या कपात पाणी घेऊन आली.

"मोहिनी, हे काय?" बाईंनी विचारलं

"अहो, याला चहा म्हणतात!"

मोहिनीकडून कप घेत डॉ. साठे म्हणाले,

"बाई, आज तुमच्यामुळे मला पण मोहिनीचा चहा मिळाला बघा. मोहिनी बस ना."

"कशी बसू? माझ्या राणीच्या बाहुलीला झोपवायचं आहे."

मोहिनी आपल्या खोलीकडं निघून गेली.

"सर, तुमची परवानगी असेल तर मोहिनीची केस हाताळायला मी तुम्हांला मदत करेन. तुम्ही पाहिलंत ती आपले रीतीरिवाज विसरली नाही. सर ही राणी कोण? मोहिनीचा केसपेपर सापडला आणि थोडी माहिती मेट्रननं दिली. तिची फाईल मला दोन दिवसांनी मिळेल."

"बाई, मोहिनीला दोन मुली आहेत. त्यांना भोपाळला शिकायला ठेवलंय. कालच त्या इथं तिला भेटून गेल्या. पण हिनं त्यांना ओळखलं नाही. तिला अजून आपल्या मुली लहान असल्यासारखं वाटतंय. आपल्या आईनं ओळखावं म्हणून राणीनं ही बाहुली बरोबर आणली होती. पण तिला फक्त बाहुलीच आठवली. बाई, तुम्हांला माहिती नाही. पण तुम्ही ही केस हातात घेऊन आम्हांला आशेचा किरण दाखवला आहे."

"सर, अजून केस हातात घ्यायची आहे."

"अहो ह्या क्षणापासून केस तुमची आहे. ह्या केस बाबतीत मी तुम्हांला हवी ती मदत देईन."

"थँक यू सर!"

"बाई, लंचटाईम झाला आहे. आपलं जेवण?"

“सर, आज मी पेशंटसबरोबरच जेवणार आहे.”

"Carry on Madam, wish you all the best!" एवढं बोलून डॉ. साठे निघून गेले.

पुढे दोनच दिवसांत द्रविडबाईंना मोहिनीची फाईल मिळाली. त्यांनी मन लावून संपूर्ण फाईल वाचली. अठरा वर्षात फाईल जीर्ण झाली होती. द्रविडबाईंनी फाईलवर गार्डियन म्हणून काका देशपांड्यांचं नाव वाचलं. नावाखाली त्यांचा पत्ता होता. पत्त्यावरून त्यांचा फोन नंबर त्यांनी शोधून काढला. फोनवर त्यांनी देशपांडेकाकांना भेटण्याची इच्छा व्यक्त केली. वेळ मिळताच त्या देशपांडेकाकांच्या घरी पोहोचल्या.

देशपांडेकाका अतिशय धिप्पाड प्रकृतीचे गृहस्थ. गोरापान, गोल चेहरा, मिल्ट्रीकट सारखे बारीक केस. पोशाखही अगदी साधा, पांढरा शर्ट आणि पांढरी विजार. द्रविडबाईंनी काकांना नमस्कार केला आणि आपला परिचय दिला. मोहिनीच्या तब्येतीबद्दल त्यांनी त्यांना सांगितलं.

“काका, माझा आपल्यावर एक आरोप आहे.”

“बोला बाई.”

“काका, तुम्ही मोहिनीचे गार्डियन असून तिच्याकडं लक्ष का दिलं नाही? दुसरं म्हणजे मोहिनी प्रतापरावांची बायको असून ते एवढे बेफिकीर का राहिले? मला कळत नाही काका, दोन्हीकडून ही पोर इनामदार घराण्यातली. मग तिची अशी दशा का व्हावी?”

“बाई, प्रतापनं आपल्या परीनं मोहिनीला बरं करण्याचा खूप प्रयत्न केला. त्याला मोहिनीची फिकीर नसती तर त्यांन आतापर्यंत दुसरं लग्न केलं असतं. पण तो वाट बघतोय ती बायको बरी व्हायची. पण त्याच्या पदरात निराशाच पडतेय. अहो, नुसतं भेटण्यामुळंच प्रेम दिसतं काय? मी तर नुसता तिचा गार्डियन. डॉक्टरांना विचारा मी कुठं कमी पडलो का? हां! स्वत: आलो नसेन मला काय त्या डॉक्टरी ज्ञानातलं कळतंय? आणखीन एक आजपर्यंत आमच्याजवळ तुमच्यासारखं हा विषय घेऊन कोणीही आलं नाही. आम्ही काय मोहिनीचे दुश्मन आहोत काय? आज तुम्ही तिचा विषय काढलात, खरं सांगू मनाला खूप बरं वाटलं. कुठं तरी आशेचा किरण दिसला. बाई तुम्ही काही काळजी करू नका. तुम्हाला जी काही मदत हवी असेल ती माझ्याकडून मिळेल. पैशाची पण काळजी करू नका. तसा मला प्रतापकडूनच हुकूम आहे. आम्ही मान्य करतो. आमच्याकडून काही चुका झाल्या असतील त्याबद्दल आम्ही तुमची क्षमा मागतो,”

बाईंनी ओळखलं हा माणूस नक्कीच महान असला पाहिजे.

“काका, तुम्हांला दुखवायचा माझा बिलकूल हेतू नव्हता. पण ही केस

हातामध्ये घेतल्यावर थोडे गैरसमज माझ्या मनामध्ये होते. ते मी दूर करणं हिताचं समजते.''

''नाही बाई, तुमच्या जागी आणखीन कोणी असतं, तर त्याला हेच वाटलं असतं. उलट आम्हांला आमची मोहिनी परत मिळणार असं वाटायला लागलं आहे. तुम्ही आम्हांला आता निराश करू नका आणि तुमच्यापरीनं मोहिनीला बरं करायचं प्रयत्न करा. एवढं कराल?''

''काका मी तुम्हांला लवकरच मोहिनीची चांगली बातमी देईन. माझ्यावर विश्वास ठेवा.''

''बाई,. आम्ही त्या बातमीची आतुरतेनं वाट बघत आहोत.''

''काकांचा निरोप घेऊन द्रविडबाई बाहेर पडल्या.

दुसऱ्या दिवशी द्रविडबाई मोहिनीच्या वॉर्डकडं एका आयाला घेऊन गेल्या. काही न बोलता त्यांनी सर्व चादरी, सर्व कपडे गोळा केले आणि न्हाणीकडं गेल्या. काहीही न बोलता बाई काय करायला लागल्या आहेत हे बघण्यासाठी सुभद्रा, मंगला, संयोगिता आणि मोहिनी पण त्यांच्या पाठोपाठ न्हाणीकडं गेल्या. द्रविडबाई आणि आया मिळून ते घाणेरडे कपडे धुत होत्या. ह्या चौघींना पण लाज वाटली तशा त्या मान खाली घालून दारापाशी उभ्या राहिल्या. द्रविडबाईंनी आणि आयानी कपडे वाळत घातले आणि आपल्या रुमालानं चेहऱ्यावरचा घाम पुसला.

''ह्या कुबट वासानं मळमळायला लागलंय बघ, चला जरा बाहेर कट्ट्यावर बसू या.'' बाई म्हणाल्या.

या चौघींनी बाईचं हे बोलणं ऐकलं.

''खरंच आपलं चुकलं गं आपण रोजच्या रोज जर आपले कपडे धुतले असते तर बाईंना एवढा त्रास झाला नसता.''

''मोहिनी, सगळ्यात जास्त तुझेच कपडे आहेत.''

''वा गं वा! तुझे नाहीत होय?'' ह्या चौघीत वाद सुरू झाला.

द्रविडबाई खोलीत येताच चौघीही गप्प बसल्या.

''अंघोळ कुणी केली नाही?''

मोहिनी खाली मान घालून पुढं आली.

''स्वत: अंघोळ करणार का घालू?''

''बाई, साबण नाही, कपडे नाहीत!''

''कपडे एवढे चांगले होते ते बोळे करून फेकून दिले.''

''बाई, चूक झाली माफ करा.''

''तिथं फळीवर साबण, कपडे, तेल, सर्व काही ठेवलंय जा आधी अंघोळ

करून ये आणि मगच माझ्याशी बोल.''

गरम पाण्याचं नाव न काढता मोहिनी गुपचूप न्हाणीकडं कपडे घेऊन निघून गेली. द्रविडबाई गालातल्या गालात हसल्या. द्रविडबाईंनी न्हाणीत एक आरसा लावला होता. मोहिनी हळूहळू त्या आरशाकडं गेली. आपला चेहरा बघताच किंचाळली. किंचाळण्याचा आवाज ऐकून आया आत आली.

''मोहिनी, काय झालं?''

मोहिनी खाली बसून रडू लागली.

''मावशी, मी किती छान दिसायची! अगदी बेबी शंकुतलासारखी दिसायची मी आणि आज हे माझं रूप बघताना माझी मलाच भीती वाटते.''

''कळलं का मोहिनी? तुला नेहमी मी सांगायची पण तुला कधीच पटलं नाही. तेच तुला आरशानं दाखवलं. बाईंनी मुद्दामच हा आरसा इथं बसवलाय, म्हणजे प्रत्येक पेशंटला कळेल की आपण कसं राहिलं पाहिजे. आता राहशील ना नीट?''

''हो मावशी! माझं खूपच चुकलं.''

''अगं पोरींनो तुम्हांला असं का वाटत नाही आपण सर्वांचं ऐकून लवकर बरं होऊन आपल्या घरी जावं.''

''बरोबर आहे तुमचं मावशी.''

मोहिनीनं खोलीत प्रवेश केला. तिला आपल्या खोलीतलं वातावरण अगदीच प्रसन्न वाटलं.

''संयोगिता ही खोली आपलीच का गं?''

''अगं मोहिनी, बाईंनी स्वत: खोली स्वच्छ केली. बघ उद्यापासून आपण खोली स्वच्छ ठेवत जाऊ या.'' संयोगिता म्हणाली.

तेवढ्यात द्रविडबाई पुन्हा खोलीत आल्या.

''मोहिनी, किती छान दिसतेस बघ. कुंकू का नाही लावलंस?''

''बाई हे कुठं आहेत माझ्याजवळ, ते मी कुंकू लावू!''

''अगं मोहिनी, कुंकवामध्ये खूप शक्ती असते. आपला नवरा आपल्याहून किती दूर असला, तरी त्याला काही होत नाही. कुंकू हेच स्त्रीचं खरं हत्यार आहे.''

''होय हो बाई! माझं आयुष्य त्यांना लागू देत, कुठंही असू देत पण ते तब्येतीनं व्यवस्थित राहू देत.''

''मोहिनी, तुझं किती प्रेम आहे गं प्रतापरावांच्यावर!''

''बाई, पती हाच परमेश्वर असं मी समजते.''

''बरं आहे मोहिनी आता मी घरी चाललेय. उद्या येईन तेव्हा खोली अशीच स्वच्छ राहील ना?''

बाई गेल्यावर मोहिनी राणीची बाहुली घेऊन बाहेर झाडाखाली जाऊन बसली. नकळत तिच्या तोंडातून अंगाईगीत निघालं-

'ये गं तू हरणी, गिण्यानं भरली
बाळाच्या खेळणी, झाला वेळू ॥
ये गं तू गाई, चरोनी भरोनी
ऐकून जा गं तू, सावळीला ॥
ये गं तू कोकळी, बस झाडावरी
तुझी तरी नजर गं, बाळावरी ॥....'

तेवढ्यात एक पेशंट मोहिनीजवळ आली.

"काय गं ए सटवे, आम्ही गाणं म्हटलं की आमच्याजवळ कोणी येत नाही आणि तू गायला लागलीस की सगळ्या इथं जमतात."

मोहिनीला काही बोलू न देता तिनं तिच्या हातातून बाहुली हिसकावून घेतली. आपल्या पायाखाली तुडवली आणि उचलून दूर भिरकावून दिली. मोहिनीचं अंग शहारलं. एकदम चवताळून ती पेशंटला मारू लागली. अगदी रक्तबंबाळ होईपर्यंत तिनं तिला मारलं, आरडाओरड ऐकून आया, मेट्रन धावतच तिथं आल्या. तिला आवरलं गेलं. मोहिनीला ई सी टी वॉर्डकडं नेण्यात आलं.

दोन दिवसांनी द्रविडबाई मोहिनीला भेटायला खोलीत आल्या. ती खोली परत तशीच अस्ताव्यस्त झाली होती. मोहिनीच्या पलंगाजवळ जात बाईंनी तिला हाक मारली. बाईंकडं बघताच मोहिनी चवताळून उठली.

"आधी माझ्या खोलीतून चालती हो, पुरे झालं तुझं शिक्षण. त्याचीच शिक्षा भोगावी लागली मला."

काही न बोलता द्रविडबाई खोलीतून बाहेर पडल्या. त्या एका झाडाखाली बसल्या. डॉ. साठे समोरून येताना दिसले. त्या उठणार तेवढ्यात डॉक्टरांनी त्यांना बसायला सांगितलं.

"बाई, मी सर्व तपास केला. तसा मोहिनीचा काही दोष नाही. तिच्या मुलीची बाहुली ती जिवापलीकडं सांभाळते आणि तिचा गळा पण इतका सुंदर आहे की, ती गाऊ लागली म्हणजे कोणी पण आकर्षित होतं."

"पण सर, तिनं राग आवरला पाहिजे."

"ते बरोबर आहे. पण बाई, आपणसुद्धा संयम सुटल्यावर काय करतो? तुम्हीच विचार करा. हं रक्तबंबाळ होईपर्यंत तिनं मारायला नको होतं. पण तिला एवढं कळलं असतं तर ती इथं कशाला आली असती बाई, मी एवढंच सांगायला आलोय की तुम्ही तुमचा आत्मविश्वास गमावू नका."

"नाही सर, मी मगाशीच ठरवलंय, वाटेल तेवढा त्रास झाला तरी मीच

मोहिनीची केस हाताळणार! तुम्ही काळजी करू नका सर.''

"That's a good spirit मला तुमच्याकडून हीच अपेक्षा होती. O.K. Madam काही लागलंच तर हाक मारा.'' डॉ. साठे निघून गेले.

तीन-चार दिवस द्रविडबाई मुद्दामच मोहिनीकडं आल्या नाहीत. एके दिवशी अजागळ अवस्थेत मोहिनी द्रविडबाईंच्या खोलीसमोर येऊन झाडाखाली बसली. तिच्या आजूबाजूला पेशंट नाचत होत्या, उड्या मारत होत्या, पण तिचं त्यांच्याकडं लक्ष नव्हतं. ती फक्त समोरच्या खोलीत काय चाललंय ते बघत बसली होती. खोलीत बाई दहा ते बारा पेशंटना काहीतरी शिकवत होत्या.

एका पेशंटला जवळ बोलवून मोहिनीनं विचारलं,

''तू शाळेला नाही गेलीस? मीच तुला शिकवते.''

ती पेशंट टाळ्या वाजवू लागली. मोहिनी तिच्याकडं पाहत म्हणाली.

''काय वेड लागलंय तुला? बस ना खाली!''

त्या पेशटनं तिचं ऐकलं नाही. तशी मोहिनी वैतागून त्या खोलीच्या पायरीवर जाऊन बसली. मोहिनीचं लक्ष खोलीत नव्हतं पण तिचे कान मात्र तिकडं होते. आपण बाहेर बसलोय हे कुणाला कळू नये म्हणून ती गप्प बसली होती. पण तिच्या खोकण्यामुळे बाईचं लक्ष तिच्याकडं गेलं, तशा त्या म्हणाल्या,

''मोहिनी, आत येऊन बैस ना!''

''नको गं बाई तुझी शाळा! शॉकची भीती वाटते बघ हाच आमचा वेष बरा. कोण चिडवत नाही आणि खरं सांगू बाई ही अठरा वर्षं इथं शाळाच होती की, 'मोहिनी उठ, मोहिनी बस, मोहिनी अंघोळ कर, मोहिनी शिव्या नाही द्यायच्या, मोहिनी अधाशासारखं खाऊ नकोस. हे करू नकोस, ते करू नकोस, भाकरीचा एक तुकडा तरी चांगला देतात काय? आणि काय तर मोहिनी कपडे धू. काय लायकीचे कपडे हे? माझ्या घरात ह्यांच्यासारखे छप्पन नोकर आहेत.''

मोहिनी आपल्या फ्रॉकशी खेळत बसली होती. तिच्याजवळ येऊन बाईंनी विचारलं,

''मोहिनी, तू आता काहीतरी बोलत होतीस ना?''

''आता खोलीत तुम्ही जे पाढे शिकवत होता ना, त्याची बाहेर बसल्याबसल्या उजळणी केली.'' एवढं बोलून ती तिथून निघून गेली.

द्रविडबाई हसल्या. त्यांनी मोहिनीला हाक मारली. मोहिनी परत आली ती हातात काठी घेऊनच. बाईंसमोर येत ती म्हणाली,

''हात पुढं कर.''

द्रविडबाईंनी हसत हसत हात पुढं केला. काठीचा 'स़प्प' आवाज आला. तरी बाईंनी हात मागं घेतला नाही.

"नाव काय म्हणून विचारलं तरी नाव सांगत नाहीस. तुला मस्ती आलीय का? कुठल्या मास्तरनी तुला शिकवलंय?"

"अगं मोहिनी माझं नाव मंदाकिनी द्रविड आहे. मी तुझी बाई आहे."

"ए मी तुला सांगून ठेवते. आजपासून मी तुझी बाई आहे. तू माझी बाई नाहीस."

"बरं बाई, तूच माझी बाई बस खूष!"

"मस्का मारू नको लगेच!"

"बरं मोहिनी, चुकलं बाई, आत खोलीत येऊन शिकवा ना बाई."

"नको आज एवढी शिकवणी बस. आता मला लवकर जायला हवं. खूप कामं आहेत. माझं बाळ खूप लहान आहे. त्याला भूक लागली असेल."

क्षणाचाही विलंब न लावता ती उड्या मारत मारत तिथून निघून गेली. द्रविडबाई डोळे पुसत आयाला म्हणाल्या,

"का म्हणून परमेश्वर हिची परीक्षा पाहत असेल."

दुसऱ्या दिवशी परत मोहिनी द्रविडबाईंच्या खोलीसमोर पायरीवर येऊन बसली. बाईंना समाधान वाटलं की खोलीच्या आत नाही पण बाहेर तरी मोहिनी येऊन बसली. थोड्या वेळानं द्रविडबाई तिच्याशेजारी येऊन बसल्या. त्यांनी विचारलं,

"बाई, आज आम्हांला काय शिकवणार?"

"द्रविडबाई, आज मी तुम्हांला मारणार नाही मी सांगेन तसा नीट अभ्यास करा."

द्रविडबाईंनी मान हलवली.

"शाब्बास!" म्हणत मोहिनीनं एक जोराची थाप त्यांच्या पाठीत मारली. पुढं ती म्हणाली,

"असं नीट ऐकलंस तर मी तुला कशासाठी मारू? अरे बाप रे! विसरले बघ." म्हणत मोहिनीनं काहीतरी आठवायचा प्रयत्न केला.

"बाई काय विसरलात?" विद्यार्थ्यांसारखं बाईंनी भोळेपणानं विचारलं.

"अगं, उद्या माझ्या गाण्याचा कार्यक्रम आहे आणि अजून मी गाणं पाठ केलं नाही."

"बाई, मला जरा गाणं ऐकवा. मला आठवलं तर मी तुम्हांला सांगेन." बाईंनी मोहिनीला म्हटलं.

"असं म्हणतेस? ऐक तर." मोहिनीनं हातातली काठी तोंडासमोर धरली. तेवढ्यात तिथं बसलेल्या एका पेशंटनं विचारलं,

"हे काय गं बया?"

"तू वेडी आहेस का गं? एवढं पण कळत नाही. याला ना माईक म्हणतात

आता मधेमधे बोलू नका. गाणं शांतपणे ऐका.''

'पराधीन आहे जगती पुत्र मानवाचा
दोष ना कुणाचा....'

न चुकता मोहिनीचं गाणं गाऊन झालं. द्रविडबाईंना डॉ. साठेंचें शब्द आठवले. मोहिनीची स्मरणशक्ती चांगली आहे आणि तिचा गळा पण सुरेल आहे. मोहिनीचं गाणं संपताच तिथं बसलेल्या सर्वांनी टाळ्या वाजवल्या.

''गाणं आवडलं ना, उद्या पाठ करून या हं! मी जाते लवकर, नाहीतर कार्यक्रम सुरू व्हायचा.'' म्हणत मोहिनी बाईंच्या थाटातच निघून गेली. पाठमोऱ्या मोहिनीकडं बघत द्रविडबाई आयाला म्हणाल्या.

''मोहिनीकडं बघितलं की खूप भडभडून येतं बघ!''

''बाई, मोहिनीचं मन खूप निष्पाप आहे. आम्हांला कुणालाही ही अरेतुरे करत नाही. मावशीशिवाय ती हाकच मारत नाही.''

''अहो, खानदानी रक्त कुठं जाणार आहे काय?''

''खरं आहे बाई, चला निघू या. घर खूप लांब आहे. बस मिळायची नाही.''

द्रविडबाईंना एक समाधान वाटलं होतं की, आता मोहिनीला शोधण्यासाठी कुठं जावं लागणार नव्हतं. कारण मोहिनीला त्यांचा लळा लागला होता. त्यांच्या ओढीनं ती बरोबर वेळेवर पायरीवर येऊन बसत होती. मोहिनी हळूहळू द्रविड-बाईंच्या खोलीत वाकून बघू लागली. तसं करता करता एखाद्या वेळेस आत जाऊन बसू लागली. द्रविडबाईंना मनातल्या मनात समाधान वाटायचं. मोहिनी परत चिडू नये म्हणून त्या काहीच तिला बोलत नव्हत्या. मोहिनीचा मूड बघून तिला काहीतरी काम सांगायच्या. ती पण मग मन लावून काम करू लागली. मन लावून आवडीनं काम करण्याचा एक चांगला गुण मोहिनीत आहे, हे द्रविडबाईंच्या लक्षात आलं.

◆

एके दिवशी मोहिनी द्रविडबाईंच्या खोलीकडं गेली. द्रविडबाईंची बाहेर जाण्याची गडबड सुरू होती, ते पाहून मोहिनी म्हणाली.

''बाई कुठं बाहेर निघालात.''

''होय गं, जरा या मुलींना फिरायला घेऊन निघालेय.''

''बाई, मी काय घोडं मारलंय? मला पण तुमच्याबरोबर यायचं आहे!''

''ते कसं शक्य आहे मोहिनी? अगं तू माझी बाई ना? मग मी शिकवलेलं कसं चालेल?''

मोहिनी द्रविडबाईंच्या गळ्यात पडली. ती बाईंना गयावया करू लागली.

“अहो बाई, मी तुमची चेष्टा करते ते तुम्हांला नाही कळलं? खरं तर तुम्हीच माझ्या बाई. चला ना मला तुमच्याबरोबर घेऊन!”

“मोहिनी, मी तुला एका अटीवर घेऊन जाईन.”

“बोला बाई!”

अगोदर खोलीत जा. स्वच्छ अंघोळ कर, चांगली साडी नेस, तरच मी तुला माझ्याबरोबर घेऊन जाईन.”

मोहिनी पळतच खोलीकडं गेली. तिनं स्वच्छ अंघोळ केली. सुंदर साडी नेसली, कपाळाला कुंकू लावलं आणि द्रविडबाईंसमोर येऊन ती उभी राहिली. मोहिनीकडं बघून द्रविडबाईंना हसू आलं. वेळ न घालवता सर्व पेशंट, दोन आया आणि एका वॉर्डबॉयला घेऊन त्या हॉस्पिटल बाहेर पडल्या,

हॉस्पिटलच्या बाहेर एक बस उभी होती. सर्वजण बसमध्ये बसले. ड्रायव्हरनं बस सुरू केली. आज बऱ्याच दिवसांनी मोहिनी बाहेरच्या सुंदर वातावरणात रमून गेली. एका छोट्या गावापाशी बस येऊन थांबली. खाली उतरून द्रविडबाईंनी सर्व पेशंटना बरोबर घेतलं आणि त्या पुढं चालू लागल्या. एके ठिकाणी थांबून त्यांनी पायातली चप्पल काढली आणि एका दगडाजवळ जाऊन त्यांनी माथा टेकला. त्यांनी केल्याप्रमाणं बाकी सर्वांनी पण माथे टेकले. मोहिनी एकटीच बाजूला उभी होती. ते पाहून द्रविडबाई मोहिनीला म्हणाल्या,

“अगं मोहिनी, तू अशी उभी का? ये ना!”

“बाई, हॉस्पिटलमध्ये राहून राहून तुम्हांला पण वेड लागलं काय?”

“असं काय बोलतेस मोहिनी?”

“नाही तर काय? तुम्ही मला आधीच का नाही सांगितलं? एवढ्यासाठी इतक्या लांब येण्याची काय गरज होती. अहो, तुमच्या खोलीसमोर काळा दगड आहे की. त्याच्यावर डोकं टेकवून झोपायचं नाही का?”

मोहिनीच्या बोलण्यावर द्रविडबाई आणि आया हसल्या. द्रविडबाई मोहिनीला म्हणाल्या,

“मोहिनी, या गावचं नाव आहे आळंदी आणि आपण जिथं आलो आहोत ते एक पवित्र देवस्थान आहे.”

“मग देव कुठंच कसे दिसत नाहीत?”

“अगं, ही ज्ञानेश्वर महाराजांची संजीवन समाधी आहे. ते इथं ध्यानस्थ बसले होते.”

“बाई ध्यानस्थ म्हणजे काय हो?”

‘अगं डोळे मिटून देवाचं नाव घेत बसले होते आणि ते बसले असतानाच त्यांच्याभोवती विटा रचल्या गेल्या.”

"कशी हो क्रूर माणसं असतील बाई! बिचाऱ्याचा जीव कोंडला असेल की!"

"अगं मोहिनी, ते अजून इथंच आहेत असं वाटतं बघ."

"मग बाई आपण ही भिंत फोडून त्यांना बाहेर काढू या का?"

"मोहिनी, समाधीला असं बोलू नये."

"अहो बाई, समाधी समाधी काय लावलंय? थडगी पण अशीच दिसतात की."

"कसं समजावू तुला? किती अभद्र बोलतेस गं! मोहिनी तुझ्याशी बोलण्यात काहीच अर्थ नाही बघ. तुला ज्ञानेश्वर महाराज म्हणजे कोण हे सुद्धा माहीत नसेल?"

"तर तर तुम्हांला एकट्यालाच सगळं माहीत असावं काय? आमच्या आबांनी आम्हांला लहानपणी संत ज्ञानेश्वर हा सिनेमा दाखवला होता की बाई. सिनेमा बघताना लई रडू येतंय बघा!"

"अगं मोहिनी एवढं सगळं तुला माहीत असताना हे वेड्याचं पांघरूण कशासाठी? चल जरा या पवित्र समाधीवर डोकं टेक. इथं तुझ्या मनातलं जे काही मागशील ते खरं होईल बघ."

"बाई, मग मी काय मागू?"

"मागून घे की, मला परत माझ्या गोकुळात लवकर पोहोचवा म्हणून."

"बाई, गोकुळ श्रीकृष्णाचंच ना? आमच्या आबांनी गोष्ट सांगितली होती."

"अगं तुझा परिवार पण गोकुळासारखाच मोठा आहे."

मोहिनी आत समाधीजवळ गेली. तिनं श्रद्धेनं आपला माथा टेकवला कुठली अद्‌भुत शक्ती होती माहीत नाही पण डोकं टेकताच ती गदगदून रडू लागली. तेवढ्यात लांबून येणाऱ्या वारकऱ्यांच्या तोंडून तिला भजनाचे बोल ऐकायला आले. 'ज्ञानबा तुकाराम ज्ञानबा तुकाराम' मोहिनीनं एकदम पाठीमागं वळून पाहिलं. हात जोडून वारकऱ्यांच्याकडं ती पाहत उभी राहिली. वारकरी आत गाभाऱ्यात येताच तिनं त्यांना वाकून नमस्कार केला. मोहिनीवर द्रविडबाईंचं बारीक लक्ष होतं. तिला झालेला आनंद पाहून त्यांना समाधान वाटलं. त्यांनी मनोमन ठरवलं. जेव्हा जेव्हा शक्य होईल तेव्हा या सर्व पेशंटना इथं घेऊन यायचं. द्रविडबाई आयांना घेऊन बाहेर गेल्या आणि जेव्हा त्या गाभाऱ्यात परत आल्या, तेव्हा त्यांना मोहिनी एका कोपऱ्यात बसून मुसमुसून रडताना दिसली. जवळ जाऊन मोहिनीच्या केसावरून त्यांनी हात फिरवला. मोहिनी एकदम द्रविडबाईंच्या कुशीत शिरून हुंदके देऊन रडायला लागली.

"मोहिनी कुणाची आठवण आली काय?"

आपले डोळे पुसत मोहिनी म्हणाली,

"बाई हे एक सुंदर भक्तिगीत म्हणायचे, त्याची मला आठवण झाली. बाई इथं आल्यापासून खूप बरं वाटतंय. किती प्रसन्न जागा आहे! इथून जाऊच नये असं वाटतंय."

"मोहिनी, आम्हांला ते प्रतापरावांचं भक्तिगीत गाऊन दाखवा ना."

'बाई, ते ज्ञानेश्वर महाराजांचं भक्तिगीत नाही."

"अगं देवाच्या दरबारात सर्व गीतं समानच.देवाबद्दल तुमच्या भावना, त्याच्याबद्दलची श्रद्धा ही महत्त्वाची. मोहिनी, तू अगदी मोकळेपणानं गा आम्हांला ते भक्तिगीत ऐकायचं आहे."

मोहिनीनं एकवार ज्ञानेश्वर महाराजांच्या समाधीवर डोकं टेकवलं. आपले डोळे मिटले आणि सुरेल आवाजात ती गाऊ लागली,

'त्रिशुलावरी काशीपुरी चक्रावरी पंढरी
दोघे सारखे सारखे विश्वनाथ विठ्ठल सखे ॥
एक लावी विभूती गोळा
एक लावी चंदन टिळा, दोघे सारखे सारखे ॥
एक घाली रुद्राक्षी हार
एक घाली तुळशी माळ, दोघे सारखे सारखे ॥
एक अर्धांगी पार्वती,
एक रखुमाईचा हा पती, दोघे सारखे सारखे ॥
विश्वनाथ विठ्ठल सखे....'

भक्तिगीत गात असतानाच मोहिनीच्या डोळ्यातून अश्रूंच्या धारा वाहू लागल्या. भक्तिगीत संपताच एक वारकरी पुढं येऊन म्हणाला,

"सुरेल ! अति सुरेल! काय परमेश्वरानं गळा दिलाय हो? हे कुणाचं गीत आहे?"

"कुणाचं आहे ते मला माहीत नाही, पण हे गीत मला माझ्या पतींनी शिकवलंय." मोहिनी डोळे पुसत म्हणाली.

"आपल्या पतीचं नाव काय?"

"प्रतापराव!"

"बाई, प्रतापराव म्हणजे ते ख्यातनाम सतारवादक तर नाहीत?"

द्रविडबाई पुढं होऊन म्हणाल्या,

"तुम्ही अगदी बरोबर ओळखलंत. आपल्यासमोर ज्यांनी भक्तिगीत गायलं त्या त्यांच्या पत्नी!"

तो वारकरी मोहिनीच्या पाया पडला.

"तरीच विचार करीत होतो की ही रक्तात भिनलेली कला असणार, त्याशिवाय हे आर्त स्वर... बाई एक विचारू?"

"विचारा!"

"यांचं गाणं एवढं सुरेल..."

"अहो, त्यांनी शास्त्रीय संगीताची संथा घेतलीय."

"तरीच! त्यांच्या सुरात कुठंच बेसूर उमटला नाही. याचंच मला आश्चर्य वाटलं होतं. पण आता सगळा उलगडा झाला. या प्रार्थनेतली आर्तता माझ्या ओळखीची वाटली. हेच सूर मी ऐकले आहेत."

"हे सूर ऐकलेत? महाराज, तुम्ही मोहिनीचं गाणं ऐकलंत?" द्रविडबाईंनी विचारलं.

"नाही" वारकरी म्हणाला, बाईंचं गाणं नाही ऐकलं."

"मग?"

"बाई, ज्यांनी हे भक्तिगीत बाईंना शिकवलं त्या प्रतापरावांच्या सुरेल आवाज ऐकण्याचं भाग्य आम्हांला मिळालं आहे. गाण्याचा हाच ढंग...."

द्रविडबाई त्यांना अडवत म्हणाल्या,

"महाराज, प्रतापराव एक सतारवादक, गाण्याची मैफील ते करीत नाहीत. कदाचित ते कुणीतरी दुसरं..."

"नाही! आमचा आमच्या डोळ्यांवर आणि कानांवर विश्वास आहे. ते आम्हांला दगा देणार नाहीत. त्याहीपेक्षा त्यांनी जे सांगितलं ते तर आम्ही कधीच विसरू शकत नाही.'''

"महाराज मी अविश्वास दाखवत नाही. पण तुम्ही जे पाहिलं, ऐकलं ते समजून घेण्याची माझी इच्छा आहे."

द्रविडबाई आणि मोहिनी ऐकण्यासाठी आतुर झाल्या होत्या. वारकरी सांगू लागला.

"असाच फिरत फिरत एकदा शिर्डीला गेलो. तेवढ्यात आमच्या कानावर सुरेल भजनाचे बोल पडले. कोण गातंय म्हणून बघायला गेलो तर एक कळकटमळकट कपडे घातलेला बैरागी बाबांची भजनं म्हणत होता. आम्ही सर्वांनी त्यांची भजनं अगदी मंत्रमुग्ध होऊन ऐकली. गात असताना तो बैरागी मधे मधे डोळे पुसायचा. त्याचं लक्ष समोरच्या कटोऱ्यावरच स्थिर होतं. येणाऱ्या-जाणाऱ्यांनी त्या कटोऱ्यात दक्षिणा टाकली होती. भजन संपताच त्या बैराग्यानं हातात कटोरा घेतला आणि त्यातली दक्षिणा सर्व भिक्षुकांना वाटली. माझं सगळं लक्ष त्या बैराग्यावरच खिळून होतं. दक्षिणा वाटून झाल्यावर तो बैरागी एका कोपऱ्यात जाऊन बसला. मला राहवलं नाही. त्या बैराग्याजवळ जाऊन मी त्याच्या पाठीवर हात ठेवला आणि विचारलं,"बाबा, आपण कष्टी दिसता." ज्याक्षणी त्यांनी मान वर केली. त्याक्षणी माझं लक्ष त्यांच्या सदऱ्याच्या बटनाकडं गेलं. मी म्हणालो, "महाराज माफ करा. सामान्य माणूस किंवा बैरागी हिऱ्याची बटणं घालणार नाही." त्यावर तो हसत म्हणाला, किती ही लपवायचं म्हटलं तरी हे रक्त सर्व काही उघडकीला आणतंच

त्यांनी आपलं नाव सांगितलं प्रतापराव.

आणि मग त्यांनी थोडक्यात आपला परिचय करून दिला. मग मी विचारलं, "मग हे दुःख का?" त्यांनी मला तुमच्या आजारपणाबद्दल सांगितलं. खरंच हो बाई तुमच्या त्या महापुरुषाचं अमाप प्रेम आहे. त्यांनी मला सांगितलं की ते हिमालयात आत्महत्या करायला गेले होते. तिथं त्यांना एका साधूनं सांगितलं की, आत्महत्या करणं हे भ्याडपणाचं लक्षण आहे.' हे ऐकताच त्यांना तुमची व मुलींची आठवण झाली आणि ते तसेच भटकत भटकत शिर्डीला पोहोचले."

मोहिनीनं आपले घारे डोळे त्यांच्यावर रोखले आणि विचारलं,

"महाराज ते येतील ना मला परत न्यायला?"

"माझ्यावर विश्वास ठेवा बाई. हा आमचा आशीर्वाद समजा. तुम्ही लवकर बऱ्या व्हाल आणि तुमचा संसार नव्यानं सुरू होईल. अहो, असा धीर सोडू नका. माझ्या शब्दावर विश्वास ठेवा."

मोहिनीनं उठून त्यांना नमस्कार केला. तिचे डोळे भरून आले होते. तिच्या डोक्यावर हात ठेवत द्रविडबाई म्हणाल्या,

"मोहिनी, या वारकऱ्यांच्या रूपात ज्ञानेश्वर महाराजांनी तुला प्रसाद दिलाय, असं समज आणि या शब्दांना तुझ्या मनातील कप्प्यामध्ये जपून ठेव."

आपले डोळे पुसत मोहिनीनं द्रविडबाईंना मिठी मारली.

"बाई, तुमचं माझ्यावर किती प्रेम आहे हो!"

त्या वारकरी बाबांनी त्यांचा निरोप घेतला. 'ज्ञानबा तुकाराम, ज्ञानबा तुकाराम' म्हणत ते तिथून बाहेर पडले. द्रविडबाई पण सर्वांना घेऊन हॉस्पिटलकडं निघाल्या. परतीच्या प्रवासात मोहिनी कुठल्या तरी अनामिक विचारात गढून गेली होती. तिच्या डोळ्यासमोरून भूतकाळातील प्रसंग पुढं सरकत होते.

"अहो! आले आले!.... काय ही गडबड! खालून वरती यायला जरा तरी उशीर लागणारच." मोहिनी प्रतापरावांच्या खोलीकडं जात म्हणाली.

त्यांच्या खोलीत येताच मोहिनी घाबरली. प्रतापरावांच्या चेहऱ्यावर संताप दाटून आला होता. ते पाहून ती म्हणाली,

"आमच्याकडून काय चुकलं काय? एकदम असं चिडायला काय झालं हो?"

"आम्हांला या घरामध्ये काही किंमत आहे की नाही? बघाव तेव्हा तुम्ही आपल्या कामातच!"

मोहिनीनं घाबरून एकदम आपला पदर डोळ्याला लावला. प्रतापरावांनी हळूच आपल्या खोलीचा दरवाजा लावला आणि मोहिनीला अलगद उचलून पलंगाजवळ नेलं.

मोहिनी प्रतापरावांच्याकडं बघत म्हणाली,

"अहो, काय हा वेडेपणा, काय म्हणतील घरातील सर्वजण? हे चिडणं बघून माझ्या तर पायाखालची... अं अहो बोलू तरी द्या."

"बाईसाहेब असंच आपण आयुष्यभर..."

"तर तर! लगेच लाडात येऊ नका." प्रतापरावांना मध्येच थांबवत मोहिनी म्हणाली,"खाली मावशीसाहेब खोळंबल्या असतील येते मी." म्हणत मोहिनी खोलीतून बाहेर पडू लागली. माघारी वळून ती पुन्हा म्हणाली,

"जरा कपडे बदला."

"का? काय झालं या कपड्यांना?" प्रतापरावांनी गोंधळून विचारलं.

प्रतापरावांनी आपल्या कपड्यांकडे बघितलं. लोणच्याच्या खारानं त्यांचे कपडे रंगले होते. प्रतापराव भानावर येऊन मोहिनीकडं बघत होते. मोहिनी त्यांची अवस्था बघून हसत म्हणाली,

'अहो, मी आणि विठोबा लोणच्याच्या बरण्या भरीत होतो. तेवढ्यात तुमची हाक ऐकू आली, हात न धुताच आम्ही पळत आलो."

प्रतापराव हे ऐकून जोराने हसू लागले. मोहिनी मात्र प्रतापरावांची ती निखळ हसणारी मूर्ती एकटक पाहत होती. तिच्या हृदयात ती मूर्ती तशीच हसत होती..

"मोहिनी! मोहिनी!!" द्रविडबाई तिच्यापुढं उभ्या राहून हाक मारत होत्या. मोहिनीनं आपले डोळे उघडले. मोहिनीचीही समाधी बघून द्रविडबाई हसत होत्या. प्रतापरावांचं ते निखळ हसणं आणि द्रविडबाईंचं हसणं एकाच वेळी मोहिनीला दिसलं. कुठंतरी हृदयात साठवून ठेवलेल्या त्या हास्याला भरती आली. डोळे पाणावले. सगळं दाबून धरत तिनं उठण्याचा प्रयत्न केला. द्रविडबाईंकडं न बघता ती हॉस्पिटलकडं बघू लागली. मोहिनीच्या डोक्यात पुन्हा एकदा ते भक्तिगीत येऊ लागलं-

'त्रिशुलावरी काशीपुरी, चक्रावरी पंढरी
दोघे सारखे सारखे, विश्वनाथ विठ्ठल सखे...'

◆

एके दिवशी प्रतापराव शिवाजीरावांना भेटण्याकरता त्यांच्या गावी गेले. बऱ्याच वर्षांनी प्रतापराव अचानक आलेले पाहून शिवाजीरावांना आश्चर्य वाटलं. प्रतापरावांनी शिवाजीरावांना आणि रखमाबाईसाहेबांना वाकून नमस्कार केला. सर्वजण मिळून शांतपणे सोप्यावर बसले. थोडा वेळ इकडच्या तिकडच्या गप्पा झाल्या. मध्येच प्रतापराव विषयांतर करत शिवाजीरावांच्याकडं बघत म्हणाले,

"मामासाहेब, मला आपल्याला काही सांगायचं आहे!"

''बोला प्रतापराव.''

मूळ विषयावर येत प्रतापराव धाडस करत म्हणाले,

''मामासाहेब, आम्ही दुसरं लग्न करायचा निर्णय घेतला आहे?''

शिवाजीराव आणि रखमाबाईसाहेबांना हे ऐकून छातीत धस्स झालं. पुढं प्रतापरावच म्हणाले,

''मामासाहेब, जिच्याशी मी लग्न करणार आहे ती विधवा आहे. तिला पण तीन मुली आहेत. तिच्या मोठ्या मुलीचं लग्न झालं आहे. आपण गैरसमज करून घेऊ नका. हे लग्न नसून एक वृद्धपणाची सोबत आहे.''

शिवाजीरावांच्या हृदयाची कालवाकालव होत होती. तरी पण ते शांतपणे ऐकत होते. रखमाबाईसाहेबांनी आपला पदर डोळ्यांना लावला. शिवाजीरावांनी त्यांना आत जायला सांगितलं.

''बोला प्रतापराव, गप्प का बसला?''

''मामासाहेब, आपल्याला वाईट वाटणं साहजिक आहे. पण हा निर्णय मी खूप विचारपूर्वक घेतला आहे. मोहिनी स्किझोफ्रेनिक पेशंट आहे. त्यामुळे ती कधीच बरी होणार नाही, असं मला डॉक्टरांकडून समजलं. उद्या मुलीपण लग्न करून सासरी जातील. मग मी एकटाच! मामासाहेब तारुण्य कसंही निघून जातं पण वृद्धापकाळ घालवणं फार कठीण असतं. त्यासाठी मी हा लग्नाचा निर्णय घेतला आहे. त्याकरता मला मोहिनीला घटस्फोट द्यावा लागेल.''

घटस्फोट ह्या शब्दाबरोबरच शिवाजीरावांचा राग अनावर झाला. ते क्षणातच खुर्चीतून उठत प्रतापरावांना म्हणाले,

''प्रतापराव, तुम्हांला भान आहे का? तुम्ही काय बोलताय? अहो, मोहिनी तिथं आजारानं जखडली आहे आणि मुली आईच्या प्रेमाशिवाय पोरक्या? त्यांच्या मनाचा विचार केलाय काय? प्रतापराव अहो, तुम्ही एवढे विद्वान आणि तुम्हांला हे सांगण्याची वेळ यावी? प्रतापराव मोहिनीचा आणि मुलींचा जरा शांतपणे विचार करा!''

''मामासाहेब, आपण शांत व्हा. तुम्हांला माझा राग येणं साहजिकच आहे. अहो माणसाच्या जीवनात कितीतरी संकटं येतात पण संकटांवर मात करून माणूस आपला जीवनगाडा ओढतच असतो. पण काही संकटं अशी असतात की त्या संकटांवर मात करताना आपल्याला त्या बदल्यात काहीतरी त्याग करावा लागतो. मामासाहेब माफ करा. माझा हा निर्णय मी बदलू शकत नाही.'' एवढं बोलून प्रतापराव उठून निघून गेले.

प्रतापराव येऊन गेल्यापासून शिवाजीरावांच्या वाड्यातलं वातावरण संतप्त

बनलेलं. जेव्हा ह्या गोष्टीची चाहूल शिवाजीरावांचे मित्र गोविंदरावांना समजली तेव्हा ते ताबडतोब शिवाजीरावांच्या वाड्यावर पोहोचले. गोविंदराव हे शिवाजीरावांचे जिवाभावाचे मित्र होते. गोविंदरावांना बघताच शिवाजीराव स्वत:ला आवरू शकले नाहीत. ते त्यांच्या गळ्यात पडत हमसून रडू लागले.

"सरकार आवरा स्वत:ला! सरकार थोडी कल्पना आहे पण थोडं सविस्तर सांगा पाहू काय झालं ते." शिवाजीरावांना खुर्चीवर बसवत गोविंदराव म्हणाले शिवाजीरावांनी स्वत:ला सावरत सर्व हकिकत सविस्तर सांगितली.

गोविंदरावांना सर्व ऐकून फार वाईट वाटलं. पण थोडावेळ विचार करून ते शिवाजीरावांना म्हणाले.

"सरकार, तुम्हांला वाईट वाटणं साहजिक आहे. आज आपल्याला माहीत आहे की गेली अठरा वर्षं झाली बेबी हॉस्पिटलमध्ये आहे. पण एवढ्या वर्षांत आपण कधी प्रतापरावांचा विचार केलाय का? एवढी वर्षे त्या बिचाऱ्याला साथ दिली ती त्यांच्या सतारीनंच. आज जर त्यांनी दुसऱ्या लग्नाचा निर्णय घेतला असेल तर काय चुकीचं आहे?"

"गोविंदराव, तुम्ही काय बोलताय हे!"

"सरकार, तुम्ही स्वत: मामलेदार आहात. एवढे विद्वान आहात पण या ठिकाणी तुम्ही मोहिनीचे वडील म्हणून नाही एक माणूस म्हणून प्रतापरावांचा विचार करावा असं मला वाटतं. आज आपल्या सर्वांना माहीत आहे की बेबी शंभर टक्के बरी होऊ शकत नाही. पण मोहिनीबद्दलचा असा विचार तुमच्या मनाला पटणं अशक्य आहे कारण तो तुमच्या पोटचा गोळा आहे. सरकार उलट मी असं म्हणेन आपलं मन मोठं करून तुम्ही प्रतापरावांना दुसऱ्या लग्नाची परवानगी द्यावी. सरकार अतिप्रामाणिकपणे बोलतो म्हणून रागावू नका. परत एकदा थंड डोक्यानं विचार करा. शेवटी निर्णय तुमच्याच हाती आहे." एवढं बोलून गोविंदराव उठले.

शिवाजीराव डोक्याला हात लावून मान खाली घालून बसले होते. गोविंदराव पुढं काही न बोलताच तसेच शांतपणे निघून गेले.

◆

आळंदीला जाऊन आल्यापासून मोहिनीत खूप बदल झाला होता. पहिल्यापेक्षा ती शांत झाली होती. नियमित अंघोळ करून स्वच्छ साडी नेसून, द्रविडबाईंच्या खोलीत वेळेत जाऊन बसे. त्या सांगतील ती कामं करी. द्रविडबाई सर्व पेशंटना भजन म्हणायला लावत, देवपूजेचं महत्त्व सांगत, धार्मिक पुस्तके वाचून दाखवत. त्याचबरोबर त्यांना थोडी कामंही देत. ती कामं व्यवस्थित झालीत की नाही ते त्या

बारकाईनं बघत. काही चुकलं तर त्यांना प्रेमानं समजावून सांगत. त्यांच्या या प्रेमळ स्वभावामुळे त्या मोहिनीच्या हृदयात घर करत होत्या. एखादा प्रियकर प्रेयसीची वाट बघतो तसं मोहिनी त्यांच्या येण्याची वाट पाहत दाराजवळ थांबायची. द्रविडबाईंना पण तिचा लळा लागला होता.

एके दिवशी नेहमीप्रमाणे मोहिनी द्रविडबाईंच्या खोलीत गेली. बाई कुठंच दिसत नव्हत्या. त्या कुठं गेल्या असतील याचा ती विचार करू लागली. वेळ तर होऊन गेली होती. मोहिनी बाहेर येऊन झाडाखाली बाईंची वाट बघत बसली. एक आया तिच्याकडं पळत येत म्हणाली.

''मोहिनी, तुझे वडील तुला भेटायला आलेत.''

मोहिनीच्या कानावर विश्वासच बसत नव्हता.

''मावशी तुम्ही मला फसवत तर नाही ना?''

ती आया मोहिनीच्या डोक्यावर हात ठेवत म्हणाली,

''मी तुला बिचारीला कशाला फसवू.''

मोहिनीला आया खरं सांगते ते पटलं. तिचे डोळे आनंदानं पाणावले. ती पळतच वेटिंगहॉलकडे गेली. तिच्या डोळ्यातून आनंद ओसंडत होता. ती क्षणभर त्यांना बघतच उभी राहिली. तिच्या मनातील सागराला भरती येत होती. आतल्या आत सागर डचमळू लागला होता. आता आपण पुरे बरे झालो आहोत म्हणून आबा आपल्याला घरी घेऊन जाण्यासाठी आलेत असं तिला वाटू लागलं. नाहीतर आबा इतक्या वर्षांनी कशाला येतील? ते आपल्याला नेण्यासाठीच आलेत. आता मी घरी जाणार...

''बेबी! अशी लांब का उभी? ये ना माझ्याजवळ!''

शिवाजीरावांच्या डोळ्यात पाणी आलं. ते तसेच मोहिनीजवळ जात म्हणाले,

''बेबी, अशी काय बघतेस? तू मला ओळखलं नाहीस?''

''आबा!'' म्हणत तिनं शिवाजीरावांना मिठी मारली. आपले अश्रू आवरणं शिवाजीरावांना मुश्किल झालं. त्यांचा हात मोहिनीच्या पाठीवरून मायेनं फिरू लागला.

''आबा एवढी वर्षं मला विसरलात ना? आबा मी तुमची सर्वात लाडकी आणि आता एकदम मी तुम्हांला नकोशी झाले.''

''बेबी! असं बोलू नकोस गं. एक दिवससुद्धा तुझ्या आठवणीशिवाय गेला नाही बेबी.''

डॉ. देव, डॉ. साठे, द्रविडबाई मोहिनीचे हावभाव निरखत होते. आज मोहिनी खूप विचारपूर्वक बोलत होती. ते पाहून कोणतीही व्यक्ती म्हणेल की मोहिनीनं वेड्याचं सोंग पांघरलं आहे.

मोहिनीला कुरवाळत आबा म्हणाले,

"मोहिनी बेटा, मला तुला काहीतरी सांगायचं आहे. म्हणून मी तुला इथं भेटायला आलोय."

"सांगा ना आबा!"

शिवाजीरावांनी डॉ. देव यांच्याकडं पाहिलं, डॉ. देव शिवाजीरावांजवळ आले शिवाजीरावांनी डॉ. देव यांना विचारलं,

"डॉक्टर, काय ते खरं सांगू"

"शिवाजीराव तेच सांगायला मी आलोय. जे काही आपल्याला सांगायचं आहे ते मोहिनीला खरं सांगा."

मोहिनीसमोर कागद ठेवत शिवाजीराव म्हणाले,

"मोहिनी बेटा, यावर अंगठा उठवशील?"

"आबा, मी सही करायचं विसरली नाही. आबा, पेन द्या ना."

आबांकडून पेन घेत मोहिनीनं कागदावर सही केली.

"बेबी, सही करायच्या आधी विचारायचं होतंस आबा हा कसला कागद म्हणून?"

"आबा, तुमच्यावर विश्वास ठेवायचा नाही तर कुणावर ठेवायचा?"

मोहिनीनं असं म्हणताच शिवाजीरावांच्या डोळ्यातून घळाघळा पाणी वाहू लागलं. त्यांनी मोहिनीला मिठीत घेतलं. त्यांचे अश्रू मोहिनीच्या पाठीवर पडताच ती म्हणाली,

"आबा!... आबा, तुम्ही रडताय कशासाठी?"

शिवाजीरावांनी स्वत:ला बळेच सावरलं आणि डोळे पुसत ते म्हणाले,

"बेबी, मी तुझा अपराधी आहे गं. मी खूप प्रयत्न केला पण काही चाललं नाही... प्रतापरावांनी तुला सोडचिठ्ठी दिली गं! ते दुसरं लग्न करणार म्हणताहेत..." शिवाजीराव हुंदके देऊन रडायला लागले.

मोहिनीच्या काळजात धस्स झालं. हृदयाची कालवाकालव सुरू झाली. तिच्या डोळ्यातून पाणी वाहू लागलं. तिच्या पुढ्यात तिचे आबा हुंदके देऊन रडताहेत. आपण आक्रोश करून, रडून काय करायचं... काय करायचं? ती डोळे पुसत, भावनांना आवर घालत आबांकडं बघत म्हणाली,

"चला सुटले आबा, डोक्यात सारखे यांचे विचार यायचे. त्यांच्या तब्येतीची काळजी वाटायची. बरं झालं त्यांची काळजी घेणारं कोणीतरी येतंय... मी अशी वेडी! हे तरी मी बरी होणार म्हणून किती वर्षं वाट बघणार." बोलता बोलता सारखी ती डोळे पुसत होती. झालं ते बरं झालं आबा."

"पोरी माझं कोणी ऐकलं नाही गं."

मोहिनीला आता बोलणं जिवावर आलं होतं. तिला शब्द बोलवत नव्हते पण आबांच्यासमोर आपला आवेग आवरत ती म्हणाली,

"आबा, ह्यात त्यांची काय चूक आहे आणि तुमची तरी चूक काय आहे? माझ्याच नशिबात संसारसुख नसेल, तर त्याला कोण काय करणार?"

डॉ. देव आाणि शिवाजीराव मोहिनीचे शब्द ऐकून अवाक झाले. मोहिनी एवढं बोलून उठू लागली.

"मोहिनी!" शिवाजीराव पुढं काय बोलायच्या आधीच ती न बोलता आपल्या खोलीकडं निघून गेली.

"आज मला तिनं 'खायला काय आणलंय' म्हणूनसुद्धा विचारलं नाही!"

शिवाजीरावांच्या खांद्यावर हात ठेवत डॉ. देव म्हणाले,

"प्रतापरावांनी एवढी वर्षं वाट बघून लग्न करण्याचा निर्णय घेतला, हरकत नाही पण सोडचिठ्ठी द्यायला नको होती. मोहिनीमध्ये आता खूप सुधारणा झाली आहे. दोघीपण एकत्र राहिल्या असत्या तर काय हरकत होती?"

शिवाजीरावांनी डॉ. देव यांना विचारलं,

"डॉक्टर, आणखीन किती दिवस मोहिनीला इथं ठेवावं लागेल? आज मला मोहिनी खूप बरी वाटली."

"शिवाजीराव आता तुम्हांला जास्त वेळ वाट पहावी लागणार नाही. आम्ही लवकरच आपल्याला निरोप पाठवू."

शिवाजीराव मोठ्या आशेनं माघारी फिरले. परत जाताना मोहिनीला भेटायचं धाडस त्यांच्यात नव्हतं.

मोहिनीनं आपल्या खोलीचा दरवाजा लोटला होता. निदान एकवेळ भेटावं म्हणून तिच्याकडं गेले. पण मोहिनीच्या खोलीचा दरवाजा बंद होता. हे पाहून ते तसेच माघारी फिरले.

मोहिनी आत एकटीच बसली होती. आयानं आबा आल्याचा निरोप देताच किती आनंदी होती. 'किती वर्षांनंतर आबा आले होते. चेहरा सुकला होता, डोळ्यात निराशा होती, केस पांढरे झाले होते, कोणत्या तरी काळजीनं ते आतून पोखरताहेत असं वाटत होतं. मला बघताच किती खूष झाले... खूष झाले का वाईट वाटत होतं? माझ्यासाठी त्यांचं तिळतिळ तुटणारं काळीज. त्यांचे ते शब्द बेबी, मी तुझा अपराधी आहे गं. मी खूप प्रयत्न केला पण काही झालं नाही. आबा... आबा... तुम्ही कसले अपराधी? मलाच माझ्या पाठीमागच्या जन्मातील कर्मांची फळं मिळताहेत... मी पण किती वेडी आहे? आबा येताच मी कल्पनांचं घर बांधलं की ते इतक्या वर्षांनंतर येताहेत नक्कीच मला नेण्यासाठी आले असतील, आता मी घरी जाणार!.... वेडी कुठली!... खरंच मी वेडी आहे..... मला बिचारीला कोण घेऊन जाणार?...

आणखी किती दिवस देव परीक्षा घेणार आहे, कोण जाणे! मग त्यांनी तरी किती दिवस माझी वाट पहायची? मी वेडी, वेड्यासारखी राहते ते शहाणे, मग माझ्याशिवाय त्यांना किती एकटं एकटं वाटत असेल? माझ्या ठिकाणी त्यांना कोणीतरी हवंच होतं. बरं झालं बाई, त्यांची काळजी करायला कोणीतरी येतंय... मग माझ्या काळजात खालून वरपर्यंत कळ का आली?....मी ईर्षा तर करत नाही? कदाचित तसंसुद्धा असू शकेल. पण उगीच का ईर्षा करू? आम्ही दोघी एकत्र राहू शकलो असतो ना! मग त्यांनी मला सोडचिठ्ठी का दिली?.... ते असं तर समजले नाहीत ना, की मी दुसऱ्या लग्नाला परवानगी देणार नाही, सोडचिठ्ठीच का द्यावी... नाही! ते माझ्याबाबतीत असा विचार करणार नाहीत... मग सोडचिठ्ठी का दिली? मनात तयार झालेली घरं, साठवून ठेवलेल्या त्या आठवणी, त्यांचं ते निखळ हसणं, हे सर्व सोडचिठ्ठी दिली म्हणून पुसून टाकलं जाणार का?

हे माझं मंगळसूत्र, त्यांचंच आहे... त्यांचंच राहील! मग सोडचिठ्ठी ही कशासाठी? मी सही केली तर या सर्वांचा त्याग करू शकते का?... ते पण असं करू शकतात का? नाही!

मोहिनी कॉटवर पडून छताकडं बघत होती. डोळ्यांतून झरझर अश्रू वाहत होते. मनात वेगवेगळ्या कल्पना, वेगवेगळे विचार येत होते. आता आपल्याला सावरायला हवं. संपलं सगळं घरदार,पती, मुली, द्रविडबाई म्हणाल्या, 'ते गोकुळ संपलं सगळं... आता आपलं गोकुळ हेच! हीच कॉट, हीच खोली, ते झाड, द्रविडबाई, डॉ. देव, डॉ. साठे, आपल्या मैत्रिणी, हेच आपलं गोकुळ...'

मोहिनी अंथरुणावर उलथीपालथी होत होती. डोळ्यांना सारखी भरती येत होती. काळजात गलबलून येत होतं.

◆

प्रतापरावांचं दुसरं लग्न दामिनीशी होणार होतं. सुरुवातीला दामिनी आपल्या कामानिमित्त अनेकदा प्रतापरावांना भेटली होती. त्यावेळी दोघे एकमेकांजवळ आले. जसं प्रतापरावांच्या आणि शिवाजीरावांच्या कुटुंबीयांकडून विरोध सहन करून प्रतापरावांनी निर्णय घेतला; तसाच दामिनीला पण तिच्या कुटुंबीयांकडून विरोध सहन करावा लागला. तसे दोघंही आधाराच्या शोधात होते. वृद्धापकाळात एकमेकांना साथ देणं दोघांनाही पटलं. त्यांनी जगाची पर्वा न करता लग्नाच्या बंधनात बद्ध होण्याचा निर्णय घेतला.

इकडं मोहिनीनं कोणताही त्रागा न करता प्रतापरावांच्या निर्णयाला संमती दिली होती. तिनं मोठ्या मनानं घटस्फोटाच्या कागदावर सही केली होती. मोहिनी त्या

दोघांपेक्षा खरोखरच महान होती.

मोहिनीच्या घटस्फोटापासून द्रविडबाई खूपच अस्वस्थ झाल्या होत्या. त्यांना मोहिनीला भेटायचं धाडस झालं नाही. त्या सरळ देशपांडेकाकांच्या घरी गेल्या.

''काका, हा घटस्फोट कशाकरता? मोहिनीनं काय करायचं?''

द्रविडबाई बोलता बोलता रडायला लागल्या.

''बाई, तुम्ही जरा शांत व्हा.''

''काका, मी मोहिनीच्या घटस्फोटाबद्दल सांगितल्यावर आपल्याला आश्चर्य नाही वाटलं?''

एवढं ऐकून पण काका गप्पच राहिले.

''काका, तुम्ही गप्प आहात म्हणजे आपल्याला याची कल्पना आहे, असं समजू?''

''हो बाई, माझंच चुकलं. मीच प्रतापचं दामिनीबरोबर लग्न लावून दिलं.''

''काका, मी तुम्हाला सांगितलं होतं की मोहिनी लवकर बरी होईल म्हणून! तरीही तुम्ही असं का केलं? काका, आता मी काय करू?''

''काही नाही बाई, आपण आपलं काम मनापासून करा. अहो, एक प्रताप नसला म्हणून काय झालं? तिला तिचे कुटुंबीय नाहीत काय? मुली आहेत; आपण आहोत.''

''काका तिला प्रतापरावच हवे आहेत हो? काका, घटस्फोट न घेता दामिनी पण त्या घरात प्रतापरावांची दुसरी पत्नी म्हणूनच राहिली असती, असं आपल्याला वाटलं नाही का?''

''बाई, आता वाटून न वाटून काय फायदा? तुम्हांला एकच सांगेन तुम्ही तुमच्या कामात खंड पडू देऊ नका. तुम्ही तुमचं काम करा. तिला तुम्ही लवकरात लवकर बरी करा आणि त्या भयानक पिंजऱ्यातून तिला बाहेर काढा.''

''काका, जे घडायला नको होतं तेच घडलं.'' स्वत:चे डोळे पुसत त्या उठल्या. ''येते काका मोहिनी माझी वाट बघत असेल.''

देशपांडेकाकांना भेटून द्रविडबाई हॉस्पिटलमध्ये पोहोचल्या. पण नेहमीप्रमाणे मोहिनी त्यांना दारात दिसली नाही. त्या आपल्या ऑफिसमध्ये गेल्या. मोहिनीशिवाय इतर सर्व पेशंट त्यांची वाट पाहत बसलेले दिसले. द्रविडबाई अस्वस्थ झाल्या. त्या सरळ मोहिनीच्या खोलीकडे गेल्या. पण मोहिनी तिथं पण नव्हती. त्यांनी घाबरून आयाला हाक मारली. आया समोर येताच बाईंनी तिला विचारलं,

''अगं, मोहिनीला कुठं पाहिलंस का?''

आया हसायला लागली. ते पाहून त्या चिडून म्हणाल्या,

"अगं हसतेस काय? इथं घाबरून माझा जीव जायची वेळ आली आहे आणि तुला हसू सुचतंय!"

"बाई, तिकडच्या वार्डकडं जाऊन बघा. तुमची लाडकी काय करायला लागलीय ते."

द्रविडबाई घाईघाईनं पलीकडच्या वॉर्डकडं गेल्या. तिथं मोहिनी इतर पेशंट्सबरोबर आंधळी कोशिंबीर खेळत होती. तिनं डोळ्यावर पट्टी बांधली होती. कुणाला तरी पकडायचं म्हणून ती इकडंतिकडं चाचपडत चालत होती. द्रविडबाई मुद्दामच तिच्यासमोर उभ्या राहिल्या. मोहिनीनं त्यांना पकडलं आणि आपल्या डोळ्यांवरची पट्टी सोडली. समोर द्रविडबाईंना बघून ती जरा घाबरली. पण तिनं तसं जाणवू दिलं नाही. दुसऱ्या पेशंटकडं बघत ती म्हणाली,

"कळलं का तुम्हांला कसं खेळायचं ते? चल मंगला तू ये पुढं, तुझ्या डोळ्यांना आता ही पट्टी बांधते तू आम्हांला पकडायचं."

द्रविडबाईंना राग आला. त्यांनी सरळ मोहिनीचा हात धरला आणि तिला तिच्या वॉर्डकडं घेऊन गेल्या.

"मोहिनी, तुला हे शोभतं का? काय चालवलं आहेस तू?"

"मी काय केलं बाई? माझं कुटुंब वाढवायला लागली आहे. तुम्हीच म्हणाला होता ना मोठं कुटुंब म्हणजे गोकुळ!"

"मोहिनी, ते इथं नाही तुझ्या गावाबद्दल बोलले मी."

द्रविडबाईंच्यावर चिडत मोहिनी म्हणाली,

"तुम्ही काय समजलात, आम्ही वेडे म्हणून आम्हांला काहीच भावना नाहीत! तुम्हीच आता वेड्याचं सोंग घ्यायला लागला आहात."

"अगं मोहिनी, माझं ऐक तरी."

"नाही बाई! आता मी बोलणार तुम्ही ऐकायचं. माझी सोडचिठ्ठी तुमच्यासमोर झाली. लग्न झाल्यावर मुलींनी माहेरी पाहुण्यासारखं जावं, असं आमच्या घरच्यांनी आम्हांला शिकवलंय. मग तुम्हीच सांगा, आता माझं कुठलं घर?"

द्रविडबाईंना राहवलं नाही. त्यांनी मोहिनीला मिठी मारली. मोहिनी पण स्वतःला आवरू शकली नाही. दोघीपण ओक्साबोक्सी रडायला लागल्या. थोडावेळ द्रविडबाईंनी मोहिनीला रडू दिलं. तिला तसंच त्यांनी कॉटवर बसवलं आणि तिच्याजवळ बसत त्या म्हणाल्या,

"अगं मोहिनी, परिवार म्हणजे मुख्य नवरा मी समजते, पण ज्यांचे नवरे नाहीत त्यांनी काही जगणं सोडलंय का? आता माझंच बघ, मी लग्न केलं पण नवरा माझ्याबरोबर नाही. म्हणून मी माझं आयुष्य घालवलं का? कितीतरी संस्थांमध्ये मी माझं आयुष्य दुसऱ्यांच्या सेवेत घालवलं. अगं दुसऱ्यांच्या सेवेत खूप आनंद

मिळतो. तुझे आई-वडील आहेत, मुली आहेत. त्यांच्याबराबेर आयुष्य घालवलंस तर तो काय गुन्हा नाही. तू एवढी छान बरी व्हायला लागली आहेस आणि परत तोच मार्ग धरायला लागली आहेस... मोहिनी, मी तुला चांगली ओळखून आहे. तू मरेपर्यंत प्रतापरावांना विसरू शकणार नाहीस. पण ज्या गोष्टी आपल्या हातात नाहीत त्याला कोण काय करणार! जगणं-मरणं काही आपल्या हातात नाही. म्हणूनच आपणच दुसरे मार्ग शोधायचे असतात. माझी सर्व कामं संपल्यावर जेव्हा एकटी असते तेव्हा मलाही जुन्या आठवणी सतावतात. उपाय म्हणून अध्यात्म पत्करलंय. माझ्याकडं खूप धार्मिक ग्रंथ आहेत. त्यांचं मी वाचन करते. त्यामुळे माझं मन शांत राहतं.''

''बाई, मलाही एखादं पुस्तक वाचून दाखवा ना.''

''अगं तू कधी माझ्या ऑफिसमध्ये आलीच नाहीस. ऑफिसच्या आतल्या खोलीत मी पेशंटसाठी धार्मिक पुस्तकं ठेवलीत.''

''बाई, मला ती खोली दाखवा ना.''

''चल मोहिनी, माझ्याबरोबर मी तुला ती खोली दाखवते.''

दोघी मिळून पुस्तकाच्या खोलीकडं गेल्या. खोलीत प्रवेश करताच मोहिनीला एका आसनावर संतांचे फोटो दिसले. द्रविडबाई मोहिनीला म्हणाल्या,

''मोहिनी, हा फोटो रामकृष्ण परमहंस यांचा, हा स्वामी विवेकानंदांचा दोघंही खूप महान होते.''

मोहिनीची नजर खोलीतील कपाटातल्या पुस्तकांकडं गेली.

''बाई, ही सर्व पुस्तकं तुम्ही वाचलीत?''

''अगं अजूनही वाचते.'' द्रविडबाईंनी त्या फोटोजवळ दोन उदबत्त्या लावल्या. ''मोहिनी या आसनावर डोळे मिटून हात जोडून शांतपणे पाच मिनिटं बैस. तुला किती बरं वाटतंय बघ.''

बाईंनी सांगितल्याप्रमाणं मोहिनी हात जोडून बसली.

''मोहिनी, आता मी म्हणेन, तसं म्हणायचा प्रयत्न कर. ॐऽऽऽ! हा शब्द जितका जमेल तितका श्वास लांब घेत म्हण.''

मोहिनी थोडा वेळ थांबून म्हणते.

''बाई, जमत नाही हो.''

''काही हरकत नाही. मोहिनी प्रयत्न करत रहा. अगं, पहिल्यांदा कोणतीही गोष्ट अवघडच वाटते. आपण निराश नाही व्हायचं. तू या खोलीत आलीस, देवासमोर हात जोडलेस, डोळे मिटलेस हे काय कमी झालं? यालाच ध्यान करणं म्हणतात. आज एक मिनिट बसलीस. उद्या दोन मिनिटं बैस, परवा तीन, असं हळूहळू वाढवत जा. पहा मग तुलाच किती प्रसन्न वाटेल. यानं तुझं मन शांत तर राहीलच पण तुझ्या

डोक्यात वेडेवाकडे विचार पण येणार नाहीत.''

''बाई, तुम्ही किती हुशार आहात हो!''

''बस झालं माझं कौतुक. हे बघ मोहिनी उद्यापासून मी यायच्या आत तू ही खोली झाडून उदबत्ती लावशील?

''बाई, मला हे काम करायला आवडेल.''

''चल आता बाहेर जाऊ या. बाकीच्या पेशंट माझी वाट बघत असतील.''

''चला बाई, आज माझ्यामुळे तुम्हांला उशीर झाला.''

◆

''अविनाश! ए अविनाश आज आम्ही दुसरं लग्न केलंय पण सारखं असं का वाटतं की आम्ही फार मोठा गुन्हा केलाय?''

''दादा, जोपर्यंत तुम्ही वहिनींना विसरत नाही, तोपर्यंत तुम्हांला असंच वाटत राहणार.''

''अविनाश तू म्हणतोस ते खरं आहे. ते आमचं पहिलं प्रेम. त्याला कसं विसरेन?'' दरवाज्याकडं पाहत प्रतापराव म्हणाले.

''अरे दामिनी, अशी दारात का उभी? ये आत ये ना.''

''काय गप्पा चालल्यात?'' दामिनीनं आत येत विचारलं.

''खूप दिवस इथं नसल्याकारणानं जरा चौकशा. अरे हो दामिनी, यांची ओळख करून देतो. हा माझा शिष्य 'अविनाश'.''

अविनाशनं दामिनीला नमस्कार केला आणि बाहेर निघून गेला.

''दामिनी, या खेडेगावातला तुझा पहिला दिवस कसा गेला?''

''संगीताची आवड आहे आणि वाचायला खूप आवडतं त्यामुळे कंटाळा आला नाही. हो एक विचारू? मी आपल्या आयुष्यामध्ये आले म्हणून आपल्याला कसं वाटलं?''

''खरं सांगू, लहानपणी शाळा जर व्यवस्थित शिकलो असतो, तर आज शाळेचा अभ्यास पदरात पडला नसता.''

''काहीतरीच काय?''

''अगं अशी चिडू नकोस. कधीतरी मोहिनीला भेटलीस तर तिला विचार आम्हांला कशी चिडवायची सवय आहे.''

''अहो, एक विचारू?''

''विचारा ना.''

''मोहिनी तुमच्यात इतकी एकरूप झाली आहे की ती जागा मी घ्यावी?''

"थांब दामिनी!" तिला थांबवत प्रतापराव म्हणाले, "जर तुला माझ्याशी सुखाचा संसार करायचा असेल, तर ही जागा घ्यायचा प्रयत्न करू नकोस... वाईट वाटून घेऊ नकोस. अगं तुझे पहिले पती गेले. म्हणून तू त्यांना विसरलीस काय? अगं पहिलं प्रेम ते कधीही पहिलंच राहावं. त्या पहिल्या प्रेमाची तुला तीन फळं मिळाली. मला दोन फळं मिळालीत. हे आपण विसरून चालणार नाही. हे लग्न नसून वृद्धापकाळाची एक सोबत आहे. हिंदू संस्कृतीत लग्नाशिवाय राहणं समाजाला मान्य नाही. म्हणूनच हे सुवासिनीचं लेणं तुझ्या गळ्यात घातलं आहे. याचा विसर पडू देऊ नकोस. माझे हे शब्द तुला कटू वाटतील पण या नवीन जीवनाची सुरुवात होण्याआधीच तुला ही कल्पना देणं फार गरजेचं आहे. आपली भेट झाली तेव्हासुद्धा हेच बोललो होतो. तुला संगीत आवडतंय तर संगीत शीक, सतार शिकायची असेल तर सतार शीक, लिहायला शीक. हे बघ दामिनी मला फक्त बायकोची सोबत हवी... आणखीन एक गोष्ट, या घरातल्या मर्यादा तू सांभाळाव्यास. त्या आमच्या घरातील बायका सांभाळतात, दामिनी मलाही माझ्या सर्व मर्यादा माहीत आहेत. मी कधीही तुझ्या घरातील कुठल्याही व्यक्तीबद्दल विचारणार नाही आणि तूही विचारू नयेस, असं मला प्रामाणिकपणे वाटतं. तुझे पाहुणे आले तर मी त्यांना दुखावणार नाही. त्यांचं स्वागत या घरात चांगलंच होईल तशीच माझी पण माणसं येणार. दामिनी खूप स्पष्ट बोलतोय म्हणून राग मानू नकोस... जाऊ दे, हा विषय इथंच थांबवू या." आणि प्रतापराव गप्प झाले. थोडा वेळ थांबून त्यांनी अविनाशला हाक मारली.

"अविनाश, ए अविनाश!"

"जी!" म्हणत अविनाश समोर आला.

"चल अविनाश, जरा सतार काढ. आज दामिनीला सतार ऐकवू या."

◆

प्रतापरावांचा दुसरा संसार सुरू होऊन वर्षं झालं होतं. एके दिवशी प्रतापराव अविनाशबरोबर सतारीच्या तारा जुळवत बसले होते, तेवढ्यात त्यांना हाक ऐकू आली.

"मी आत येऊ का?"

"अगं ये ना दामिनी, तुला केव्हापासून परवानगी घेण्याची गरज भासू लागली?"

"तुमच्या कामामध्ये व्यत्यय नको म्हणून विचारलं."

"अहो बाईसाहेब, उलट तुम्ही आमच्याजवळ येऊन बसावं, असं आम्हांला खूप वाटतं."

"एक विचारू?"

“आम्ही ते ओळखलंय, तुम्ही बायका काही काम असल्याशिवाय एवढं प्रेमानं कधी आपल्या नवऱ्याजवळ याल काय?”

अविनाश हसून खोलीबाहेर गेला.

“बोल दामिनी, काय सेवा करू?”

“काही नाही, मी जरा पुण्याला जाऊन यावं म्हणते.”

“काय शॉपिंग आहे काय?”

“नाही जरा काम आहे. आपली परवानगी हवी.”

“बोल ना.”

“मी मोहिनीला भेटायला जाणार आहे.”

“काय?”

“होय, मी जे बोलले ते खरं आहे.”

“दामिनी, तू कोण म्हणून मोहिनीला भेटायला जाणार? एक सोशल वर्कर म्हणून, राणी, राधाची आई म्हणून की माझी पत्नी म्हणून, तू चुकीच्या मार्गानं निघालीस. मी तुला माझ्या लग्नाच्या आधीच बजावलं होतं... मी तुझ्या भूतकाळात जाणार नाही आणि तू माझ्या व्यक्तिगत जीवनात येणार नाहीस. हे बजावलेलं असतानासुद्धा! अगं तुला काय वाटतं, मोहिनीची मला फिकीर नाही? तुला एकच सांगेन जर तू ही केस हाताळणार असशील तर ती पेलवायची ताकद ठेव. हे जमत असेल तर जरूर जा. तुम्ही लोक या पेशंटजवळ जाता. बिचाऱ्यांना आशेचं किरण दाखवता. पण तुम्ही जेव्हा त्यांच्या दृष्टीआड होता तेव्हा त्यांच्या मनातील हालचालींचा कधी विचार करता? दामिनी, तिच्या भावना दुखवायचा तू प्रयत्न करू नयेस, असं मला वाटतं. त्यातूनही तुझी मर्जी. तू चांगली शिकलेली आहेस. नीट विचार करून पाऊल उचल. यापेक्षा मला जास्त काही सांगायचं नाही. मी तुला हे बोललो म्हणून गैरसमज करून घेऊ नकोस.”

दामिनी दुसऱ्या दिवशी कोणाला काही न सांगता पुण्याला निघून गेली. कुठेही न थांबता ती सरळ येरवडा मेंटल हॉस्पिटलमध्ये गेली. डॉ. देव, डॉ.साठे, आणि द्रविडबाईंना भेटली. द्रविडबाई तिला मोहिनीकडं घेऊन गेल्या. दामिनीनं मोहिनीसाठी भरपूर खायला, कपडे घेतले होते.

मोहिनी दामिनीसमोर येऊन उभी राहिली. दामिनीनं तिला आपला परिचय करून दिला.

“अरे वा! म्हणजे तुम्ही माझ्या सवतच की!”

“सवत म्हणू नका आक्का! मला तुमची बहीण समजा.”

मोहिनीची अवस्था बघून तिला खूप वाईट वाटलं. ती मोहिनीजवळ बसली. तिला हुंदका अनावर झाला.

“दामिनी, तुम्ही का रडायला लागलाय?”

“काही नाही आक्का.” दामिनीनं डोळे पुसले आणि ती द्रविडबाईंना म्हणाली,

“बाई, माझी एक विनंती आहे.”

“बोला मॅडम!”

“आपण विनंती करून आक्कांना स्पेशल रूममध्ये शिफ्ट करू या.”

“अहो मॅडम, सुरुवातीला प्रतापरावांनी पण स्पेशल रूममध्ये ठेवलेलं म्हणे. पण तिला तिथं फार एकटं एकटं वाटायला लागलं म्हणून दुसऱ्या वॉर्डमध्ये शिफ्ट केलं. आता तशी ती खूप शांत आहे. आपण तुम्ही म्हणता तसं तिला स्पेशल रूममध्ये शिफ्ट करून बघू या. कदाचित तिला आता एकटं वाटणार नाही.”

“आणखी एक बाई, मला मोहिनी आक्का खूप अशक्त वाटतात. आपण त्यांना डबा चालू करू या का आणि जमलं तर तुम्ही त्यांच्याकडे जास्तीत जास्त लक्ष दिलं तर बरं होईल? पैशाची काळजी करू नका. वाटेल तेवढा पैसा खर्च होऊ दे. तो मी तुम्हांला देईन.”

द्रविडबाईंशी बोलून झाल्यावर मोहिनीकडं बघत दामिनी म्हणाली,

“आक्का, तुम्हांला माहीत आहे मी इथं कशाला आले ते?”

“हो माहीत आहे ना, तुम्ही मला गावी घेऊन जाणार. आपण दोघी एकत्र राहणार, यांची सेवा करणार. किती मज्जा येईल नाही एकत्र राहण्यात!

आपण सर्व शेतावर फिरायला जाऊ, परत एकत्र सतार शिकू... अरे हो, विचारायचं विसरले, आपल्या वाड्यातील जना, विठोबा सर्व बरे आहेत ना? माझी आठवण काढतात का हो?”

दामिनी चकित होऊन मोहिनीचं बोलणं ऐकत होती. काय बोलावं तिला सुचेना. द्रविडबाईच मोहिनीला म्हणाल्या,

“अगं मोहिनी, तुझी सोडचिठ्ठी झाली आहे ना? मग तू त्या घरात परत कशी जाशील?”

“का जाणार नाही? अहो बाई, जर सोडचिठ्ठी झाल्यावर या मला भेटायला येऊ शकतात तर मग मी सोडचिठ्ठी झाल्यावर का गावी जाऊ शकणार नाही?” मोहिनीनं असं म्हणताच दामिनी गारच पडली. द्रविडबाईपण गोंधळून गेल्या. “बाई, माझ्या मनात जे आलं ते चुकीचं आहे का? बाई ह्या खरंच चांगल्या आहेत त्या नक्की मला त्यांच्याबरोबर घेऊन जातील.” दामिनीकडे पाहत मोहिनी म्हणाली, “मी म्हणते ते खरं आहे ना दामिनी? तुम्ही मला घेऊन जाणार ना?”

“आक्का, मी तुम्हांला खायला आणलंय तुम्ही खा ना.” मोहिनीच्या प्रश्नाला उत्तर न देता दामिनी सावरत म्हणाली.

“मला माहीत आहे, तुम्ही पण मला हे खायचं देऊन इथून निघून जाणार.

माझंच चुकलं उगीच नाही त्या कल्पना करत बसले. जुन्या आठवणींमध्ये हरवून बसले. असं कोणी आलं की मनात गलबलून येतं... बाई, मी खेळायला जाऊ, माझ्या मैत्रिणी वाट बघत असतील.'' मोहिनी उठून गेली.

दामिनीनं डोळे कोरडे केले. द्रविडबाईंच्या पण डोळ्यात पाणी तरळलं होतं. दामिनी द्रविडबाईंना म्हणाली,

''बाई, घटकेत चांगलं बोलायचं आणि घटकेत हे असं! काय समजायचं? द्रविडबाई हसत म्हणाल्या,

''मॅडम, ती तुमच्या माझ्यापेक्षाही हुशार आहे.''

''मग त्या अशा गबाळ्यासारख्या का राहतात?''

''अहो, तिच्या सोडचिठ्ठीनंतर तिनं एकच डोक्यात घेतलंय की आता हेच तिचं खरं घर. त्यामुळे बाकीचे पेशंट जसे राहतात, तसंच तिला राहायला आवडतं, खरं सांगू मॅडम, मोहिनी खूप प्रेमळ आहे. तेवढीच ती सोशिकही आहे. ती हळूहळू सर्व विसरेल. तुम्ही काळजी करू नका. मी सर्व काही तिला समजावून सांगेन. तुम्ही पुढच्या वेळेला याल तेव्हा तुम्हांला एवढा त्रास नाही होणार.''

दामिनी निघून गेल्यावर द्रविडबाई मोहिनीजवळ येऊन बसल्या. मोहिनी झाडाखाली शांत बसली होती. द्रविडबाईंनी ओळखलं की मोहिनी रडलेली आहे. त्यांनी तिच्या केसावरून हात फिरवला. मोहिनीनं त्यांच्या मांडीवर डोकं ठेवलं. द्रविडबाई तशाच तिच्या केसावरून हात फिरवत होत्या.

''बाई, तुम्ही माझ्या आयुष्यामध्ये सात-आठ वर्षांपूर्वी आला असता, तर कदाचित आज मी माझ्या गावी असते.''

''मोहिनी, तू म्हणतेस ते कदाचित घडलं असतं, पण...''

''बाई, वाईट वाटून घेऊ नका. माझ्याच नशिबात संसारसुख नसेल, तर तुम्ही तरी काय करणार... आता तुम्ही म्हणता तसं माझे आई,आबा, भाऊ बहिणी, मुलींच्यात माझं आयुष्य आनंदात घालवीन.''

''खरंच मोहिनी, तुझं मन किती स्वच्छ आहे गं?''

''बाई तुम्हांला वेळ होईल. तुम्ही जा, माझी बिलकूल काळजी करू नका. बाई, तुम्हांला जमलं तर यांना एकवेळ भेटायला बोलवा.''

''मोहिनी, जेव्हा तुला दामिनी भेटायला आली तेव्हा सांगायचं होतंस.''

''मला त्यावेळी काही सुचलं नाही आणि त्या हो म्हणतील की नाही याची भीती होती.''

''बरं असू दे. बघू, मी घरी गेल्यानंतर दामिनीला तसं पत्र लिहिते आणि देशपांडेकाकांना पण तुझी इच्छा सांगते आता जाऊ मी?''

द्रविडबाईंच्या पत्रामुळे आणि देशपांडेकाकांच्या सांगण्यावरून प्रतापराव पुण्याला

आले. प्रतापराव आलेत हे कळताच द्रविडबाई त्यांना भेटायला काकांच्या घरी गेल्या.

''प्रताप, ह्या सोशल वर्कर द्रविडबाई याच आता मोहिनीची केस हँडल करतात.''

प्रतापरावांनी द्रविडबाईंना नमस्कार केला.

''बसा बाई, तुमच्याशी मला खूप बोलायचं आहे.''

काकांचा नोकर सरबताचे पेले घेऊन आला. सरबत घेत प्रतापराव द्रविडबाईंना म्हणाले,

''बाई, तुम्ही जे काम स्वीकारलंय ते खूप अवघड काम आहे. पण या कामात तुमच्या हातांना यश यायला लागलंय हे काकांच्याकडून ऐकलं. खरोखर खूप समाधान वाटलं. मोहिनीला मी, मामासाहेबांनी बरी करायचा खूप प्रयत्न केला. पण आमच्या हाताला यश आलं नाही. कदाचित माझ्या प्रेमामध्ये खोट असेल म्हणून मला यश मिळालं नसेल.''

''असं बोलू नका प्रतापराव, अहो तुमच्या प्रेमामध्ये जर खोट असती, तर मोहिनीनं तुमची आठवणही काढली नसती. ती तुमच्यावर वेड्यासारखी प्रेम करते हो.''

''त्याची कल्पना आहे आम्हांला.'' प्रतापरावांनी आपले डोळे पुसले. ''बाई, तुम्हाला आश्चर्य वाटणं साहजिक आहे की आम्ही मोहिनीला भेटायला का येत नाही? अहो तुम्हांला काय सांगू? मोहिनीला ह्या आजारानं पछाडलं. तेव्हापासून आमचं चित्तच थाऱ्यावर नाही. तिच्याशिवाय दुसरं विश्वच नव्हतं. आज जो जिवंत दिसतोय तो फक्त पदरात दोन मुली आहेत म्हणून. मोहिनी आमचं हृदय आहे आणि तिला या आजारानं आमच्यापासून लांब केलं. तिचं ते देखणं रूप, तिचा तो साधा-सरळ स्वभाव आणि अशा या साध्या, सरळ व्यक्तीला परमेश्वरानं यातना द्याव्यात! कशाकरता? तिला भेटण्याची आमच्यात ताकद नाही हो. तिला भेटण्यामुळे आम्हांला पण त्रास होतोच, पण मी गेल्यावर तिला किती त्रास होत असेल?'' बोलता बोलता प्रतापरावांचा गळा भरून आला.

द्रविडबाई आणि काकांचे पण डोळे पाणावले.

''बाई, आम्ही दुसरं लग्न केलं खरं, पण मोहिनीची जागा कोणीच घेऊ शकणार नाही. अहो तिच्यामुळेच तर मला दोन गोड मुली मिळाल्यात. दुसरं लग्न आम्ही दामिनीशी केलंय ते वृद्धापकाळाची सोबत म्हणून. तिला पण तीन मुली आहेत. मोहिनीला येरवडा हॉस्पिटलमध्ये ॲडमिट केल्यावर आम्ही आत्महत्या करायचा प्रयत्न केला. पण एका साधूनं आम्हांला अडवलं. त्यानं मला सांगितलं की हा एक जबाबदाऱ्यांपासून पळून जाण्याचा सोपा मार्ग आहे. त्याचक्षणी आम्हांला राणी,

राधाची आठवण झाली आणि आम्ही स्वत:ला सावरलं. बाई खरं सांगू? आपलं आयुष्य हे समुद्रासारखं विशाल आहे. आपण सर्व माणसं या समुद्राच्या छोट्या लाटा आहोत. कुठंही थडकलो तरी परत समुद्रात मिसळतो, मग ते जीवनाच्या स्वरूपात किंवा अस्थीच्या स्वरूपात. ह्याच समुद्रात मला एक अनमोल मोती सापडला. त्याला मी लगबगीनं हातात धरला. पण एका तुफान वादळामुळे लाटेचं स्वरूप भयाण झालं आणि ती माझ्या हातातल्या मोत्याला येऊन थडकली. मी त्या मोत्याला सांभाळायचा खूप प्रयत्न केला पण अपयशी ठरलो. ती लाट इतकी जोरात येऊन त्या मोत्याला थडकली की बघता क्षणी तो माझ्या हातातून निसटला. वादळ शांत झालं. ती लाट शांतपणे जाऊन पुन्हा समुद्रात मिसळली. मोत्याला पकडलेल्या लाटेनं तो मोती मिळविण्यासाठी खूप प्रयत्न केला. माझ्या डोळ्यादेखत तो दूर जात होता. बघत बसण्यापलीकडं मी काही करू शकत नव्हतो.''

प्रतापरावांनी डोळे पुसले. द्रविडबाईंच्याकडं बघत ते म्हणाले,

''बाई, मला परत गावी जायचं आहे. आमचा अनमोल मोती आता आपल्या हातात आहे. तो आपण कसा सांभाळलाय ते आम्हांला बघायचं आहे चला, आपण मोहिनीला भेटायला जाऊ.''

प्रतापराव द्रविडबाईंसमवेत हॉस्पिटलकडं गेले. द्रविडबाई प्रतापरावांना घेऊन आपल्या ऑफिसकडं गेल्या. मोहिनी तिथंच जेवत बसली होती. प्रतापरावांना बघताच तिनं ताट बाजूला सरकवलं. बाहेर जाऊन नळावर हात धुतले आणि ती आत आली. डोक्यावर पदर घेऊन तिनं प्रतापरावांना वाकून नमस्कार केला. दोघं क्षणभर एकमेकांना बघत उभे राहिलेले. दोघांचेही डोळे पाणावले होते. द्रविडबाईंनी दोघांना बसायला खुर्च्या दिल्या आणि स्वत: बाहेर गेल्या. प्रतापरावांकडं बघत मोहिनी म्हणाली,

''अहो काय हे? किती थकलाय तुम्ही? सगळे केस पांढरे झालेत.'' मोहिनी आपल्या डोळ्यांनी एकवीस वर्षापूर्वीचं प्रतापरावांचं ते देखणं रूप शोधण्याचा प्रयत्न करत होती.

''अगं मोहिनी, असं काय बघतेस? तू तुझ्याकडं कधी बारकाईनं बघितलंस काय? तुझे पण केस पांढरे झालेत की, अगं, राधाचं लग्न झालं. ती आता गरोदर आहे. आता आपण आजी-आजोबा होणार मग हे पांढरे केस चालायचेच. राणीचं पण यावर्षी लग्न झालं. दोघीपण चांगल्या घरात गेल्या.''

''अहो, आईविना ह्या पोरी वाढल्या. आता लग्नं पण झाली म्हणता चला परमेश्वरानं माझ्या मुलींचं तरी चांगलं केलं. अहो, पण तुमच्या तब्येतीचं काय? दामिनी तुमच्या आयुष्यात आल्या. आता कसं तरतरीत राहिलं पाहिजे. मला दामिनी

भेटायला आल्या होत्या. स्वभावानं त्या खूप चांगल्या आहेत. नक्की त्या तुमची काळजी घेत असतील. मग हे असं का?''

''मोहिनी मी दुसरं लग्न केलं हे समजल्यावर तुला राग नाही आला?''

''आला ना! पण खूप विचार केल्यावर मी शांत झाले. अहो, मी अशी वेडी. मी बरी होणार म्हणून तुम्ही तरी किती दिवस वाट बघणार?''

''मोहिनी, तू वेडी नाहीस, वेडे आम्ही आहोत. मनात येईल ते निर्णय घेऊन रिकामे होतो.''

''नका हो, वेडा हा शब्द सुद्धा उच्चारू नका. ह्या वेडेपणामध्ये काय त्रास भोगावा लागतोय तो मला विचारा. माझ्या शत्रुला पण हा आजार होऊ नये.''

''मोहिनी, तुला शत्रू आहेत?''

''अजून तरी नाहीत.''

''अगं, तू अशी साधी, सरळ तुझ्याशी कोण शत्रुत्व करेल?''

द्रविडबाई काही कामानिमित्त आत आल्या होत्या. हे ऐकून त्या म्हणाल्या,

''प्रतापराव, अगदी खरं बोललात हिच्या ह्या सरळ स्वभावामुळेच ती इथं सर्वांची लाडकी आहे.''

''अहो, तुम्ही राधाला बाळंतपणाला गावी आणणार ना?''

''नाही मोहिनी, तिचं बाळंतपण तिच्या सासरीच होणार आहे. तिच्या सासरची माणसं खूप प्रेमळ आहेत. सगळं अगदी व्यवस्थित करतील.''

''परमेश्वरानं माझ्या मुलींच्या वाट्याला दुःख आणू नये.''

''मोहिनी, तुझं मन किती विशाल आणि सुंदर आहे गं!''

''पुरे आता कौतुक, मागं विरू आणि सुनबाई येऊन भेटून गेले. विरूंच्या सासऱ्यांनी पण दोनदा जेवणाचा डबा पाठवला होता. आपली लोकं भेटायला आली की खूप बरं वाटतं बघा. मागं राणी-राधा आल्या होत्या. तेव्हा त्यांना मात्र मी ओळखलं नाही. निदान आताचे तरी फोटो द्या म्हणजे मला ओळखायला सोपं जाईल. आणखी एक मनापासून सांगते जरा तब्येतीकडं लक्ष द्या. पाठीमागचं विसरायचा प्रयत्न करा आणि दामिनीबरोबर सुखानं संसार करा. त्यांना नीट सांभाळा.''

प्रतापराव आश्चर्यचकित होऊन मोहिनीचं प्रत्येक वाक्य मनापासून ऐकत होते. त्यांच्या नजरेमध्ये कुठं तरी आपल्याकडून चूक झाली आहे हे जाणवलं. त्यांच्या डोळ्यांमध्ये पाणी बघून मोहिनीला वाईट वाटलं.

''अहो, असं रडताय काय? ते तुमचंच वाक्य ना? ज्याला दुःख पचवता येतं त्याला पुढील आयुष्य जगण्याचं सामर्थ्य मिळतं.''

''तुला हे आठवतं मोहिनी?''

''न आठवायला काय झालं? त्यामुळे तर मी जगत आहे.''

द्रविडबाईंकडं बघत प्रतापराव म्हणाले,

"बाई हाच तो आमचा अनमोल मोती, कुठंही साधा तडा दिसत नाही."

मोहिनीकडं बघत ते म्हणाले,

"मोहिनी, आता तू काय ठरवलं आहेस?"

"मी माझ्या आई-आबांकडं जाणार आहे. माझ्या राणी, राधाला भेटत जाईन."

"असं का म्हणतेस मोहिनी? मी पण तुला भेटत जाईन तुला चालेल ना?"

मोहिनीनं आपल्या डोळ्यांना पदर लावला.

"माझं फक्त एक काम करा."

"बोल मोहिनी, तुला काय पाहिजे?"

"काही नको, माझ्या कपाटातल्या माझ्या दोन बांगड्या आणि मंगळसूत्र पाठवून द्या. मी तुम्हांला कधीच विसरू शकणार नाही." मोहिनी मधूनमधून सारखी डोळे पुसत होती. पण अश्रू वाहायचे काही थांबत नव्हते.

"वाटलं होतं आता मी बरी झाली आहे, हे बघून तुम्ही मला घरी घेऊन जाल. पण तुमचं दुसरं लग्न.." तिला पुढं बोलवलं नाही. तिचा संयम सुटला. ती हुंदके देऊन रडू लागली. मोहिनीला जवळ घेत प्रतापराव म्हणाले,

"रडू नको मोहिनी, परमेश्वर आपली आणखी किती परीक्षा घेणार आहे ते बघू या. अगं मला दुसऱ्या लग्नानंतर कळलं की तू बरी झाली आहेस. मला माफ कर. मोहिनी मी तुझा गुन्हेगार आहे." पुढं त्यांना बोलवलं नाही. ते उठले चप्पल न घालताच निघून गेले.

द्रविडबाईंनी मोहिनीला जवळ घेतलं. मोहिनीनं द्रविडबाईंना घट्ट मिठी मारली. ती टाहो फोडून रडू लागली. द्रविडबाईंनी मोहिनीला शांत करायचा अजिबात प्रयत्न केला नाही. तिला त्यांनी रडू दिलं. त्या स्वत:पण स्वत:ला सावरू शकल्या नाहीत.

डोळे पुसत मोहिनी खुर्चीवरून उठली आणि प्रतापरावांची चप्पल उराशी कवटाळत आपल्या खोलीकडं पळत गेली. मोहिनी दृष्टीआड होईपर्यंत द्रविडबाई खिडकीपाशी तिला बघत उभ्या होत्या.

◆

पुढे दोनच दिवसात राधाच्या सासूबाई आणि पतीदेव मोहिनीला भेटायला हॉस्पिटलमध्ये आले. द्रविडबाईंनी त्यांना आपल्या खोलीत बसवलं आणि त्या मोहिनीला बोलावायला तिच्या खोलीकडं गेल्या.

"मोहिनी, अगं मोहिनी!"

"काय हो बाई, सारखी तुमची कटकट. मला जरा खेळू द्या ना."

"अगं तुझी आता नातवंडं खेळतील का तू खेळत बसशील? तुला माहीत आहे ना, राणी, राधाचं लग्न झालं ते! अगं राधा गरोदर आहे. आता थोड्याच दिवसात तुला नातवंडं होईल."

मोहिनीचं बाईंच्या बोलण्याकडं अजिबात लक्ष नव्हतं. ती आपल्याच नादात खेळत होती. कोणाच्या बोलण्याचा आवाज कसा काय नाही म्हणून तिनं पाठीमागं वळून पाहिलं, तर द्रविडबाई डोक्याला हात लावून बसल्या होत्या. मोहिनीनं त्यांच्याजवळ जाऊन त्यांची पापी घेतली.

"बाई माझ्यावर रुसलात? अहो, मला सर्व विसरायचं आहे. आता हेच माझं घर असं मी समजेन. कोण राणी, कोण राधा? अहो, त्या पण त्यांच्यासारख्याच मला विसरतील." बोलताना तिचा कंठ दाटून आला.

द्रविडबाईंनी एकदम मोहिनीला जवळ घेतलं. तशी मोहिनी खूप बरी झाली होती. फक्त राहणीमानात थोडा बदल आणि मनातील भीती गेली की बस्स!

"अगं मोहिनी, विसरले बघ, राधाच्या सासूबाई आणि तुझे जावई तुला भेटायला आलेत."

"चला ना बाई, आपण त्यांना भेटायला जाऊ."

"अगं चांगली साडी नेसतेस ना?"

मोहिनी द्रविडबाईंच्या खोलीत गेली, तेव्हा तिच्या जावयांनी तिला वाकून नमस्कार केला. बारीक अंगकाठीचा. गोरा, रुबाबदार तरुण आपल्याजवळ उभा असलेला मोहिनी अगदी बारीक नजरेनं बघत होती.

मोहिनीच्या विहीणबाईंनी पुढं येत तिला विचारलं,

'काय आवडला का जावई तुम्हांला?"

मोहिनी हसत म्हणाली,

"का आवडणार नाही? देखणा आहे की!" द्रविडबाई आणि विहीणबाई हसल्या.

"बाबा, तुम्ही अंडी वगैरे खाता ना? मग तब्येत का अशी बारीक?" यावर जावई मनापासून हसले. "राधा नाही आली?"

"नाही ती गरोदर आहे ना, म्हणून तिला प्रवास नाही करायचा."

"मी लग्नाला नव्हते. मग माझी ओटी आणली ना?"

विहीणबाईंनी पटदिशी पिशवीतून ओटी काढून मोहिनीच्या हातात दिली.

"चोळी आहे ना? परकर नाही आणला?"

"अहो, हे हॉस्पिटल आहे. इथं परकर मिळत नाहीत."

द्रविडबाईच विहीणबाईंना म्हणाल्या,

"तुम्ही असं करा, मला परकरचे पैसे द्या मी तिला आणून देईन."

"लग्नाची मिठाई आणली की नाही? सर्वांना वाटायला हवी."

"विहीणबाईंनी मिठाईचा बॉक्स पिशवीतून काढून मोहिनीच्या हातात दिला.

"जावई काही आमच्याशी बोलत नाहीत. मी अशी वेडी, म्हणून तुम्ही माझ्याशी बोलत नाही का?"

"नाही हो आई, तसं काही नाही."

"मग बसा तर माझ्याजवळ तुमचं नाव काय बाबा?"

"मोहन!"

"अरे वा, श्रीकृष्णाचं नाव आहे की!" असं मोहिनी म्हणताच सगळे हसले.

"राधा आपली तब्येत सांभाळते ना? तसं नाही, लहानपणी खेळाशिवाय तिला काही सुचायचं नाही. हे जेव्हा भेटायला आले होते तेव्हा त्यांनी सांगितलं की बाळंतपण तुम्हीच करणार आहात. मी अशी इथं मग ती तरी गावी कुणाकडं जाणार? बायकांच्या गोष्टी बायकांनाच समजणार. आता तुम्हीच तिच्या आई आहात. सांभाळून घ्या तिला." मोहिनीनं आपले डोळे पुसले.

विहीणबाई मोहिनीजवळ बसत म्हणाल्या,

"तुम्ही काही काळजी करू नका, ती माझीच आहे"

जावईबापूंनी मोहिनीला विचारलं,

"आई आम्ही निघू? परत कोल्हापूरला जायचं आहे."

जावईबापूंनी तिला वाकून नमस्कार केला आणि ती दोघं तिथून निघून गेली.

ते जाताच मोहिनी द्रविडबाईंकडं बघत म्हणाली,

"बाई, एकदा आई-आबांना मला भेटवा ना! बाई हे येऊन गेल्यापासून आई-आबांची खूप आठवण येते बघा. असं कधीच झालं नाही आणि आताच असं का व्हावं?"

द्रविडबाईंनी मोहिनीला जवळ घेतलं.

"मोहिनी मी सुपरिंटेंडेंटशी बोलते. बघू या ते काय म्हणतात, तू काही काळजी करू नकोस."

दुसऱ्या दिवशी द्रविडबाईंनी दामिनीला पत्र पाठवून मोहिनीची इच्छा व्यक्त केली. सुपरिंटेंडेंटशी पण त्या बोलल्या. त्या हे सर्व स्वत:च जबाबदारी घेऊन करत होत्या. दोन दिवसांनी आपल्याबरोबर द्रविडबाईंनी एका आयाला घेतलं आणि मोहिनीबरोबर त्या कोल्हापूरच्या प्रवासाला निघाल्या. प्रवासात जाताना त्यांनी मोहिनीला समजावून सांगितलं.

"हे बघ मोहिनी सर्वांना भेट, पण तुला परत माझ्याबरोबर इकडं यावं लागेल, नाहीतर मला नोकरीवरून काढून तर टाकलंच जाईल, त्याचबरोबर मला शिक्षाही होईल."

"बाई, माझ्यावर विश्वास ठेवा. तुम्ही म्हणाल तसंच मी वागेन. माझ्यामुळे मी तुम्हांला कुठल्याच अडचणीत टाकणार नाही."

"मोहिनीचं बोलणं ऐकून आया द्रविडबाईंना म्हणाली,

"बाई, तुम्ही काय बी म्हणा पण माझी मोहिनी फार गुणाची आहे."

आपल्या आई-वडिलांना, भावंडांना आपण भेटणार ही कल्पना मोहिनीला सुखावत होती. कोल्हापूर स्टेशन कधी आलं हेही तिला कळलं नाही. स्टेशनवर दामिनी स्वत: जातीनं त्यांना न्यायला आली होती. तिनं मोहिनीला मिठीत घेतलं. मोहिनीनं दामिनीला प्रतापरावांच्या तब्येतीबद्दल विचारलं.

"तुम्ही मला फोटो पाठवले ते आवडले, मी सर्वांना ते फोटो दाखवले."

बोलत बोलत सर्वजण दामिनीबरोबर एका लॉजवर गेले. दामिनीनं मोहिनीच्या बहिणीला आणि वहिनींना आधीच कळवलं होतं. वहिनी आणि मोहिनीची धाकटी बहीण वसू येताच दामिनी द्रविडबाईंचा निरोप घेऊन तिथून निघून गेली. राणी, राधा कोल्हापुरमध्ये नव्हत्या. त्यामुळे त्यांना कळवता आलं नाही.

वसू आणि वहिनी समोर येताच तिघी एकमेकींकडं क्षणभर तशाच बघत उभ्या राहिल्या. वसूच्या रूपावरून ओळखत मोहिनी म्हणाली,

"वसू, किती मोठी झालीस गं?"

"आक्का! म्हणत वसूनं मोहिनीला कडकडून मिठी मारली.

दोघीपण खूप रडत होत्या. वहिनी, द्रविडबाई आणि आयाचे डोळे भरून आले. वहिनींनी स्वत:ला खूप सावरायचा प्रयत्न केला पण त्या आपले अश्रू आवरू शकल्या नाहीत. कितीतरी वेळ कुणालाच स्वत:ला सावरता आलं नाही. मोहिनीनं आपले डोळे पुसत वहिनीला जवळ घेतलं.

"बाई, अगदी माझ्या विक्रमांना शोभेल अशी नाजूक बायको मिळाली हो." मोहिनीच्या या बोलण्यावर सर्वजणी मनसोक्त हसल्या.

द्रविडबाई मोहिनीला म्हणाल्या,

"तुझी वहिनी कशावरून चांगली असेल गं?"

"अहो बाई, असं प्रेम असल्याशिवाय कुणाच्या पण डोळ्यांतून पाझर फुटत नाहीत."

"आक्का, तुम्ही किती छान बोलता हो."

"वसू, आई-आबा का नाही आले? माझ्यावर रुसलेत काय?"

"कशासाठी रुसतील आक्का?"

"द्रविडबाई मोहिनीला म्हणाल्या,

"मोहिनी, एक घोटाळा झाला. आपण न कळवताच आल्यामुळे गेल्याच आठवड्यात तुझे आई-आबा नागपूरला गेलेत.

"बाई, कुठल्या मुहूर्तावर जन्मले माहीत नाही. माझं नशीब खरंच फुटकं आहे बघा. जे काही मनापासून ठरवीन ते सहज मिळत नाही."

"मोहिनी, असं का म्हणतेस? त्यांना आपण आधीच कळवलं असतं, तर ते असे गेले असते काय? आपलंच अचानक ठरलं."

"बाई, आता आपण परत जायचं ना?"

"दिवाणसाहेब, आम्ही आपल्या कोणी नाही काय?" मोहिनीच्या वहिनी तिच्याजवळ येत म्हणाल्या. मोहिनीला राहवलं नाही. ती आपल्या वहिनीच्या कुशीत शिरून रडायला लागली.

"दिवाणसाहेब, चला मी तुम्हांला घरी घेऊन जायला आलेय."

सर्वजणी मिळून वहिनींबरोबर घरी गेल्या. वहिनींचा आनंद गगनात मावेनासा झाला. काय करू नि काय नको असं त्यांना झालं होतं. दोघी बहिणी निवांत गप्पा मारत बसल्या होत्या. थोड्याच वेळात 'दिवाणसाहेब' म्हणत वहिनी आत खोलीत आल्या. त्यांच्या हातात टॉवेल आणि नवीन साडी होती.

"वहिनी कुठं जायचं आहे काय?"

"चला जरा तुम्हांला तेल लावून न्हाऊ घालते."

मोहिनीला घेऊन वहिनी न्हाणीत गेल्या. न्हाणीमध्ये दोन घंगाळी भरून गरम पाणी ठेवलं होतं.

"वहिनी, एवढं पाणी! अहो, अंघोळीला एवढं पाणी एवढ्या वर्षांत मी पहिल्यांदाच बघते." हे मोहिनीकडून ऐकताच वहिनींना खूप वाईट वाटलं. त्यांनी प्रेमानं आपल्या नणंदेला पाटावर बसवलं. त्यांच्या डोक्याला, पाठीला चोळून तेल लावलं.

"वहिनी, तुमचे हात किती मऊ आहेत हो! त्या हॉस्पिटलमध्ये राहून माझं शरीर राकट झालंय. तुमचे हात खराब होतील?"

"दिवाणसाहेब, असं बोलू नका, तुमची थोडी सेवा करायला मिळाली, हे मी माझं भाग्य समजते."

"मोहिनीची धाकटी बहीण वसू पण आपल्या वहिनींना मदत करायला आत न्हाणीत आली. दोघींनी मिळून मोहिनीला न्हाऊ घातलं. कपडे घालण्यात तिला मदत केली.

"वहिनी, नवीन साडी कशाला? माझ्या बॅगेत साड्या आहेत की!"

"का दिवाणसाहेब, भावाची साडी नेसायला तुम्हांला आवडणार नाही?"

"बरं बाई, नेसवा तर, मला तरी आता तुमच्याशिवाय कोण आहे? यांनी पण दुसरं लग्न केलं आता कुणाकडं बघायचं?"

वहिनींनी मोहिनीचे डोळे पुसले.

"दिवाणसाहेब, असं परक्यासारखं बोलू नका, हे पण घर तुमचंच आहे."

न्हाणीतून बाहेर येताच द्रविडबाई म्हणाल्या,

"माहेरची अंघोळ आटोपली वाटतं! मोहिनी, बघ त्या आरशात किती छान दिसतेस ते!" मोहिनी लाजल्याचं पाहून सर्वजणी हसल्या.

"वसू, माझ्या मोहिनीची दृष्ट काढा हो."

जेवणाचं टेबल वहिनींनी छान मांडलं होतं. दोघी नणंदांच्या ताटांना त्यांनी स्वत: रांगोळी काढलेली होती. मोहिनीला आवडतात म्हणून त्यांनी जेवढे जमतील तितके मासांहारी पदार्थ केले होते. आपल्या दोघी नणंदाना एकत्र बसवून वहिनी आग्रहानं त्यांना वाढत होत्या. मोहिनी स्वत: द्रविडबाईंना आग्रह करत होती. आयाला पण वहिनींनी आग्रहानं वाढलं.

मध्येच मोहिनी जेवता जेवता म्हणाली,

"वहिनी, आता जास्त आग्रह करू नका, नाहीतर माझं पोट फुटून त्यातून बाळ बाहेर यायचं."

द्रविडबाईंनी वहिनींना शांत राहायला खुणावलं. वहिनी मोहिनीला म्हणाल्या,

"दिवाणसाहेबांना माझ्या हातचं जेवण आवडलं नाही वाटतं."

"असं का म्हणता वहिनी? तुम्ही तर या घरची अन्नपूर्णा आहात."

वहिनी आपल्या नणंदेकडं कौतुकानं बघायला लागल्या. मोहिनीच्या तिन्ही भावांना कळवल्यामुळे तिघंही आपली कामं टाकून मोहिनीला भेटायला आले. तिघांनी आपल्या आक्कांना वाकून नमस्कार केला. मोहिनीनं तिघांना पण आपल्याजवळ घेतलं. सर्वांच्या डोळ्यातून आनंदाश्रू वाहत होते. आपले डोळे पुसत मोहिनी बाईंकडं बघत म्हणाली,

"बाई, तिघेपण अगदी राजबिंडे दिसतात हो!" यावर सगळेच हसायला लागले. मोहिनी पुढं म्हणाली,

"कधी आक्कांची आठवण तरी आली का हो?"

"असं का म्हणता आक्का? प्रत्येक दिवशी कुठल्या तरी रूपानं तुमची आठवण ही निघायचीच."

"आता तुम्हा सर्वांना भेटले, कधीतरी आई-आबांना भेटेन म्हणजे डोळे मिटायला मोकळी झाले."

"आक्का, असं बोलू नका. आता लवकरच तुमचे सुखाचे दिवस येणार."

"कसलं सुख घेऊन बसलाय? आता हे सगळं विसरायचं. विक्रम तुमची बायको फार गुणाची. या घरची ती लक्ष्मी आहे बघा. उदय, वहिनी नाही आल्या?"

"आक्का, त्या माहेरी गेल्यात. तुम्ही येणार अगोदर माहीत असतं, तर त्या

गेल्या नसत्या.''

''अजय, तुमचं काय?''

''मुली बघायचं चाललंय आक्का.'' विक्रम म्हणाले, ''लग्न ठरल्या ठरल्या तुम्हांला बोलवायला येतो आक्का.''

''म्हणजे मी आता जायचं? नको हो, आता मला तिथं पाठवू नका. कंटाळले मी आता त्या आयुष्याला. मी इथं राहिले तर तुम्हांला त्रास नाही देणार.''

''आक्का, असं का बोलताय? तुम्ही तर या घरच्या सर्वात मोठ्या, हे तुमचंच घर आहे. कधीही परकं मानू नका.''

''विक्रम, धाकटी कुठं असते हो?''

''आक्का, तिचं लग्न झालं पती इंजिनीअर आहेत.''

''वा, छान झालं! आई-आबा भेटले असते तर फार बरं झालं असतं. मला त्यांची खूप आठवण येते.''

''आक्का, अजयचं लग्न ठरलं, की लगेच तुम्हांला नेण्यासाठी येतो. काळजी करू नका.''

''मोहिनी'' आपल्याला चार वाजता निघायचं आहे. पाहिजे तर थोडी विश्रांती घे. द्रविडबाई म्हणाल्या.

''या सर्वांना डोळे भरून बघितलं हीच विश्रांती नाही काय?''

वसू व वहिनींनी द्रविडबाईंना आत नेऊन विचारलं,

''बाई, आक्का बऱ्या झाल्यात ना?''

''का? काय झालं?''

''नाही, मघाशी त्या बाळाबद्दल काहीतरी बोलत होत्या म्हणून विचारलं.''

''अहो, अजून ती तिच्या मुलाला विसरली नाही आणि हे बघा रुपयातली चार आणे ही खोट राहणारच आहे. हे समजून तुम्ही तिला स्वीकारायचं आहे. अहो, हार्टअ‍ॅटॅक माणसाला येतो, कॅन्सर होतो, किती पैसा खर्च केला तरी, हे आजार शंभर टक्के बरे होतात काय? तसाच हा आजार.''

''आपण म्हणता ते खरं आहे बाई. पण दिवाणसाहेबांच्यात खूप सुधारणा झाली आहे. खूप विचारी झाल्यात त्या.''

''जास्त बोलणं आपल्याकडून झालं तर आपण पण कंटाळून काहीतरी बोलून जातोच ना?''

''खरं आहे बाई तुमचं.''

''तसंच समजून तुम्ही मोहिनीला सांभाळून घेतलं पाहिजे.''

''बाई, अजयचं लग्न ठरल्या ठरल्या आम्ही तुम्हांला कळवतो. मग तुम्ही आक्कांचे डिसचार्ज पेपर तयार करायला घ्या. आई-आबा आल्यावर आम्ही त्यांच्याशी

बोलतो आणि विक्रमना लवकरात लवकर आणायला पाठवतो.''

द्रविडबाईंना एकदम रडू आलं.

'अहो, या मोहिनीनं मला खूप लळा लावला आहे. मी तिच्या आयुष्यात आल्यापासून तिला फुलासारखं जपायचा प्रयत्न केला आहे. कधी ती माझ्यावर रुसायची कधी मी तिच्यावर चिडायची. पण आमचं प्रेम नाही आटलं.'' द्रविडबाई सतत डोळे पुसत होत्या. ''तुम्ही सर्व रक्ताची माणसं. तिला तुम्ही तळहाताच्या फोडासारखं जपाल पण मी तिला माझी मुलगी म्हणूनच...'' द्रविडबाईंना रडू आवरेना.

वहिनी द्रविडबाईंना जवळ घेत म्हणाल्या,

''बाई, तुम्हांला जेव्हा केव्हा दिवाणसाहेबांची आठवण येईल तेव्हा तुम्ही जरूर या. हे परक्याचं घर समजू नका. तुम्ही त्याच्यांसाठी खूप केलंत हे आम्ही विसरणार नाही. द्रविडबाई तुम्ही चहा घेणार?''

''हो वहिनी, फार बरं होईल.''

वहिनींनी आपल्या नोकरांना बोलावून चहा ठेवायला सांगितला. मोहिनी आपल्या भावांबरोबर बोलत बसली होती. मधे मधे सर्वांचे हसण्याचे आवाज ऐकू येत होते. द्रविडबाई, वसू आणि वहिनी पण त्यांच्यात जाऊन बसल्या. द्रविडबाई त्या भावंडांमध्ये रमून गेल्या. थोड्याच वेळात चहा आला. सर्वांनी मिळून चहा घेतला. द्रविडबाई मोहिनीकडं बघत म्हणाल्या,

''मोहिनी, आपण आता निघू या ना?''

''बाई, आपण आजचा दिवस राहिलो तर?''

''मी आताच तुला सोडून गेले असते, पण तसं होऊ शकत नाही. अगं जसं पेशंट ॲडमिट करताना कागदांची पूर्तता करावी लागते. तसंच डिसचार्ज करताना पेशंटची सही घेतात. मग ती मी कशी करणार?''

विक्रम अगदी जड अंत:करणानं आक्कांच्या जवळ बसत म्हणाले,

''आक्का, माझ्यावर विश्वास ठेवा. आम्ही लवकरच अजयचं लग्न ठरवणार आहोत. लग्न ठरल्या ठरल्या मी स्वत: तुम्हांला न्यायला येईन.'' मोहिनी विक्रमना मिठी मारून रडू लागली. आक्कांच्या पाठीवरून मायेचा हात फिरवत विक्रम म्हणाले,

''आक्का, इतकी वर्षं तुम्ही हॉस्पिटलमध्ये काढली. आता तर थोडेच दिवस उरलेत.''

''विक्रम, थोड्या दिवसांची वाट बघणंच खूप अवघड आहे.''

मोहिनी, द्रविडबाई आणि आयाला वहिनीनं देवघरात बोलावलं. त्यांना कुंकू लावून वहिनींनी तिघींची ओटी भरली. त्यांनी वाकून मोहिनीला नमस्कार केला आणि

एकदम मोहिनीच्या गळ्यात पडत त्या रडू लागल्या.

"दिवाणसाहेब, तुम्ही लवकर घरी या. आम्ही तुमची वाट पहातोय."

वसू पण आपल्या आक्कांच्या पाया पडली. मोहिनीनं तिला आपल्या मिठीत घेतलं. दोघीपण हुंदके देऊन रडू लागल्या.

विक्रम आत येत म्हणाले,

"गाडीची वेळ झाली, चलताय ना आक्का?"

मोहिनी जड पावलांनी सर्वांचा निरोप घेऊन गाडीत बसली. तिची भावंडं वहिनी बाहेर खिडकीपाशी उभे होते. सर्वजण मोहिनीचा निरोप घेत होते. सर्वांनाच अश्रू आवरणं कठीण झालं. गाडी सुटायच्या आत मोहिनीनं विक्रमना हाक मारली. विक्रम जवळ येताच तिनं त्यांचा चेहरा हातात घेतला आणि ती म्हणाली,

"विक्रम, तुम्ही खरंच मला न्यायला येणार ना?" विक्रमच्या डोळ्यांतून झरझर पाणी वाहू लागले. मी तुमची वाट बघते. विक्रम, तुम्ही मला फसवणार नाही ना?" मोहिनीचे ओठ थरथरत होते.

विक्रमनी मोहिनीचे हात आपल्या हातात धरले नि म्हणाले,

'आक्का, माझ्यावर विश्वास ठेवा, मी येतोय आक्का. तुम्हांला न्यायला नक्की येतोय."

गाडी सुरू होताच मोहिनीनं आपलं डोकं खिडकीवर टेकवलं आणि ती हुंदके देऊन रडू लागली. सर्वांच्या डोळ्यांतून घळघळ अश्रू वाहत होते. मोहिनीच्या डोळ्यातील आसवांमुळे ती सर्वजण तिला अंधुकशी दिसू लागली.

मोहिनीच्या धाकट्या भावाचं लग्न ठरल्या ठरल्याच विक्रमनी द्रविडबाईंना निरोप दिला. त्याप्रमाणं द्रविडबाई मोहिनीच्या डिसचार्ज पेपरच्या तयारीला लागल्या. विक्रम येणार म्हणून त्यांनी मोहिनीला सांगताच तिनं त्यांना कडकडून मिठीच मारली.

"अगं, मोहिनी, सोड मला, आता जरा मन आवर. दोन दिवसांतच विक्रम येईल बघ. आयाला पाठवून देते. तुझे सर्व कपडे तिच्याकडे दे म्हणजे ती स्वच्छ धुऊन ठेवील.

मोहिनी आपल्या खोलीकडं पळतच गेली. आनंद लपवणं तिला आता शक्य नव्हतं. एरव्ही मजेत राहणारी मोहिनी तिला हा एक दिवस हुरहुरीचा वाटत होता. दिवसातून पन्नास वेळा तरी तिनं द्रविडबाईंना विचारलं,

"बाई, तुम्ही मला फसवत तर नाही ना?"

सारी रात्र तिनं जागूनच काढली. आपण आपल्या आई-आबांकडं जाणार या कल्पनेनं ती खुलून आली होती. दुसऱ्या दिवशी भल्या पहाटे तिनं आपली अंघोळ

वगैरे आटोपली. बांधलेलं सामान परत परत काढून ती भरत होती. बावीस वर्षांच्या प्रदीर्घ कालखंडातून त्या हॉस्पिटलरूपी कारागृहातून तिची सुटका होणार होती.

''अहो सिस्टर, अहो मावशी!'' म्हणत ती प्रत्येक नर्सला, आयाला सांगत सुटलेली. आता मी माझ्या घरी निघाले हं. माझे भाऊ मला न्यायला येणार आहेत. त्यांना तुम्ही भेटा. मावशी, तुम्ही मला विसरणार नाही ना?' माझ्याकडून तुम्हांला काही त्रास झाला असेल तर मला माफ करा.''

हॉस्पिटलमधल्या खूपशा आयांची आणि सिस्टरची ती लाडकी होती. प्रत्येकीला मोहिनी परत आपल्या घरी जाणार याचं समाधान वाटलं.

''मोहिनी, आम्हांला विसरू नको. आम्हांला पत्र पाठवत जा, आम्हांला तुझी गाणी, उखाणे, तुझं ते रुसणं सर्व काही लक्षात राहील.''

''मी येऊन तुम्हांला नवीन गाणी म्हणून दाखवीन हं.''

''नको मोहिनी, तू इथं परत येऊ नकोस. आम्हीच तुला भेटायला येऊ.''

''तुम्ही नक्की या. तुम्हाला माझं गाव, शेती, आई-आबा खूप आवडतील सिस्टर एक गाणं आठवलं म्हणून दाखवू?''

''म्हण ना मोहिनी.''

''आम्ही जातो आमुच्या गावा
आमुचा राम राम घ्यावा.''

गाणं ऐकून सिस्टरनं मोहिनीला कडकडून मिठी मारली.

''मोहिनी, घरी नीट रहा. कुणाला त्रास देऊ नकोस, सर्वांचं ऐकत जा, हट्ट करू नकोस आणि एक कर इथल्या सर्व आठवणी तू इथंच विसरून जा आणि मोहिनी, तुझ्या आयुष्याचं नवीन पान उघड.''

''सिस्टर, मला माझ्या मैत्रिणींना भेटायला जायचं आहे. बिचाऱ्या माझी वाट बघत असतील. प्रत्येक जणींचे पत्ते लिहून घ्यायचे आहेत.''

''ते कशाला मोहिनी?''

''अहो, कशाला काय विचारताय? प्रत्येकीच्या घरी जाऊन सांगणार आहे की तुम्ही त्यांना घरी घेऊन जा.''

सिस्टर मोहिनीला जवळ घेत म्हणाली,

''मोहिनी, तुला ज़र जमलं तर नक्की त्यांच्या घरी जाऊन ये.''

''जाणारच आहे. बिचाऱ्या आपल्या आई-वडिलांकडे, भावांकडे किंवा नवऱ्याकडं जाऊ देत ना.''

''मोहिनी, तुझं मन किती मोठं आहे गं.''

''येते सिस्टर, मला उशीर होईल''

सिस्टर तिचा हात धरत म्हणाली,

"मोहिनी, इथे 'येते' म्हणू नकोस 'जाते.' म्हण"

सिस्टरच्या डोळ्यांत पाणी आलं. पुढं काही न बोलता ती तशीच वॉर्डकडं गेली. मोहिनी आपल्या प्रत्येक मैत्रिणीला भेटली. तिच्या हातात एक कोरा कागद आणि एक पेन्सिल होती. प्रत्येकी जवळ बसत ती त्यांचे पत्ते विचारायची. तिनं त्या कागदावर काहीतरी लिहिण्याचा प्रयत्न केला. तिनं लिहिलेली अक्षरं कुणालाच कळणार नव्हती. अगदी तिला सुद्धा, ती आपल्या खोलीत गेली, तेव्हा मंगला, सुभद्रा, संयोगिता दारापाशीच तिची वाट पाहात उभ्या होत्या. तिघीही रडत होत्या. त्यांची अवस्था पाहून मोहिनीचे पण डोळे पाणावले.

"मंगला, मी नको का जाऊ?"

मंगला पुढं येत म्हणाली.

"मोहिनी, असं बोलू नकोस गं. आनंदाने घरी जा. खूप चांगली रहा. इथली आठवणसुद्धा काढू नकोस. माझ्या नशिबात घरच नाही तेव्हा मला इथं राहाणं भागच आहे."

"मंगला, असं का म्हणतेस मी आहे ना तुला? मी माझ्या घरी गेल्यावर आई-आबांना विचारीन आणि तुला इथून घेऊन जाईन."

मंगलानं मोहिनीला मिठीच मारली.

"मोहिनी, एवढं बोललीस तेच खूप आहे."

"संयोगिता, तुझं काय? पत्ता देतीस ना? तुझ्या नवऱ्याला मी कळवीन."

"नाव घेऊ नकोस त्या भाड्याचं."

"अगं, अशा शिव्या का देतीस?"

"मग काय दुसरं लग्न केलं म्हणून आरती ओवाळू."

"संयोगिता, माझ्या मालकांनी पण दुसरं लग्न केलं म्हणून माझ्या भावांनी मला टाकलं का? अग मी पण ठरवलं होतं की, हॉस्पिटलमधून जेव्हा बाहेर पडेन तेव्हा आपल्या गावी त्यांच्याजवळ जायचं. पण परमेश्वरालाच जर ते मान्य नाही तर कोण काय करणार? बघ आता आनंदानं भावाकडं निघाले. तुझा भाऊ मुंबईला राहातो ना? दे ना मला त्याचा पत्ता. मी माझ्या भावांना सांगून त्यांचा पत्ता शोधून काढीन."

"मोहिनी, तू खूप नशीबवान आहेस. अगं इतके चांगले भाऊ, भावजय सर्वांना मिळत नाहीत. जाऊ दे. आम्ही तुझ्या सामानाची आवराआवर करायला आलोय."

"मी सर्व काही आधीच बांधून ठेवलंय."

"मोहिनी, अशी बोचकी घेऊन जाणार तू?"

"मग काय करू? माझी बॅग खूप जुनी झाली होती. त्या पलीकडच्या म्हातारीला मी देऊन टाकली."

''वा गं माझी राजकुमारी!'' संयोगितानं असं म्हणताच मोहिनीला हसू आवरेना. सुभद्रा शांत बसल्याचं बघून ती पुढं म्हणाली,

''सुभद्रा, आम्ही एवढं बोलायला लागलोय तू अशी शांत का?''

''किती रडशील?'' मोहिनी म्हणाली.

''नाही गं, खूप दिवस झाले. सारखी मुलींची आठवण येते बघ.''

''मग मला दे ना तिचा पत्ता मी तिला नक्की शोधेन.''

सुभद्रानं ब्लाऊजमध्ये खोचलेला एक जीर्ण कागद मोहिनीकडं दिला. मोहिनीनं सगळे कागद एका बोचक्यात ठेवले. द्रविडबाई आत येत म्हणाल्या,

''मग काय स्वारी आम्हांला सोडून माहेरी निघाली.''

''असं का बोलता बाई? तुम्हीपण माझ्याबरोबर येणार ना?''

''मी तुला पोहोचवायला येणार पण एका दिवसासाठी.''

''असं का बाई, रहा ना आमच्याबरोबर आठ दिवस.''

''इथं तुझ्यासारख्या अनेक मोहिनी आहेत. त्यांना पण मला त्यांच्या घरी पाठवायचं आहे.''

''खरं आहे बाई तुमच्याशिवाय हे काम कोणी करणार नाही.''

''मोहिनी, तुझं सर्व आवरलं काय?''

''होय बाई, सर्व काही आवरलं.''

''तुझी बॅग कुठं आहे?''

''माझ्याकडं बॅग नाही बाई.''

यावर मंगला म्हणाली,

''बाई, तिनं ती बॅग देऊन टाकली.''

''कमाल आहे तुझी मोहिनी. आता कपडे कशात ठेवणार?''

''ते बघा ते बोचकं.''

''अगं जरा आधी सांगितलं असतंस, तर घरातून तुझ्यासाठी बॅग घेऊन नसते का आले? हे बोचकं पाहून विक्रम काय म्हणतील?''

''काही म्हणायचे नाहीत मला नवीन बॅग आणून देतील!''

''हे बघ मोहिनी, थोड्याच वेळात विक्रम येतील. चल तुझं सामान माझ्या खोलीकडं घेऊन ये.''

''काय सामान सामान लावलंय.'' असं म्हणत मोहिनीनं एक छोटं बोचकं आपल्या काखोटीला मारलं आणि ती द्रविडबाईंबरोबर जायला निघाली.

''मोहिनी, तुझ्याकडं किती तरी साड्या होत्या आणि त्याचं हे एवढं लहान बोचकं?''

''मी आता जाणार म्हणून सगळ्यांना आहेर केले. बाई नारळ नव्हते म्हणून

ओट्या नाही भरल्या. चालेल ना?''

''शाब्बास बाईसाहेब! चलायचं का आता?''

द्रविडबाई आपल्या खोलीकडं मोहिनीला घेऊन निघाल्या. मोहिनीला निरोप देण्यासाठी पेशंटनी गर्दी केली. अचानक मोहिनी पाठीमागं पळत गेली. ती परत आली तेव्हा तिच्या हातात द्रविडबाईंना बोचकं दिसलं नाही.

''मोहिनी, तुझं बोचकं?''

''बाई, त्या वॉर्डमधल्या पाच जणींचा आहेर राहिलेला. तो करून आले. घरीच निघाले ना मग कसला विचार करायचा.''

मोहिनीकडं बघत बाई म्हणाल्या,

''मोहिनी, मी इथंच थांबते. अंगावरची साडी पण कुणाला देऊन येतेस का बघते.''

मोहिनी हसू लागली. इतर पेशंट पण तिच्या हसण्यात सामील झाले. तेवढ्यात एक तेरा-चौदा वर्षांची मुलगी सर्वांच्या मधून वाट काढत येऊन 'आई' म्हणत मोहिनीला बिलगली.

''आई, मला एकटीला सोडून तू कुठं निघालीस?''

मोहिनीनं तिला आपल्या मिठीत घेतलं.

''हे बघ रमैय्या ! मी तुला खाऊ घेऊन यायला निघाले.''

''मला खाऊ नको. तू पाहिजेस मला.''

''अगं परवा तू मला काय म्हणालीस की तुला शाळेत जायचं आहे.मग पुस्तक नको का आणायला?''

''होय की गं आई!''

''मग मला जरा जाऊ दे. मी लवकर तुला अभ्यासाची पुस्तकं घेऊन येते हं.''

''आई, तुझ्याकडं पैसे आहेत?''

''या बाई देतील की मला पैसे.''

''आई, तू लवकर ये. मी तुझी वाट बघत इथंच बसते.''

''रमैय्या, आता तू खोलीत जा. तुझ्या औषधाची वेळ झाली.''

रमैय्या जाताच मोहिनीनं आपले डोळे पुसले. द्रविडबाईंकडं बघत ती म्हणाली,

''बाई,आज पहिल्यांदा मी खोटं बोलले बघा.''

''नाही मोहिनी, तू जे केलंस ते अगदी योग्य केलंस.''

''बाई, माझ्यावर चिडला नाही ना?''

द्रविडबाई मोहिनीला जवळ घेत म्हणाल्या,

''मोहिनी, तुझं मन किती मोठं आहे गं, हे मी तुला शब्दात सांगू शकत नाही. तुझ्याएवढं माझंही मन मोठं नाही.''

द्रविडबाई आणि मोहिनी पुढं चालत होत्या. तेवढ्यात पाठीमागून त्यांना आवाज ऐकू आला-

''ही मोहिनी या हॉस्पिटलमध्ये खूप प्रसिद्ध आहे. ती कुणाची आई, कुणाची आजी, मामी, काकी, आक्का, तर कुणाची मावशी अशी अनेक रूपं आहेत हिला. हिला कुणाचंच दु:ख बघवत नाही. स्वत:च्या वाटणीला दु:ख आलंच तर ती निमूटपणे पचवते. भूक लागते तिला पण त्याक्षणी तिला कोणी उपाशी दिसलंच तर ती आपल्या पुढ्यातलं ताट त्याला देते आणि स्वत:ची भूक पाण्यावर भागवते.

अगदी व्यवस्थित असताना तिनं आपला संपूर्ण वेळ दुसऱ्यांच्या सेवेत घालवला आणि जर हीच कधी आजारी पडली तर आया, सिस्टरच काय इतर पेशंटदेखील तिची सेवा करण्यात कमीपणा मानत नाहीत.

तिनं काय कुणाला पैसा उचलून दिला नाही, फक्त दिलं ते प्रेमच दिलं. अशी ही मोहात टाकणारी आमची मोहिनी आज आपल्या घरी जात आहे. आम्हांला खूप आनंद झाला आहे.''

या आवाजाबरोबरच मुसमुसण्याचा आवाज येत होता.

''मी स्वत: एम. ए. झाले. माझे आई-वडील वारले. लांबचे भाऊ वगैरे भेटायला येतात पण कोणी मला इथून घेऊन जाण्याचा विचार करीत नाहीत. आता मी खणखणीत बरी झाले. पण काय उपयोग? आता हेच माझं घर असं मी समजते.'' पाठीमागून हुंदके देऊन बोलण्याचा आवाज द्रविडबाईंना ऐकू आला.

द्रविडबाईंनी पाठीमागं वळून टाळ्या वाजवल्या. मोहिनी व इतर पेशंटनी पण टाळ्या वाजवल्या. द्रविडबाईंनी त्या स्वाती मराठेला मिठीत घेतलं.

''स्वाती, अशी रडू नकोस. मी मोहिनीला सोडून आल्यावर तुझाच विचार करेन. विश्वास ठेव माझ्यावर. अगं किती सुरेख, भाषण केलंस तू.'' म्हणत त्यांनी स्वत:चे डोळे पुसले. मोहिनीनं पण स्वातीला कडकडून मिठी मारली.

''स्वाती, मी पण तुझ्यासाठी काय करता येईल माझ्याकडून ते पाहीन.''

''मोहिनी, आता चल लवकर विक्रम यायची वेळ झाली.''

''मोहिनी आणि द्रविडबाईंना विक्रमची जास्त वेळ वाट बघावी लागली नाही. विक्रम आले त्यांच्याबरोबर आलेली एक तरुण स्त्री पुढं आली आणि मोहिनीजवळ येत तिच्या पाया पडली आणि तिला मिठी मारून रडायला लागली. मोहिनीला काहीच कळलं नाही. आपण कुणाला भेटायला लागलोय ते. ती स्त्री आईच्या स्पर्शासाठी धडपडायला लागली. तिच्या डोळ्यातून अश्रूंच्या धारा लागलेल्या तेवढ्यात एका देखण्या तरुण पुरुषानं मोहिनीला वाकून नमस्कार केला.

''विक्रम, हे कोण? आणि ही पोर अशी का रडायला लागलीय?''

''अहो आक्का, ही तुमची राणी आणि हे तुमचे जावई.''

मोहिनी स्तब्ध होऊन राणीचा चेहरा निरखायला लागली. तिला फक्त आपली सहा वर्षांची राणी आठवत होती. द्रविडबाई पुढं येऊन म्हणाल्या.

"मोहिनी बघत काय बसलीस? अगं एकदा ही तुला इथं भेटून पण गेली नाही काय? राणीला जवळ घे ना."

द्रविडबाई म्हणाल्या म्हणून राणीला मोहिनीनं जवळ घेतलं. पण त्या स्पर्शामध्ये माया नव्हती. मोहिनी अगदी भांबावलेली. मग द्रविडबाईंनी राणीला जवळ घेत समजावलं.

"हे बघ राणी आता मोहिनीला तुम्ही वारंवार भेटलं पाहिजे. तिला माया लावली पाहिजे."

राणी आपले डोळे पुसत बाईंना म्हणाली,

"आपण जे बोलता ते अगदी खरं आहे."

"राणी, राधा नाही आली?"

"नाही. बाळ खूपच लहान आहे तिचं, म्हणून ती आली नाही."

मोहिनीकडं बघत द्रविडबाई म्हणाल्या,

"काय मग आजीबाई नातवाच्या बारशाला निघाला तर मज्जा आहे बुवा! भावाचं लग्न, बारसं! मोहिनी आम्हांला पेढे पाहिजेत हं."

" विक्रम, जरा पैसे देता."

विक्रमनी काही न बोलता खिशातून शंभर रुपये काढून दिले. मोहिनी ते द्रविडबाईंकडं देत म्हणाली,

"बाई, ह्याचे पेढे घेऊन सर्वांना वाटा."

"आक्का, तुमचं सामान कुठं आहे?"

द्रविडबाई हसायला लागल्या.

"का? काय झालं?" विक्रमांनी बाईंना विचारलं.

"विक्रम, तुमची बहीण म्हणजे कर्णाचा अवतार आहे बघा. अहो, परवाच तिचे मी सर्व कपडे आयाकडून धुऊन घेतले. ते नीट बॅगेत भरले पण आज बघते, तर मोहिनीनं बॅग कुणाला तरी आहेर म्हणून देऊन टाकली. आपल्या सर्व साड्या पण आहेर म्हणून देऊन टाकल्या. मघाशी खोलीतून बाहेर पडताना एक चार-पाच साड्या शिल्लक होत्या. त्या पण वाटून आली. मग कुठलं सामान राहणार?"

ह्यावर विक्रम, राणी, जावई सर्वजण दिलखुलास हसले. मोहिनीनं भीत भीत विक्रमना विचारलं,

"विक्रम, तुम्ही माझ्यावर रागावला तर नाही ना?"

"नाही हो आक्का! आपण बाहेर गेल्यावर तुम्हाला नवीन कपडे घेऊ या ना."

"विक्रम, बॅगेचं काय?"

"आक्का, तुम्ही कशाला काळजी करताय. आपण तुम्हांला पाहिजे ते घेऊ."

"विक्रम, पैसे जास्त खर्च.."

विक्रम पुन्हा मोठ्यानं हसायला लागले.

"आक्का, तुम्ही एका इनामदाराची मुलगी आहात. एका अर्थानं तुम्ही इथली पीडा इथंच सोडली ते बरं झालं. आता इथली आठवणसुद्धा काढू नका. आता चला बघू लवकर, आपल्याला पुढचा सहा तासांचा प्रवास करायचा आहे."

द्रविडबाईंनी विक्रमना विचारलं,

विक्रम, तुम्ही ऑफिसमध्ये जाऊन सर्व कागदांवर सह्या केल्या का?"

"हो बाई, ते सर्व आटोपूनच इथं आलो."

"आपण निघू या ना?"

"हो चला विक्रम" म्हणत द्रविडबाई, एक आया आणि मोहिनी गाडीत बसले. राणी गाडीत आपल्या आईजवळ बसली. विक्रम आणि जावई ड्रायव्हरपाशी बसले. मोहिनीनं खिडकीतून सर्वांना टाटा केलं. गाडी स्टार्ट होताच संयोगिता, सुभद्रा, मंगला हुंदके देऊन रडायला लागल्या. रमैय्या गाडीच्या पाठीमागं धावायचा प्रयत्न करत होती पण आयानं तिला घट्ट पकडलेलं.

"बघ मोहिनी, किती माया करतात तुझ्यावर सर्व."

मोहिनी डोळे पुसत म्हणाली,

"बाई, हे पण माझंच घर होतं. मला सर्वांनी खूप जपलं. विसरावं म्हटलं तरी मी त्यांना विसरू शकणार नाही." मध्येच तिनं राणीला विचारलं.

"राणी, आपण गावी जायचं ना?"

राणीनं द्रविडबाईंकडं बघितलं. विक्रमचे पण डोळे पाणावले. क्षणभर कोणीच काही बोललं नाही. द्रविडबाई शांततेचा भंग करत मोहिनीला म्हणाल्या,

"मोहिनी, आपण तुझ्या आई-आबांकडं निघालोय. ते आपली आतुरतेनं वाट बघत असतील."

"नाही बाई, माझंच क्षणभर चुकलं. इथून बाहेर पडल्या पडल्या मला ह्यांचा विचार आला आणि मी बोलून गेले. परत असं नाही विचारायची."

राणी पुढच्या सीटवर आपलं डोकं टेकून रडू लागली.

"राणी, राधाचं बाळ कसं आहे गं?"

आईचा आवाज ऐकून राणीनं आपले डोळे पुसले आणि मोहिनीकडं बघत ती म्हणाली.

"आई, राधाचं बाळ खूप गोड आहे. आपण गेल्यावर तिला भेटायला तिच्या घरी जाऊ या."

"राणी, पण माझ्याकडं पैसे नाहीत."

"आई, पैसे कशाला हवेत?"

"कशाला काय विचारतेस. राधाच्या बाळाला बाळंतविडा नको का घ्यायला?"

"आई, त्यात कसला विचार करताय? मी आणून देईन की तुम्हांला."

"मला जावयाचे पैसे नकोत हं."

"आई, मग मी आबांच्याकडून मागून घेते."

'मग ठीक आहे. हे कुठलं गाव?"

"आई, हे कोल्हापूर, तुम्ही मध्ये पण एकदा इथं येऊन गेलाय की?"

"अगं राणी, मग कधीतरी आपण अंबाबाईचं दर्शन घेऊ या ना."

"आई, अजय मामांचं लग्न व राधाच्या बाळाचं बारसं झालं, की आपण नक्की अंबाबाईच्या दर्शनाला जाऊ या."

◆

बोलता बोलता गाडी महादेवाच्या देवळापाशी येऊन थांबली. विक्रम खाली उतरत आक्कांना म्हणाले,

"आक्का, जरा देवदर्शन घेऊ या आणि मग घरी जाऊ या."

मोहिनीबरोबर द्रविडबाई, विक्रम, राणी, जावई, आया सर्व देवळात गेले. देवासमोर एक वृद्ध जोडपं पाठमोरं देवाकडं तोंड करून हात जोडून बसलेलं होतं. त्यांच्या पुढ्यात एक भली मोठी परात काठोकाठ तेल भरून ठेवलेली होती.

"आक्का जरा त्या परातीवर वाकता?" विक्रम मोहिनीजवळ येत म्हणाले,

विक्रमांच्या म्हणण्यानुसार मोहिनी परातीवर वाकताच तिला तिचं प्रतिबिंब तेलात दिसलं. समोर बसलेल्या त्या वृद्ध जोडप्याच्या डोळ्यांतून झरझर अश्रूंच्या धारा लागल्या. त्याच अश्रू भरल्या नजरेनं त्यांनी मागं वळून पाहिलं. मोहिनी 'आई-आबा' म्हणत किंचाळली. तिनं आईला कडकडून मिठी मारली. तेथील सर्वांच्याच डोळ्यातून अश्रूंच्या धारा लागल्या. शिवाजीराव पण ओक्साबोक्सी रडू लागले. हुंदके देतच विक्रमनी आबांना मिठी मारली. रडत रडतच मोहिनी रखमाबाईसाहेबांना म्हणाली,

"आई, एवढी वर्षं मला बघायला का नाही आला? तुम्हांला मला न भेटता कसं राहावलं आई?" मोहिनीचे हुंदके वाढतच गेले.

देवळाच्या गाभाऱ्यात अश्रूंच्या पवित्र गंगा-यमुना वाहत होत्या. कोणी कुणाला सावरावं अशी स्थिती निर्माण झाली. थोड्या वेळांनी शिवाजीरावांनीच सर्वांना सावरायला सांगितलं आणि ते मोहिनीकडं बघत म्हणाले,

"बेबी, देवाजवळ डोकं टेकून नमस्कार कर बाळा."

आज बऱ्याच वर्षांनी 'बाळा' हा शब्द ऐकून मोहिनीचं मन भरून आलं. आपल्या आबांच्या म्हणण्यानुसार मोहिनीनं मोठ्या श्रद्धेनं आपलं डोकं टेकलं. तिच्या पाठोपाठ तिच्या सर्व भावंडांनी पण देवाला नमस्कार केला. राणी,जावई द्रविडबाईंनी पण देवाला नमस्कार केला. देवदर्शन आटोपल्यावर सर्वजण घरी पोहोचले.

राणी आणि जावयांनी सर्वांच्या पाया पडून निरोप घेतला. राणीची नजर मात्र आईच्या प्रेमाचा शोध घेत होती पण मोहिनीत ती आई केव्हाच हरवलेली. द्रविडबाईंच्या पाहुणचाराकडं मोहिनी जातीनं लक्ष देत होती. दुसऱ्या दिवशी द्रविडबाई जायला निघाल्या. त्यांचा मानपान, आहेर सर्व काही व्यवस्थित झाला. आया मात्र तिथंच मोहिनीबरोबर पंधरा दिवस राहणार होती.

मोहिनीनं द्रविडबाईंना वाकून नमस्कार केला. द्रविडबाईंनी मोहिनीला एकदम मिठीत घेतलं आणि त्या खूप रडायला लागल्या.

"मोहिनी नीट रहा, कुणाला त्रास देऊ नकोस, मला पत्र पाठवत जा, जेव्हा केव्हा मी ह्या भागात येईन तेव्हा नक्की येऊन भेटत जाईन."

द्रविडबाई आई-आबांच्या पाया पडल्या. रखमाबाईसाहेब द्रविडबाईंना जवळ घेत म्हणाल्या,

"बाई, आज तुमच्यामुळेच आम्हांला आमची मुलगी परत मिळाली. आम्ही सर्व मरेपर्यंत विसरणार नाही."

"काही नाही हो आईसाहेब मी फक्त या केसमध्ये निमित्त ठरले. प्रत्येक गोष्टीला वेळही ठरलेली असतेच."

"हे सर्व तुम्ही बोलता हा तुमच्या मनाचा मोठेपणा बाई."

मोहिनीकडं बघत द्रविडबाई म्हणाल्या,

"मोहिनी, निघू मी आता?"

विक्रम द्रविडबाईंना स्टेशनवर सोडून आले.

अजयच्या लग्नाची तयारी घरात चालू झाली. मोहिनीला पण चुडा भरला गेला. पहिल्या आठवणी मोहिनीच्या मनात रेंगाळू लागल्या पण तिनं त्याचा कुणाजवळ उल्लेख केला नाही. आपल्या आईला जेवढं जमेल तेवढं कामात मदत करायला लागली. विक्रमच्या मुलींबरोबर आणि उदयच्या मुलांबरोबर तिचा वेळ मजेत जात होता.

"मोहिनी अगं मोहिनी" हाक मारत आईसाहेब तिच्याजवळ आल्या, "अशी बसली का आहेस? चल लवकर तयार हो. नवऱ्या मुलीला साड्या काढायला जायचं आहे. तुला पण तुझ्या पसंतीनं साडी घेऊ चलतेस ना?"

"आई, तुम्ही सर्व जाऊन या. मी आबांजवळ आणि मुलांजवळ थांबते."

"आबा, कुठल्या तरी देवांच्या गोष्टी सांगा ना." मोहिनी म्हणाली.

"बेबी, अजून तू विसरली नाहीस वाटतं."

"आबा, तुम्ही मला सांगितलेल्या महाभारत, रामायणामधल्या सर्व गोष्टी पाठ आहेत."

"बेबी, घरी आल्यापासून बरं वाटतंय ना?"

"आबा, घर ते घरच. कुणाला नाही आवडणार."

"खरं आहे बेबी, एक दीड तपानंतर तुझ्या वाटणीला हे घर आलं."

खूप वेळ दोघांच्या चांगल्याच गप्पा चालल्या होत्या. तेवढ्यात तिला आतून हाक आली. 'आले' म्हणत ती आत गेली. खोलीमध्ये मोहिनीच्या आई, बहिणी, तिच्या वहिनी सर्व साड्या काढून बसलेल्या.

"मोहिनी, ह्यातली तुला हवी असेल ती साडी निवड."

"आई, कुठली पण साडी द्या मला चालेल."

"अगं, असं काय परक्यासारखं. निवड ना?"

"आई, एवढ्या वर्षांत एवढ्या भारीतल्या साड्या मी पाहिल्याच नाहीत. त्यामुळे सर्वच साड्या मला चांगल्या आहेत.

हयावर पाठीमागून अजय येत म्हणाले,

"मग आक्का, तुम्ही सर्व साड्या घ्या. आपण आणखीन साड्या खरेदी करू."

"अहो अजय, मला काय करायच्या आहेत एवढ्या साड्या? तुम्ही बोललात यात सर्व आलं. आई, तुम्ही ह्यांचं काही ऐकू नका. तुमच्या पसंतीनं कुठलीही साडी निवडा. मला ती आवडेल."

संध्याकाळी तिघंही भाऊ मोहिनी आक्कांबरोबर गप्पा मारत बसलेले. बालपणीच्या गप्पांत सर्वजण रमलेले. मध्येच मोहिनीनं अजयना विचारलं,

"अजय, वहिनींचा एखादा फोटो तरी दाखवा."

"अगं बेबी, त्या आपल्या नात्यातल्याच आहेत की?"

"तू तिला लहान असताना बघितलेलं. माझ्या माहेरकडचीच मुलगी आहे."

"काही आठवत नाही, आई."

"आपलं जेवण झाल्यावर मोहिनीनं आयाला जातीनं वाढलं. जेवता जेवता आया सर्वांना सांगत होती

"मोहिनीसारखी साधी, सरळ स्वभावाची बाई मी आजपर्यंत बघितली नाही. अहो, तिनं आम्हा स्टाफ लोकांना अहोजाहो शिवाय हाक मारली नाही."

दारात ऐकत उभे असलेले शिवाजीराव म्हणाले,

"आमची बेबी लहानपणापासूनच एवढी माणूसवेडी आहे."

लग्नाच्या आदल्या दिवशीचा सिमंत पूजनाचा कार्यक्रम आटोपला. मोहिनीला सर्व पाहुणेमंडळी प्रेमभरांनी भेटली. जेवण वगैरे आटोपून सर्वजण लवकर झोपायला गेले. दुसऱ्या दिवशी पहाटे चार वाजल्यापासूनच घरात लगीनघाई चालू होती. चहा चालू होता, फराळाची ताटं भरून ठेवली जात होती. घरात चेष्टा-मस्करी-हसण्या-खिदळण्याचे आवाज घुमत होते. आईंनी मोहिनीला खोलीत येऊन विचारलं,

"बेबी, करवली होशील का?"

"नाही आई, मला गर्दीत खूप भीती वाटते."

"मोहिनी, तुला ही साडी किती छान दिसते गं! आम्हां सर्वांच्या आधी तयार झालीस की."

"आई, खूप लवकर उठले, मग नुसतं बसून काय करायचं? अंघोळ करून देवपूजा आटोपली."

"गार पाण्यानं अंघोळ केलीस की काय?"

"आई, एवढी वर्षं कुठलं गरम पाणी होतं?"

रखमाबाईसाहेबांनी आपल्या मुलीला मिठीत घेतलं.

"अगं बेबी, आता तू तुझ्या घरात आहेस, पाहिजे ते मागत जा."

मोहिनी काही बोलली नाही. तेवढ्यात तिच्या दोघी बहिणी येऊन म्हणाल्या,

"आक्का, तुम्ही सारं आवरलेलं दिसतं."

"हो!"

आईसाहेब त्या दोघींच्याकडं बघत म्हणाल्या,

"तुमच्यासारखी आळशी नाही आमची बेबी, अंघोळ-पाणी आटोपून देवपूजा करून मोकळी झाली ती."

'देवपूजा पण?" त्यातली लहान बहीण छोटी म्हणाली.

"हो" मोहिनी म्हणाली, "छोटी, द्रविडबाईंची शिकवणच तशी होती. सकाळी सकाळी स्नान करून मनापासून देवपूजा केली म्हणजे दिवस चांगला जातो, मन प्रसन्न राहातं."

"खरं आहे." आईसाहेब म्हणाल्या, "चला आता बोलत बसायला वेळ नाही."

मंडपातून सनईचे सूर ऐकू येत होते. त्या स्वरांनी मोहिनीचं मन एका वेगळ्या आनंदानं भरून गेलं होतं.

अजय देवाच्या पाया पडून आपल्या आई-आबांच्या, वहिनींच्या आणि आपल्या बहिणींच्या पाया पडले. मोहिनीच्या जेव्हा पाया पडले तेव्हा मोहिनीनं त्यांना जवळ घेतलं.

"अजय, एक सांगावंस सारखं वाटतं!"

"बोला ना आक्का."

"अजय बायकोला अगदी फुलासारखं जपा. तिला इतकी माया द्या की, तिला आपल्या माहेरची पण आठवण येणार नाही."

"आक्का, त्या जबाबदारीनंच मी माझा संसार करीन."

गाड्या दारात लागताच सर्वजण लग्नमंडपाकडं गेले. गाड्या वधुपक्षाच्या लग्न मंडपात पोहोचल्या. मोहिनीचं सर्व पाहुण्यांनी खूप चांगल्या रीतीनं स्वागत केलं. आलेले सर्व पाहुणे मोहिनीला उत्सुकतेने भेटत होते. मोहिनीला आपल्या आत्यांना-मामा-मामींना भेटून खूप आनंद झाला. अजयच्या बायकोला तर मोहिनी कडकडून मिठी मारून भेटली.

"वहिनी, माझा अजय खूप साधा आहे. त्याला सांभाळून घ्या."

हे ऐकून तिच्या धाकट्या वहिनी लाजल्या.

"अजय, तुमच्या बायकोच्या गालाला किती छान खळी पडते."

सर्वजण मोहिनीच्या या बोलण्यावर हसायला लागले. मोहिनीच्या पाया पडत राणी मोहिनीसमोर आली.

"या राणी, उशीर केलात, राणी आहेराचं सगळं आणलंत ना?"

राणीनं लगेच आपल्या हातातली पिशवी आईकडं दिली. मोहिनीनं गड्याकडून एक ताट मागवलं. त्यामध्ये सर्वांचे आहेर ठेवले. राणीला घेऊन तिनं आपल्या आई-आबांचा व अजयचा आहेर केला.

"बेबी, तू कशाला करायला हवं."

"असू दे माझ्या वेडीचं."

"असं का बोलता आक्का? परत हा शब्द तुम्ही तोंडातून काढू नका."

"राहिलं. अजय परत बोलणार नाही."

राणी आपल्या आईच्या मायेच्या स्पर्शाची, हाकेची वाट पाहत होती. पण ते काही तिला मिळत नव्हतं. मग तिनं स्वतःच विचार केला. एवढे दिवस आपला सहवासच नाहीतर ही अपेक्षा करणं पण चुकीचं आहे. तेवढ्यात राणीनं राधाच्या मालकांची आणि तिच्या सासुबाईंची ओळख मोहिनीला करून दिली.

"राणी मी ह्यांना ओळखते. ते मला हॉस्पिटलमध्ये भेटायला आलेले बरं, राधा कशी आहे?"

"राधा आणि राधाचं बाळ ठीक आहेत. चारच दिवसांत बारसं आहे. तुम्ही यायला पाहिजे हं. मी परवा येऊन आमंत्रण देईनच."

लग्न वगैरे आटपून मोहिनी वऱ्हाडाबरोबर घरी आली. आज तिला आपले भाऊ-भावजय-बहिणी-आई-आबा ह्या सर्वांच्यात वावरताना खूप समाधान वाटत होते. ती

आपल्या आईला म्हणाली,

"आई, आज आपलं घर गोकुळासारखं वाटतं बघा."

"होय गं, पण राहून राहून सारखी प्रतापरावांची आठवण येते बघ."

"आई, असं वाईट वाटून घेऊ नका. जे आपल्या हातामध्ये नाही, त्याचा विचार कशाला करायचा."

आई आपल्या मुलीला कुशीत घेत म्हणाल्या,

"मोहिनी, तू किती विचारी झाली आहेस गं."

"आई, परिस्थिती माणसाला खूप काही शिकवते."

तेवढ्यात शिवाजीराव आत येत म्हणाले,

"बघा, आपल्या मुलीमध्ये कसे बापाचे गुण उतरलेत."

"तर तर! मोहिनी लगेच आपलं कौतुक सुरू केलं बघ ह्यांनी."

मोहिनी हसली.

"मोहिनी, जरा बाहेर जाऊन नवीन सूनबाईंना काय पाहिजे का बघा."

मोहिनी बाहेर जाताच शिवाजीराव रखमाबाईसाहेबांना म्हणाले,

"अहो, जरा विचार करून बोलत जा. हे विसरू नका की आपण मोहिनीला तिच्या जुन्या आठवणीतून बाहेर काढलं पाहिजे."

"होय हो माझंच चुकलं. पण खरंच होतं, दोन्ही जावयांना बघून आम्हांला प्रतापरावांची आठवण झाली."

"अहो, आम्हांला आठवण झाली नसेल काय पण आम्ही ते जाणवू दिलं नाही."

"नाही हो, यापुढे फार सांभाळून बोलत जाईन."

पुढं दोनच दिवसांनी राधाचे सासू-सासरे बारशाचं आमंत्रण द्यायला घरी आले. मोहिनी त्यांच्याशी छान गप्पा मारत बसलेली. रखमाबाईसाहेब राधाच्या सासुबाईंना म्हणाल्या,

"गेले दोन दिवस मोहिनी राधाची आणि बाळाची सारखी आठवण काढते. पण ह्या लग्नाच्या गडबडीमुळे मला तिला तुमच्याकडं आणता आलं नाही."

"अहो, राधा पण आईला भेटण्याकरता धडपडत होती."

"आता माय-लेकी बारशात मनसोक्तपणे भेटू देत."

राधाचे सासू-सासरे भेटून गेल्यावर मोहिनी आपल्या आईंना म्हणाली,

"आई, राणीनं राधाच्या बाळाचा बाळंतविडा खरेदी केला असेल का हो?"

"अगं बेबी, तुझी पण कमाल आहे बघ. तिला सासुरवाशिणीला काही सांगतात का? आणि आम्ही तुला परके आहोत का? तुला जे काही हवं असेल ते मागत जा."

"बरं आई याच्यापुढं तसं करत जाईन."

ती रात्र मोहिनी राधाच्या आणि बाळाच्या कल्पनेतच झोपली. बारशाच्या दिवशी मोहिनीनं लवकर उठून अंघोळ, देवपूजा सर्व आटोपलं. ती इंदोरी साडी नेसली.

"अरे व्वा! काय छान दिसता हो, आजीबाई." रखमाबाईसाहेब मोहिनीकडं बघत म्हणाल्या.

"अहो, ऐकलं का" रखमाबाईसाहेबांनी शिवाजीरावांना आत बोलवलं. "अहो, माझ्याकडं काय बघताय? तुम्ही जरा तुमच्या लाडक्या बेबीकडं बघा."

शिवाजीराव मोहिनीकडं बघत म्हणाले,

"अहो, जरा आमच्या बेबीची दृष्ट काढा हो."

"आबा, आता तरी माझं कौतुक बस करा ना. आता मी आजी झाले."

"हे बघ बेबी, तू पणजी झालीस तरी तू माझ्यासाठी माझी लहान बेबीच आहेस."

"आई, आबा तुम्ही किती हो माझ्यावर प्रेम करता." म्हणत मोहिनीनं आपले डोळे पुसले. मोहिनीला रखमाबाईसाहेबांनी जवळ घेतलं. स्वत:ला सावरत मोहिनी आईंना म्हणाली,

"आई, तुम्ही पण तयार व्हा ना! तुम्ही पण इंदोरी साडी नेसा."

"होय गं बाई, तुझ्या मुलीच्या सासुरवाडीत जायचं आहे. मी तयार होऊन येते हं. काळजी करू नकोस."

रखमाबाईसाहेब हसत आपल्या खोलीकडं निघून गेल्या.

◆

राणी आधीच कार्यालयात पोहोचली होती. आपल्या आईला बघताच ती तिचा हात धरून आत घेऊन गेली. रखमाबाईसाहेब आणि त्यांच्या तिघी सुना पण आत गेल्या. बारशाची मांडणी हॉलमध्ये सुरेख मांडली होती. संपूर्ण हॉल आणि बाळाचा पाळणा फुलांनी सजलेला. खास बारशाकरता पोलीसबँड बोलावलेला. राधाच्या सासरची माणसं नटूनथटून स्वागत करीत दरवाज्याजवळ उभी होती. आत हॉलमध्ये जाताच राणीनं राधाला हाक मारली. हाकेच्या आवाजानं राधानं पाठीमागं वळून पाहिलं. राणीबरोबर आपल्या आईला बघताच तिचे डोळे पाणावले. आपल्या आईजवळ जात तिनं आईंना वाकून नमस्कार केला.

"आई, ही तुमची राधा."

राधाच्या डोळ्यांतून आनंदाश्रू वाहात होते. मोहिनी आपल्या राधाला निरखून पाहात होती. तिच्या डोळ्यात शर्ट-पँट घातलेली राधाची प्रतिमा उभी होती. राधा

आईच्या स्पर्शाची वाट बघत होती. रखमाबाईसाहेब पुढं येत म्हणाल्या.

"अगं बेबी, तुझ्या राधाला जरा जवळ घे."

मोहिनीनं बळेच राधाला जवळ घेतलं. पण त्या स्पर्शात मायेचा गोडवा नव्हता. हे राधाला जाणवलं. ती खूप रडायला लागली. राणीनं ते ओळखलं. राणीनं राधाला मिठीत घेतलं. दोघीही खूप रडायला लागल्या. ते पाहून रखमाबाईसाहेब त्यांच्याजवळ जात म्हणाल्या,

"पोरींनो तुमच्या आईनं तुम्हाला खूप वर्षांनी पाहिलंय. त्यामुळे ती तुम्हांला ओळखू शकत नाही. आता तुम्ही तिला वरचेवर भेटत जा म्हणजे तिला तुमची सवय होऊन जाईल."

मोहिनीनं राधाला विचारलं,

"राधा, तुमचं बाळ कुठं आहे?"

इतक्यात राधाच्या सासुबाईंनी बाळाला आणून मोहिनीच्या हातात दिलं. हाताला बाळाचा स्पर्श होताच तिच्या मायेला पाझर फुटला. तिनं बाळाला उराशी कवटाळलं. तिच्या डोळ्यांतून न कळत अश्रू येऊ लागले. पहाणाऱ्या सर्वांनाच या प्रसंगानं भारावून टाकलं. मोहिनी बाळाला मांडीवर घेऊन ती एका गादीवर बसली.

तेवढ्यात दामिनी येऊन 'आक्का' म्हणत मोहिनीच्या पाया पडली. दामिनीबरोबर तिच्या दोन मुली होत्या. तिनं त्यांना मोहिनीची ओळख करून दिली. त्यापण मोहिनीच्या पाया पडल्या.

"अरे वा दामिनी! तुमच्यासारख्याच देखण्या मुली आहेत की! दामिनी हे कुठं दिसत नाहीत?"

"आक्का, काहीतरी कामानिमित्त त्यांना बाहेरगावी जावं लागलं?"

राधाच्या आणि राणीच्या सासूबाई मोहिनीजवळ येऊन बसल्या. मोहिनी दामिनीकडं बघत म्हणाली,

"दामिनी, तुम्हीपण आमच्याजवळ बसा ना."

सर्वजण मोहिनीकडं कौतुकानं बघत होते. मोहिनीच्या मांडीवर बाळ अगदी छान खेळत होतं. मधे मधे मोहिनी त्याचे पापे घेत होती. ते बाळ पण आपल्या आजीकडं किलकिल्या नजरेनं बघत होतं. फोटोग्राफर सर्वांचे फोटो घेत होता.

थोड्या वेळानं मोहिनीला बाळाला पाळण्याकडं घेऊन यायला सांगितलं. मोहिनी अगदी बाळाला सांभाळत पाळण्याजवळ घेऊन गेली. बाळाच्या दोघी आत्या मोहिनीच्या पाया पडल्या. मोहिनीनं बाळाला त्यांच्या आत्यांकडं सोपवलं. दोघीही मोहिनीला म्हणाल्या,

"आई, तुम्हीच बाळाला पाळण्यात ठेवा ना?"

"नाही हं, हा फक्त आत्याचा मान असतो. तो तुम्ही चुकवू नका. बाळाचं नाव

काय ठेवणार?''

''राहूल!''

''व्वा! छान नाव आहे की, कोणी बरं सुचवलं हे नाव?''

राधाच्या सासूबाई पुढं येत म्हणाल्या,

''तुमच्या ह्यांनीच सुचवलं की.''

''बरोबर, एक कलावंतच इतकं छान नाव सुचवू शकेल.''

ह्यावर सगळे जण हसायला लागले.

बाळाचं नाव बॅन्डच्या स्वरात आणि आत्याच्या पाठीत गुद्दे मारत ठेवलं गेलं. मोहिनीच्या आईंनी मोहिनीला एखादं बाळाचं गाणं म्हणायला सांगितलं. मोहिनी हळुवार पाळण्याजवळ गेली. बाळाकडं मायेनं बघायला लागली. बाळपण पाळण्यात अगदी छान खेळायला लागलं. पाळण्याला हळुवार झोका देत मोहिनी गायला लागली,

'रडते माझे बाळ तान्हे, काही केल्या झोपेना
रडते माझे बाळ तान्हे हलविता झोपेना ।।
नानापरी समजाविते, मागितले खाऊ देत
थोपटून निजविते, हलविते पाळणा
रडते माझे बाळ तान्हे, समजाविते राहिना ।।
नानापरी करिते छंद, रडतो हा फुंदफुंद
नेत्रावाटे वाहे बिंदू, याचा डोळा ढाकेना
रडते माझे बाळ तान्हे, काही केल्या झोपेना ।।
नानापरी आळविते, धाव घेता धरीतो दम
एका जनार्दनी प्रेम, यशोदेशी मायेना
रडते माझे बाळ तान्हे, काही केल्या झोपेना ।।'

सारा हॉल शांत होता. मोहिनीच्या डोळ्यांत पाणी आलं. त्या माउलीच्या गाण्यानं सारा हॉल तर शांत झालाच पण बाळही शांत झोपी गेलं. सर्वजण या प्रसंगानं भारावून गेले. प्रत्येकाच्या हृदयाला थोडातरी पाझर फुटलाच.

बारशाचा कार्यक्रम झाल्यावर जेवण झालं. मोहिनी जायला निघाली. राणी, राधा आपल्या आईच्या पाया पडल्या. मोहिनी दोघींना जवळ घेत म्हणाली,

''राणी, राधा आपल्या आईला भेटत जा गं.''

राधा आपले डोळे पुसत आईला म्हणाली,

''आई, तुम्ही बाळाला खेळवायला घरी या ना.''

''रखमाबाईसाहेब पुढं येत म्हणाल्या,

''चला माय लेकींचं भेटून झालं तर!''

राणी, राधा आपल्या आजीला मिठी मारून म्हणाल्या,

"आजी, तुमच्यामुळेच आम्हांला आमच्या आई दिसल्या."

दोघींच्या पाठीवरून हात फिरवत रखमाबाईसाहेब म्हणाल्या,

"नाही गं पोरींनो, परमेश्वर एवढा निर्दयी नाही, आता हे सुखाचे क्षण त्यानंच तुमच्या पदरात टाकलेत. तो आता हे सुख तुमच्याकडून हिसकावून नाही घेणार."

◆

बारशाच्या कार्यक्रमानंतर घरी गेल्यावर मोहिनी आपल्या आबांजवळ बसत म्हणाली,

'आबा, आपण आपल्या शेतावरच्या वाड्याकडं जाऊ या का? मला त्या वाड्यात राहायची इच्छा आहे."

"बेबी, मी उद्याच विक्रमच्याबरोबर बोलतो. आपण लवकर आपल्या गावी जाऊ या. खरं सांगायचं म्हटलं तर मला पण तिथंच खूप शांत वाटतं."

शिवाजीरावांची विक्रमशी चर्चा झाली. गावाकडं जायचं ठरलं. सामानाची आवराआवर सुरू झाली. आपल्या आई गावाकडे जाणार म्हटल्यावर राणी, राधा तिला भेटायला आल्या.

"आई, तुम्ही परत केव्हा येणार?"

"अगं येईन ना मधे मधे, तुम्ही पण गावाकडं आपल्या आबांना भेटायला जाता, तेव्हा मला पण भेटायला या. माझं पण गाव तेथून जवळ आहे."

ह्यावर राणी, राधा हसायला लागल्या. मोहिनी राधाकडं बघत म्हणाली,

"अगं, राधा बाळाला घेऊन उन्हातान्हात फिरू नकोस. थंड पदार्थ जास्त खाऊ नकोस, नाहीतर बाळाला थंडी होईल आणि हे बघ डॉक्टर काही पण सांगू देत पण बाळाला अंगावर पाजायचं बंद करू नकोस."

रखमाबाईसाहेब मोहिनीचं बोलणं कौतुकानं ऐकत बसल्या होत्या. मोहिनीनं त्यांच्याकडं बघत विचारलं,

"आई, असं काय माझ्याकडं बघताय?"

"नाही गं बेबी, आता मात्र तू आजी शोभलीस बघ!"

दुसऱ्या दिवशी सर्व सामानाची आवराआवर करून सर्वजण मोहिनीला घेऊन गावाकडं गेले. संपूर्ण गावातील लोक मोहिनीला भेटण्यासाठी वाड्याकडं आले. ज्यांनी मोहिनीला अंगाखांद्यावर वाढवलेलं होतं ती मोजकीच लोकं होती. त्या सर्व लोकांच्या तर डोळ्यांतून आपल्या आक्कासाहेबांना बघून आनंदाश्रू वाहायला लागले. बऱ्याच वर्षांनंतर गावाकडं आल्यामुळे वाड्याच्या दारातच मोहिनीच्या पायावर पाणी

घातलं. तिला ओवाळून तिच्यावरून भाताचे मुटके दोन्ही बाजूला टाकले. नंतर मोहिनीला आत घेतलं. बराच वेळ गावातील बायका तिच्याशी गप्पा मारत बसलेल्या. त्यातल्याच एका म्हातारीनं तिला स्वयंपाकघरात नेलं. लाल मिरच्या-मोहरींनी तिची दृष्ट काढली. ती दृष्ट काढताना म्हणाली,

"बेबीच्या लग्नाच्या वेळी कोणी दृष्ट काढली कुणास ठाऊक! आता मी दृष्ट काढली आहे. बघू या कशी दृष्ट लागतेय ते. जे कोण बेबीकडं वाईट नजरेनं बघतील त्यांचे डोळेच फुटतील बघ."

शिवाजीराव, मोहिनी, रखमाबाईसाहेब हसायला लागले.

थोड्या वेळानं सर्व बायका वाड्याच्या बाहेर निघून गेल्यावर मोहिनीनं आईला विचारलं,

"आई, आल्यापासून बघते रामजीमामा कुठं दिसत नाही. काही आजारी वगैरे आहे काय?"

"बघू रे रामजी बाहेर ये बघू या."

रामजीमामा आपले डोळे पुसतच आतल्या सोप्यातून बाहेर आला.

"हारलीस की नाही पैज?" शिवाजीराव त्याच्याकडं बघत म्हणाले.

"आता संध्याकाळी कोंबडं कापलं नाहीस तर बघ."

"आबा, असं काय म्हणताय? काय झालं?"

"अगं काही नाही. तुला हा आठवतो की नाही हे त्याला बघायचं होतं."

मोहिनी आपल्या खुर्चीतून उठत रामजीमामांकडं जात म्हणाली,

"रामजीमामा, तुम्ही मला अंगाखांद्यावर वाढवलंत ते दिवस मी कसे विसरीन? हॉस्पिटलमध्ये मी अनेकदा जुन्या आठवणींमध्ये रमून जायची. मी तिथं असताना मला साथ दिली ती या जुन्या आठवणींनीच."

शिवाजीराव मोहिनीला जवळ घेत म्हणाले,

"बेबी, किती छान बोलतेस गं तू. जेवढे दिवस तू तिथं काढलेस तेवढे दिवस आम्ही तुझ्या आठवणीमध्ये कुढतच काढले गं." बोलता बोलता शिवाजीरावांनी आपले डोळे पुसले. "मुलं पण तुझी आठवण काढत होती बघ. जाऊ दे बेबी परत त्या आठवणी काढायला नकोत. ते तुझं कष्टाचं तप संपलं. परमेश्वरानी आपल्या पदरात हे नवीन आयुष्य दिलंय. त्याची आपण जपणूक करू या."

"आबा, जपणूक का म्हणता?"

"नाही गं, आता खूप भीती वाटते बघ."

थोड्या वेळानं मोहिनी उठून संपूर्ण वाड्यात फिरायला लागली. फिरताना तिच्या मनामध्ये पूर्वीच्या आठवणींचा पुनर्जन्म होत गेला. ती तशीच माडीवर गेली. एका खोलीच्या दारासमोर जाऊन बसली. थोडा वेळ ती तशीच खोलीत डोकावून बघू

लागली आणि एकदम आपलं तोंड गुडघ्यात लपवून ती रडायला लागली. पाठीमागून कोणीतरी येऊन तिच्या खांद्यावर हात ठेवला. तिनं आपल्या अश्रूंच्या डोळ्यांनी मागं वळून पाहिलं. आपल्या आबांना बघताच त्यांच्या कुशीत शिरून ती रडायला लागली. शिवाजीराव तसेच तिला कुशीत घेऊन शांत बसलेले. दोघंही थोडा वेळ एकमेकांशी बोलले नाहीत. मोहिनी आबांच्याकडं बघत म्हणाली,

"आबा, आजचा दिवस मी या खोलीत झोपू?"

"झोप ना बाळा."

शिवाजीरावांनी रामजीला हाक मारून मोहिनीच्या खोलीत अंथरूण घालायला सांगितलं आणि ते खाली निघून गेले. रखमाबाईसाहेब खाली जिन्याजवळच उभ्या होत्या. शिवाजीराव खाली येताच त्या म्हणाल्या,

"अहो, काय केलंत हे? तिचे आणि प्रतापरावांचे कितीतरी दिवस गेलेत त्या खोलीत."

"आम्हांला ते माहीत आहे. पण अशा वेळी तिच्याविरुद्ध बोलणं योग्य नाही. ती आता विचारी झाली आहे. ते दुःख ती पचवू शकेल. तुम्ही जा विश्रांती घ्या. काळजी करू नका. उद्या सकाळी ती ठीक दिसेल, हा एका बापाचा विश्वास आहे." रखमाबाईसाहेब काही न बोलता निघून गेल्या.

मोहिनी त्या पलंगावर आडवी झाली. ती झोपायचा खूप प्रयत्न करत होती. पण जुन्या आठवणी तिला सतावत होत्या. ती ह्या कुशीवरून त्या कुशीवर वळत होती. न कळत डोळ्यांना अश्रूंच्या धारा लागलेल्या पण तिनं डोळे पुसले. मनामध्ये विचारांची खळबळ माजली होती.

"अहो उठताय ना? काय म्हणतील आई-आबा? संपूर्ण दिवस आपण जरासुद्धा खाली गेलेलो नाही. आई बिचाऱ्या चहा-नाष्ट्यासकट जेवणपण वरतीच पाठवतात. तुमच्या निर्लज्जपणाची कमाल आहे बघा."

प्रतापराव मोहिनीच्या मांडीवर डोकं ठेवत तिच्याकडं बघत विचारतात,

"चिडलीस माझ्यावर? अगं मामासाहेबांना आणि मामीसाहेबांना आपलं प्रेम बघून समाधानच वाटत असेल बघ."

"तर, तर, अहो तुमच्या पुरुषांचं काय, पण आम्हा बायकांना लाज वाटत नसेल काय?"

"मोहिनी, तू चिडलीस की खूप छान दिसतेस बघ."

मोहिनी एकदम दचकून जागी झाली. तिचा संपूर्ण चेहरा घामानं डबडबलेला, संपूर्ण पाठ घामानं भिजलेली. तिनं अंथरुणातून उठून आपला चेहरा पदरानं पुसला आणि ती तशीच काहीतरी आठवायचा प्रयत्न करायला लागली. मेंदूला कितीतरी ताण दिला तरी तिला काही आठवलं नाही. ती तशीच उठत खिडकीजवळ गेली.

खिडकीचा पडदा उघडला. नुकतीच पहाट झाली होती. पक्ष्यांचा किलबिलाट ऐकू येत होता. पलंगाजवळ जात तिनं पायात स्लिपर घातले. आपले केस, साडी नीट केली आणि ती जिन्यावरून खाली आली. समोर सोप्यावर आपल्या आबांना बघून ती त्यांच्याजवळ जाऊन बसली.

"आबा, लवकर उठलात."

"शिवाजीराव मोहिनीकडं बघत म्हणाले,

"बेबी, झोप लागली?"

"होय आबा, अगदी शांत झोप लागली बघा."

रामजीनं दोघांना चहा आणून दिला. चहा घेतल्यावर शिवाजीरावांनी मोहिनीला दोन पोथ्या आणून दिल्या.

"बेबी, तू हे वाचवंस असं मला वाटतंय. तुला काही कळलं नाही तर मी तुला समजावून सांगेन पण तू हे जरूर वाच."

मोहिनीनं त्या पोथ्या घेऊन आपल्या कपाळाला लावल्या आणि त्या टेबलावर ठेवत ती त्यांच्या पाया पडली. आपल्या आबांच्या समोरच त्यातली एक पोथी काढून ती पानं चाळायला लागली. हे पाहून शिवाजीरावांना खूप समाधान वाटलं. वाचताना जिथं अडेल तिथं ती आबांना विचारायची. शिवाजीराव पण न कंटाळता तिला समजावयाचे.

"बेबी एकदम वाचायचा प्रयत्न करू नकोस, रोज चार-पाच ओळी समजावून घेतल्यास तरी पुष्कळ आहे."

मोहिनीनं वाचन नियमित चालू केलं. जिथं जिथं अडायचं तिथं तिला शिवाजीराव समजावून सांगत. जे काही शिवाजीराव पोथीतील समजावयाचे ते तिच्या मनाला भिडायचं. तिनं स्वत:ला त्या वाचनात झोकून घेतलेलं. ती सकाळी एक तास आणि संध्याकाळी एक तास नियमानं पोथी वाचायची.

दुपारी किंवा संध्याकाळी शिवाजीराव आणि मोहिनी सोप्यावर निवांत बसायचे. तेव्हा तिला शिवाजीराव देवाच्या गोष्टी सांगत. ह्या सर्व बदलांमुळे तिच्यात खूपच बदल झाला होता. दिवस मागं सरत होते. जेव्हा केव्हा जमेल तेव्हा राणी, राधा तिला भेटायला यायच्या. कधीतरी आईंच्याबरोबर मोहिनी कोल्हापुरला गेलीच, तर राणी, राधाकडं मुक्काम करायची. नातंवडांच्यात तिचा वेळ मजेत जायचा. मोहिनीचे मोठे दीर तिला मधे मधे येऊन भेटायचे. त्यामुळे तिला प्रतापरावांची सर्व हालहवाल समजायची. प्रतापरावांची तब्येत बिघडली असं समजलं की ती कुणाशी काही न बोलता देवाजवळ बसून जप करायची. दामिनी आणि प्रतापरावांचे तणाव वाढले ही बातमी पण तिला समजलेली. तेव्हापासून तिला सारखी प्रतापरावांची काळजी लागून राहिलेली.

“आबा, असं का व्हावं?” मोहिनीनं विचारलं.

शिवाजीरावांना ह्यातलं काहीच माहीत नव्हतं.

“बेबी, काय झालं बाळा?”

“अहो, तेच की ह्यांचं” मोहिनी आपले डोळे पुसायला लागली. शिवाजीरावांनी घाबरून तिला विचारलं,

“अगं बेबी, जरा शांत बसून सांग पाहू. काय झालं प्रतापरावांना.”

“आबा, दामिनी आणि ते सारखे भांडतात बघा.”

“मी जरा जाऊन भांडण सोडवून येऊ का?” शिवाजीराव हसायला लागले. “बेबी हे चालायचंच! नवरा-बायकोच्या संसारात भांडणाशिवाय गोडवा नाही.”

“मग आबा घाबरण्यासारखं काही नाही ना?”

“बेबी, तसं काही होणार नाही. तू उगाच नको तो विचार मनात आणतेस.”

शिवाजीराव मोहिनीची समजूत घालत होते. मोहिनीचं समाधान झालं होतं. पण शिवाजीरावांना समजलेल्या गोष्टी ते उघडपणे बोलू शकत नव्हते.

◆

एकदा राणी, राधा तिला भेटायला गावी आल्या, “तू कशी बरी आहेस का?” हे विचारायचं सोडून मोहिनीनं राणीला एकदम विचारलं,

“राणी, तुम्ही वरचेवर तुमच्या आबांच्याकडं जाऊन का राहत नाही?”

“आई, असं का विचारता? आबा बरे आहेत की?”

“त्यांची सारखी तब्येत बिघडते आणि हो दामिनीबरोबर भांडणं सुरू आहेत म्हणे.”

राधा म्हणाली,

“आई, आता त्या दोघांनी घटस्फोट घेतला. आता कसलं आलंय भांडण.”

“तर मग माझ्या मनामध्ये भीती होती तसंच घडलं ना! काय हो तुमच्या आबांचं नशीब? बिचाऱ्यांच्या आयुष्यात संसारसुख नाही बघा. मी वेडी म्हणून हे असं आणि दामिनी शहाणी म्हणून ते तसं.”

राधा ह्यावर म्हणाली,

“आई, असं काय नाही हं. हे सर्व नशिबाचे खेळ आहेत.”

मोहिनीनं राधाच्या बोलण्याकडं लक्ष दिलं नाही. ती राणीकडं बघत म्हणाली,

“मग राणी, थोडे दिवस तुम्ही ह्यांना बरं वाटेपर्यंत त्यांच्याकडं जाऊन रहा ना.”

राणी आपल्या आईच्या गळ्यात पडत पापी घेत म्हणाली,

"आई, तुम्ही काळजी करू नका. आम्ही दोघी पण मुलांना घेऊन गावी आबांच्याकडं जाणार आहोत."

"बरं होईल बाई. जरा त्यांचं मन नातवंडांमध्ये रमेल. मधे मधे त्यांच्याकडं जात जा गं. म्हणजे मला काळजी नाही."

"आई, तुम्ही किती हो काळजी करता? आई, आजी-आजोबा कसे आहेत, कुठं दिसत नाहीत?"

"अगं ते एका लग्नाला गेलेत, येतील थोड्या वेळानं. चला आत लक्ष्मीला जेवणाचं सांगू या."

"आई नका सांगू, धाकट्या मामींनी आपल्याला जेवायला सांगितलं."

"अरे वा! मग काय तुमचा काजूचा बेत असणार. राणी, तुम्ही जाणार ना ह्यांच्याकडं?"

"आई, तुम्ही तुमची काळजी घ्या."

"अगं, हे बरे तर मी बरी. मी अशी चांगली असते तर असं कशाला झालं असतं."

राणी म्हणाली,

"आई, थोड्याच दिवसात मी आबांना माझ्याकडं घेऊन जाणार आहे."

"शहाणं गं माझं बाळ." म्हणत मोहिनीनं राणीला जवळ घेतलं. राणी, राधाला आईचं फार कौतुक वाटलं. जेवण आटोपून आपल्या आईच्या आणि मामांच्या पाया पडून त्या जायला निघाल्या.

"राणी, राधा उशीर झालाय. आज मुक्काम करून उद्या का जात नाही?"

"नको आई, घरी मुलांना सोडून आलोय."

"बरं सांभाळून जा."

गाडी नजरेआड होईपर्यंत मोहिनी दाराजवळ उभी होती. तेवढ्यात दुसऱ्या बाजूंनी शिवाजीराव आणि रखमाबाईसाहेब गाडीतून आले. आपल्या मुलीला असं दारात उभं राहिलेलं पाहून ते घाबरले. खाली उतरताच त्यांनी विचारलं,

"बेबी, अशी दारात का उभी आहेस?"

"आई, राणी, राधा आल्या होत्या. आताच तुमच्यापुढं गेल्या. खूप वेळ त्यांनी तुमची वाट पाहिली."

"बेबी, एवढ्या रात्री त्यांना का पाठवलंस?"

"अहो किती सांगायचं? ऐकायला नकोत? मुलांना सोडून आल्या होत्या. म्हणून मला पण काही बोलता आलं नाही."

"अगं जेवायला तरी वाढलंस काय?"

"आई, धाकट्या वहिनींनी जेवायला वाढलं. काजू-अंड्याचा बेत केलेला. मुली

अगदी पोटभर जेवल्या.

"नशीब माझं निदान जेवल्यातरी." रखमाबाईसाहेब वाड्यात आत जात मोहिनीला म्हणाल्या,

"मग काय आज लेकींबरोबर पोट भरून गप्पा मारल्या की नाही?"

"हो. आज, आम्ही खूप गप्पा मारल्या."

"मोहिनी, प्रतापरावांची तब्येत अधेमधे बिघडते म्हणे! त्यांची चौकशी केलीस का?"

"राणी तिच्या घरी त्यांना घेऊन जाणार आहे."

"बरं होईल बाई थोड्याशा बदलानं त्यांना बरं वाटेल."

"आई एक विचारू? चिडणार नाही ना?"

"अगं सांग तरी."

"आपण जाऊ या त्यांना भेटायला."

"अगं ते राणीकडं आले की जाऊ या ह्यात चिडायचं काय? मुलं चिडली म्हणून आई-वडील कधी चिडतात काय? अगं जावई पण आमच्या मुलांसारखेच."

मोहिनी आपल्या आईच्या गळ्यात पडत म्हणाली,

"आई, तुम्ही किती चांगल्या आहात हो."

एवढा वेळ माय-लेकींचं संभाषण ऐकत उभे राहिलेले शिवाजीराव आपल्या मुलीला विचारतात,

"बेबी, आज मुली आल्या म्हणून पोथीला दांडी काय?"

"नाही हं मामासाहेब, दिवाणसाहेबांनी पोथी वाचली बर का!" सूनबाई म्हणाली.

"धाकट्या सूनबाईंनी सांगितलं म्हणजे खरंच असेल."

"आबा, मी कधी तुमच्याबरोबर खोटं बोलले का?"

शिवाजीराव तिच्याकडं बघून हसले आणि आपल्या खोलीकडं निघून गेले.

◆

इकडं प्रतापरावांची तब्येत सारखी बिघडत होती. राणी त्यांना आपल्या घरी घेऊन गेली. ही बातमी समजल्यावर मोहिनीला समाधान वाटलं. तिच्या मनामध्ये सारखी प्रतापरावांची काळजी लागून राहिलेली. तिचं आपलं नियमित नामस्मरण, पोथी-वाचन सुरूच होतं. एके दिवशी तिला बारीक कणकण जाणवली. तिनं तिकडं फार लक्ष दिलं नाही, पण सारखं तिला अस्वस्थ वाटायचं. आपल्या आई-आबांना त्रास नको म्हणून तिनं कुणाला काही सांगितलं नाही. एके दिवशी तिला अंथरुणातून उठवेना. ती तशीच निपचित पडून राहिली. एवढं उजाडलं तरी बेबी अजून उठली

का नाही. म्हणून पाहण्यासाठी रखमाबाईसाहेब तिच्याजवळ आल्या. तिचे डोळे मिटलेले पाहून त्यांनी तिला हाक मारली पण तिच्याकडून काहीच उत्तर आलं नाही. मग मात्र घाबरूनच त्यांनी तिच्या कपाळाला हात लावला. मोहिनीचं अंग तव्यासारखं तापलं होतं. त्यांनी लगेचच शिवाजीरावांना घाबरून हाक मारली. शिवाजीराव आत येताच त्या रडायला लागल्या.

"अहो, असं रडताय काय? काय झालं?"

रखमाबाईसाहेबांनी मोहिनीकडं बोट केलं. शिवाजीरावांनी मोहिनीच्या अंगाला हात लावला,

"अहो, बेबीला खूप ताप आहे. जरा गार पाण्याच्या पट्ट्या तिच्या कपाळावर ठेवा."

रखमाबाईसाहेबांनी आतून गार पाणी आणलं. दोन रुमालाच्या आलटून पालटून ओल्या पट्ट्या तिच्या कपाळावर ठेवल्या. मोहिनीनं कण्हतच डोळे उघडले. शिवाजीराव तिच्याजवळ बसत म्हणाले,

"बेबी, तुला केव्हापासून बरं नाही?"

"आबा, काही कळलंच नाही. दोन दिवस जरा कणकण वाटत होती."

"बेबी, मग सांगायचं नाही काय? अहो तुम्ही जरा बेबीचं अंग पुसून काढा, म्हणजे तिला जरा बरं वाटेल."

रखमाबाईसाहेबांनी कामवाल्याबाईकडून पाणी मागवलं. खोलीचा दरवाजा ओढून त्यांनी मोहिनीचं अंग पुसायला घेतलं. मोहिनीला एक गाठ उठलेली. तिचं सर्व आटोपून रखमाबाईसाहेबांनी दार उघडून शिवाजीरावांना आत बोलावलं. त्यांनी घाबरत घाबरतच तिच्या गाठीबद्दल त्यांना सांगितलं.

शिवाजीरावांनी लागलीच रामजीला बोलावून डॉक्टरला बोलवायला सांगितलं. डॉक्टरांचं नाव घेताच मोहिनी घाबरली.

"आबा, डॉक्टर कशाला पाहिजे. बरं वाटेल मला, तुम्ही कशाला काळजी करता?"

"ते काही नाही. रामजी जारे डॉक्टरना बोलव." रामजीमामा जाताच मोहिनी रडायला लागली.

"बेबी, का रडतेस?"

"आबा, तो डॉक्टर मला शॉक देईल की?" ह्यावर शिवाजीराव हसायला लागले.

"अगं बेबी, इथं खेड्यात कुठले शॉक आलेत?"

मोहिनीनं घाबरून आईचा हात धरला. तिचा हात सोडवत आईसाहेब तिच्या डोक्यावरून हात फिरवत म्हणाल्या,

''बेबी, अशी घाबरू नकोस, डॉक्टर फक्त औषध देतील.''

''आई, तुम्ही खरं सांगताय ना?''

तेवढ्यात रामजीमामा डॉक्टरांना घेऊन आला. डॉक्टरांनी बॅगेतून तपासण्यासाठी स्टेथॉस्कोप काढला. ते बघताच मोहिनी घाबरली. शिवाजीराव तिच्याजवळ बसत म्हणाले,

''बेबी, अशी घाबरू नकोस. जरा तपासू दे त्यांना''

ती डॉक्टरांकडं बघत म्हणाली,

''डॉक्टर, तुम्ही मला शॉक देणार नाही ना?'' डॉक्टर हसायला लागले.

''अहो आक्कासाहेब, मी कशाला तुम्हांला शॉक देऊ? हे मशीन नुसतं तपासायचं मशीन आहे. अशा घाबरू नका.

मोहिनीनं घाबरतच डॉक्टरांकडून तपासून घेतलं. डॉक्टर बाहेर जात शिवाजीरावांना म्हणाले,

''सरकार, आक्कासाहेबांना गाठीमुळेच ताप आला आहे. दोन दिवसांचं औषध दिलंय, त्यांना बरं वाटलं नाहीतर ती गाठ तपासून घेतली पाहिजे.

''डॉक्टर, तसं घाबरण्यासारखं काही कारण नाही ना?''

''मला तसं काही वाटत नाही पण एकदा दाखवलेलं केव्हाही चांगलंच.''

पुढं दोन दिवसांनी औषध घेऊनसुद्धा मोहिनीचा ताप उतरला नाही. त्यामुळे शिवाजीरावांनी विक्रमना बोलावून घेतलं. विक्रमनी येऊन बघितल्यावर त्यांनी लगेच आई-आबांना आणि मोहिनीला कोल्हापूरला नेलं आणि तिथं राणी, राधाला आधीच कळवल्यामुळे राधानं डॉक्टरांची अपॉइंटमेंट घेतलेली, डॉक्टरांच्याकडं मोहिनीला ॲडमिट केलं. डॉक्टरांनी तिच्या गाठीचं ऑपरेशन करायचं ठरवलं. सिस्टर किंवा डॉक्टर मोहिनीला तपासायला आले की ती बिचारी सारखी विचारायची 'मला शॉक नाही ना देणार?' या वाक्याची सर्वांनाच सवय झालेली. सिस्टर खोलीत प्रवेश करताच म्हणायच्या, 'मला शॉक नाही ना देणार?' मग स्वत:च मोहिनी हसायची.

ऑपरेशन ठरलेल्या दिवशी पार पडलं. मोहिनीची सर्व भांवडं, भावजया, मुली, प्रतापराव सर्व जातीनं हजर होते. डॉक्टरांनी सर्व नॉर्मल आहे म्हटल्यावर सर्वांनी सुटकेचा नि:श्वास सोडला. ऑपरेशनच्या वेळी आलेले भलतेसलते विचार आता काबूत आले होते.

पुढं आठ दिवस मोहिनी हॉस्पिटलमध्ये होती. प्रतापरावांचा मुक्काम राणीकडेच होता. ते दिवसातून एकदा मोहिनीला भेटायला यायचे. त्यांच्या येण्यानं मोहिनीचा चेहरा खुलून यायचा. राणी, राधापण आईच्या सेवेत हजर असायच्या. भाऊ, भावजया, बहिणी घटकाभर तिच्याबरोबर गप्पा मारून जायच्या. हे सर्व कुटुंबीय आपल्यावर किती प्रेम करतात. या कल्पनेनं मोहिनी सुखावून गेली होती. राणी,

राधाची सासरची मंडळी पण न चुकता तिला भेटायला यायची. डिसचार्ज मिळताच आजी-आजोबांना सांगून राधानं मोहिनीला आपल्या घरी नेलं.

राधाच्या घरी तिच्या कुटुंबीयांनी मोहिनीला कधीच एकटं सोडलं नाही. राधाच्या सासुबाईंशी गप्पा मारायला तिला खूप आवडायचं. मधे मधे राणीबरोबर प्रतापराव मोहिनीला भेटायला यायचे. प्रतापराव आले की मोहिनीच्या चेहऱ्यावरचे भाव बघण्यासारखे असायचे. ते आले की तिला काय करू नि काय नको, असं व्हायचं.

"राधा, यांना काही तरी दे ना."

"जेवायला सांगतेस का?"

"अगं, जरा सरबत दे की."

राणी आपल्या आईच्या गळ्यात पडत म्हणाली,

"आई, मी पण आबांच्याबरोबर आले आहे हे विसरू नका. मला पण काहीतरी द्यायला सांगा." ह्यावर सगळेजण मनमोकळेपणानं हसायला लागले.

प्रतापराव मोहिनीला म्हणाले,

"मोहिनी, हे घर आपल्या मुलीचंच आहे हे आपल्याला परकं आहे काय? मला जे पाहिजे ते मी मागून घेईन ना."

"अहो, खूप बारीक झालाय हो."

प्रतापराव मनसोक्त हसायला लागले. हसत हसत ते म्हणाले,

"मोहिनी, तू किती भोळी आहेस? अगं, एक दिवस खाऊन माणूस कधी मोठा झाला आहे काय?" परत सर्व हसायला लागले.

'अहो, असं काय हसताय? मला वाटलं ते मी सांगितलं."

राणी आपल्या आईच्या गळ्यात पडत म्हणाली,

"आई, तुम्ही काय आबा आणि राधाकडं लक्ष देऊ नका. ती दोघं असाच दंगा करतात."

मोहिनीला एक दिवसाआड का होईना प्रतापराव भेटायला यायचे. दोन मुली, नातवंड, मोहिनी, प्रतापराव सर्व गप्पा मारायचे. खेळीमेळीचे वातावरण निर्माण व्हायचं. हे सर्व पाहून राणी, राधाच्या डोक्यात विचार येऊ लागले, आपल्या आबांनी पुन्हा आईंना घरी परत नेलं, तर किती बरं होईल? आपल्याला पण आईचं सुख मिळेल." असे विचार त्यांच्या मनाला सतवायला लागले.

एके दिवशी राणी, राधानं धाडस करून प्रतापरावांना विचारलं,

"आबा, आईंना गावाला घेऊन जा ना."

"अगं, राणी, राधा काय बोलताय ते कळतंय का तुम्हांला? कसं शक्य आहे ते?"

"का आबा? तुम्ही घाबरताय काय?"

"घाबरायचा प्रश्न कुठं येतोय इथं? तुम्हीच विचार करा मी मोहिनीला घटस्फोट दिला. दामिनीशी लग्न केलं. तिला घटस्फोट दिला आणि आता हा विचार करायचा? मला नाही पटत."

"आबा, यात आईंचा काय दोष आहे?"

"तिला जो कोण दोष देईल तोच पापी ठरेल, ती तर निष्पाप आहे. अगं, तिला पण काही मान आहे की नाही?"

"तेच सांगतोय, आबा, त्यांना तुम्ही मानानं गावी घेऊन जा. आबा आपली वेळ वाईट होती म्हणायचं. आता आई बऱ्या झाल्यात आता काय अवघड आहे?"

"अगं राणी, राधा हा तुमचा विचार झाला, जगाचं काय?"

"अहो, आपला जगाशी काय संबंध आला! जग म्हणजे तुम्ही दोघं आणि आमचे कुटुंबीय."

"बाळांनो, तसा विचार करून चालत नाही. तुम्ही खरंच अजून अजाण आहात जा पाहू. डोक्यात नाही ते एकेक खूळ घेऊन बसता!"

प्रतापरावांच्या या बोलण्यामुळे राणी, राधाच्या डोळ्यात पाणी आलं, दोघीपण धाडस करत म्हणाल्या,

"आबा, ते आम्हांला माहीत नाही, तुम्ही आईंना गावी न्यावं, असं मनापासून वाटतं."

क्षणभर शांत राहून प्रतापराव राणी-राधाकडं बघत म्हणाले,

"तुम्ही तिची काय इच्छा आहे ते विचारलं का?"

"आई फक्त म्हणतात, आजी-आजोबांना विचारू या.'

"काय घडणार आहे ते मला माहीत आहे. पण तुम्हा मुलींच्या हट्टासाठी आपण मामासाहेब आणि मामीसाहेबांना भेटू या."

प्रतापराव राणी,राधा रिक्षातून आजी-आजोबांकडे गेले. प्रतापराव, राणी-राधा शिवाजीराव व रखमाबाईसाहेबांच्या पाया पडले. इकडच्या तिकडच्या गप्पा सुरू झाल्या. शेवटी राणी, राधानं आपल्या आजी-आजोबांकडं आपली इच्छा व्यक्त केली. ज्याची प्रतापरावांना भीती होती तेच घडलं. शिवाजीराव प्रतापरावांना म्हणाले,

"प्रतापराव गैरसमज करून घेऊ नका, पण आता मोहिनीला नजरेआड ठेवायचं धाडस होत नाही. मला खूप भीती वाटते. सर्वांनी आपल्या परीनं विचार केला. पण तिच्या मनाचा आपण सर्वांनी कधी खोलात जाऊन विचार केलाय का? आता तिच्या बाबतीत आमच्या हातून काही चूक होऊ नये, असं वाटतंय बघा. आपल्याला जेव्हा वाटेल तेव्हा तुम्ही मोहिनीला इथं भेटायला या."

प्रतापराव शिवाजीरावांकडं बघत म्हणाले,

"मामासाहेब, आपल्या भावना दुखवायचा माझा बिलकूल विचार नव्हता.

माझ्यामुळे आपल्याला आणि मामीसाहेबांना त्रास झाला असेल, तर मी आपली मन:पूर्वक क्षमा मागतो. मला आपल्या राणी, राधामुळे आपल्याकडं यावं लागलं.''

हे सर्व ऐकताना राणी, राधाला खूप वाईट वाटत होतं. पण त्या काही बोलू शकल्या नाहीत. आपल्या आजी-आजोबांच्या पाया पडून राणी, राधा आणि प्रतापराव बाहेर पडले. राणीच्या घरी जाता जाताच दोघी आपल्या आबांना म्हणाल्या,

''आबा, आम्हांला माफ करा, निव्वळ आमच्या हट्टामुळेच हे सर्व घडलं.''

राणी, राधाला जवळ घेत प्रतापराव म्हणाले,

''पोरींनो, वाईट वाटून घेऊ नका. तुम्हांला तुमच्या आईनं घरात राहावं हे वाटणं साहजिकच आहे. चला जाऊ दे, आपण मोहिनीला आणि नातवंडांना आईस्क्रिम घेऊन जाऊ या.''

''आबा, तुम्हांला अजून आम्ही चार-सहा वर्षांच्याच वाटतोय काय?''

प्रतापरावांच्या डोळ्यात पाणी आलं. पण काही न बोलता ते आपल्या मुलींबरोबर रिक्षात बसून राधाच्या घरी गेले.

मोहिनी आपल्या नातंवंडाबरोबर गप्पा मारत बसलेली. प्रतापराव राणी, राधाकडे बघत म्हणाले

''खरंच पोरींनो, तुमची आई किती निष्पाप आहे गं?''

मामासाहेब म्हणत होते ते अगदी खरं आहे. ह्यापुढे कोणीपण मोहिनीचं मन दुखवायचा प्रयत्न करायचा नाही. अगदी तुम्हीसुद्धा नाही. ती तुमच्यांत, नातवंडांच्यात रमते हे काय कमी झालं? असंच तिला भेटत चला, आणत चला, जेवढं म्हणून तुम्हांला सुख देता येईल तेवढं द्यायचा प्रयत्न करा. तिनं फार भोगलंय!''

मोहिनीचा निरोप घेऊन प्रतापराव, राणी घरी जायला निघाले, मोहिनी प्रतापराव आणि राणीकडं बघत म्हणाली,

''कुठं जाऊन आला?''

तेंव्हा राधा म्हणाली,

''आई, जरा माझंच काम होतं, म्हणून आबांना जरा घेऊन गेलेले.''

''काम झालं मग?''

''आई, आबा आल्यावर काम होणार नाही, असं होईल का?''

''बघा बघा आपल्या बापाचं किती कौतुक आहे मुलींना!''

''आई, तुम्हांला नाही?''

''नसायला काय झालं.'' मोहिनी गालातल्या गालात हसायला लागली.

''राणी, तुम्ही 'ह्यांना' चांगल्या डॉक्टरांना का दाखवत नाही गं?''

राधा आपल्या आईच्या गळ्यात पडत म्हणाली,

''आई, तुमच्या ह्यांना आम्ही कालच दाखवलं. जरा अशक्तपणा आहे तो

हळूहळू कमी होईल, असं डॉक्टर म्हणाले.''

''अगं, मग जरा मटण वगैरे खायला द्या ना.''

''आई, किती काळजी करता हो.''

प्रतापराव आणि राणी मोहिनीचा निरोप घेऊन गेल्यावर, राधा आपल्या आईला टीव्ही बघण्याकरता आत घेऊन गेली.

''काय गं राधा, तुमच्या टीव्हीवर फक्त इंग्रजी आणि हिंदीचं तेवढं दिसतंय काय गं? आजकाल देवधर्म काही उरला नाही बघ आणि काय गं मुलांना ओरडत का नाहीस? सारखं बघावं तेव्हां टीव्हीच्याच पुढ्यातच दिसतात. अगं एवढ्या जवळ टीव्ही बघत बसल्यावर त्यांना चष्मा लागेल ना.''

तेवढ्यात राधाचा छोटा मुलगा रोहन आपल्या आजीचा हात धरत आजीला म्हणाला,

''अहो, आजी चला ना ब्रूस ली ला बघायला.''

''अरे, हो. हो. हळू कुठं तरी पडेन ना.''

''अगं राधा, कोण गं हा ब्रूस ली?''

''मोहिनी जेव्हा टीव्ही समोर गेली तेव्हा त्यातली ती चित्र बघून वैतागली.

''अगं, बय्या ! बय्या!''

राधानं आईला विचारलं,

''आई, काय झालं?''

''अगं काय गं हे? त्याला काही लाज वाटते की नाही कसा उघडा फिरतोय बघ आणि वेड्यासारखा असा लाथा का झाडतोय?''

ह्यावर मोहिनीची नातवंडं हसायला लागली.

''अहो, आजी तो फायटिंग करतोय.''

''फायटिंग? मग कपडे घालून करता येत नाही त्याला!''

सर्वजण परत खळखळून हसायला लागले. राधाच्या तर हसूनहसून डोळ्यात पाणी आलं.

''करा माझ्या म्हातारीची चेष्टा करा.''

ह्यावर राधाच्या सासूबाई खोलीत येत म्हणाल्या,

''कशाला या पोरांच्या नादाला लागताय? चला, आपण दोघी बाहेर गप्पा मारत बसू या.''

पुढं पंधरा दिवस राधाकडं राहून मोहिनी आपल्या आई-आबांबरोबर परत गावी गेली.

◆

एक दिवस सोशल वर्कर मंदाकिनी द्रविडबाई कॉन्फरन्ससाठी करवीर भागात आलेल्या. कॉन्फरन्स संपल्यावर त्यांना मोहिनीला भेटायची खूप इच्छा झाली. त्यांच्याकडे तिच्या गावचा पत्ता होता. द्रविडबाई आणि मोहिनीचे वरचेवर पत्रव्यवहार असल्यामुळे मोहिनी गावाकडंच आहे, हे द्रविडबाईंना माहीत होतं.

एस. टी. स्टँडवर जाऊन द्रविडबाईंनी मोहिनीच्या गावाकडची बस धरली. गावी पोहोचल्यावर त्यांनी वाड्याचा पत्ता विचारला. गावाहून वाडा लांब असल्यामुळे त्यांनी मोहिनीच्या मधल्या भावाचं घर गाठलं. मोहिनीचे भाऊ उदय बाहेर गेलेले. पण मोहिनीच्या वहिनींनी द्रविडबाईंचं अगत्यानं स्वागत केलं. त्यांचा यथायोग्य पाहुणचार केला. एका गड्याला पाठवून त्यांनी वाड्याकडं चिठ्ठीतून निरोप पाठवला. त्यात लिहिलं होतं की रात्र खूप झाली आहे. उद्या सकाळी स्वत: द्रविडबाईंना घेऊन येत आहे.''

मोहिनीला हा निरोप कळताच ती बेचैन झाली. उदयच्या बंगल्यावर द्रविडबाई आल्या आहेत म्हटल्यावर तिचं चित्तच थाऱ्यावर नव्हतं. ती आपल्या आबांना म्हणाली,

''आबा, काही करा पण आताच्या आता द्रविडबाईंना बोलावून घ्या.''

शिवाजीरावांनी कधी मोहिनीची इच्छा पूर्ण केली नाही असं घडलं नव्हतं. लगेचच त्यांनी रामजीला गाडी जुंपून उदयच्या बंगल्यावर पाठवलं. द्रविडबाई उदयला म्हणाल्या,

''उदय, मला माहीत होतं की, तुमच्या आक्कांना जेव्हा मी आलेय हे कळेल तेव्हां ती गप्प बसायची नाही.''

ह्यावर उदयच्या पत्नी म्हणाल्या,

''खरं आहे बाई, दिवाणसाहेब तुम्हांला कधीच विसरू शकणार नाहीत. त्या तुमच्यावर खूप प्रेम करतात. दिवसातून एकदा तरी त्या तुमचं नाव काढतात.''

ह्यावर उदय म्हणाले,

''अहो द्रविडबाई, तुमच्यामुळेच तर आक्कांना परत हे दिवस दिसले आणि आम्हांला आमच्या आक्का परत मिळाल्या. तुमचे फार उपकार आहेत आमच्यावर.''

द्रविडबाई उदयना म्हणाल्या,

''उदय, मी एक निमित्त होते, हे सर्व घडणारच होतं.''

''नाही बाई हे आपण बोलता हा आपला मोठेपणा आहे. चला गाडी आली आहे, आक्का तुमची वाट बघत असतील. आम्ही दोघे सकाळी वाड्यावर येतो.''

मोहिनी द्रविडबाईंची वाट बघत होती. गाडी दारात येताच ती पळतच दारापाशी गेली. द्रविडबाई खाली उतरताच तिनं त्यांना कडकडून मिठी मारली. दोघींच्या डोळ्यांतून झरझर आनंदाश्रू वाहत होते. किती वेळ झाला तरी ह्या भेटतच होत्या.

शेवटी शिवाजीराव जवळ येताच द्रविडबाईंनी त्यांना वाकून नमस्कार केला. ते मोहिनीकडं बघत म्हणाले,

"बेबी, त्यांना असं इथं दारातच उभं ठेवणार का? चल आत घेऊन त्यांना."

आत जाऊन द्रविडबाई रखमाबाईसाहेबांना भेटल्या. सर्वजण घटकाभर सोप्यावरच बसलेले. मोहिनीनं द्रविडबाईंना विचारलं,

"बाई, जेवायला वाढू?"

"मोहिनी, मी तुझ्या भावाच्या घरी उपाशी राहीन का? तुझ्या वहिनीनं सुंदर स्वयंपाक करून वाढला बघ."

शिवाजीराव मोहिनीकडं बघत म्हणाले,

"बेबी, त्यांना खोलीत घेऊन जा, त्या खूप दमल्या असतील, त्यांना आता झोपू दे."

मोहिनी द्रविडबाईंना आत खोलीत घेऊन गेली. द्रविडबाईंना आणि मोहिनीला गप्पा मारता मारता केव्हा झोप लागली ते कळलं पण नाही.

दुसऱ्या दिवशी सकाळी मोहिनी लवकर उठली. न्हाणीमध्ये तिनं घंगाळ भरून द्रविडबाईंकरता गरम पाणी ठेवायला सांगितलं. द्रविडबाईंचा चहा-नाश्ता सर्व काही तिनं स्वत: जातीनं बघितलं. द्रविडबाई अंघोळीला गेल्यावर त्या न्हाणीतून बाहेर येईपर्यंत ती बाहेर दारातच उभी राहिलेली. तिनं आज आपल्या आईंना खास पुरणपोळीचा बेत करायला सांगितलेला.

मोहिनीनं द्रविडबाईंना आपला संपूर्ण वाडा फिरून दाखवला. द्रविडबाई मोहिनीच्या पाहुणचारांनी अगदी भारावून गेलेल्या. दुपारी भोजनाच्या वेळेला. मोहिनीच्या भावजया, भाऊ, आई-आबा सर्व द्रविडबाईंबरोबर जेवायला बसले. ताटामध्ये पंचपक्कान्न बघून द्रविडबाई आईसाहेबांना म्हणाल्या,

"आपण उगीचच माझ्यासाठी एवढा त्रास घेतलात."

शिवाजीराव हसत म्हणाले,

"बाई, आम्ही कुठलं काय करतोय? हे सारं काही आमच्या बेबीच्या हुकमानं तयार झालं आहे. सकाळपासनं दहा वेळा तिनं स्वयंपाक घरात फेऱ्या मारल्या असतील."

"आबा, मी काही केलं नाही हं! सारं स्वयंपाक्यानंच बनवलंय." मोहिनी आबांच्याकडं बघत म्हणाली.

तिच्या बोलण्यावर सारे मोकळ्या मनानं हसले. जेवण वगैरे आटोपल्यावर द्रविडबाई मोहिनीला म्हणाल्या,

"मोहिनी, आता मी निघू?"

"का हो बाई? तुम्हांला माझं गाव, माझी माणसं आवडली नाहीत काय?"

"मोहिनी असं का म्हणतेस? अगं उभ्या आयुष्यात मला एवढं प्रेम कुठंच

मिळालं नाही.''

''मग बाई आजचा दिवस माझ्यासाठी रहा ना, आपण संध्याकाळी शेतावर जाऊ. उद्या सकाळी तुम्ही लवकर जा. मी तुम्हांला अडवणार नाही, कारण मला माहीत आहे माझ्यासारख्या अनेक मोहिनी तिथं तुमची आतुरतेनं वाट बघत असतील.

द्रविडबाई मोहिनीला जवळ घेत म्हणाल्या,

''मोहिनी, किती विचारी झालीस गं तू!''

''बाई, ही सर्व कमाल आमच्या आबांच्या पोथ्यांची आहे.''

''काय काय वाचतेस मोहिनी?''

''शिवलीलामृत, अकरावा अध्याय आणि आबा भगवद्‌गीता वाचून दाखवतात. खरंच बाई हे वाचताना एक वेगळंच समाधान वाटतं बघा.''

''मोहिनी, जर तू खरंच ह्याच्यात रमलीस ना, तर तुला काही दुसरं आठवणार नाही. नियमित वाचत जा. कधीही कंटाळा करू नकोस.''

संध्याकाळी सर्व मिळून शेतावर गेले. द्रविडबाई त्या निसर्गरम्य वातावरणात रमून गेल्या. शेतावर एका धोंगड्यावर मोहिनी, तिच्या भावजया आणि द्रविडबाई बसल्या. मोहिनीनं द्रविडबाईंच्याकडे हॉस्पिटलमधल्या तिच्या मैत्रिणी आणि स्टाफची चौकशी केली. द्रविडबाई शिवाजीरावांना म्हणाल्या,

''मोहिनी, जशी सर्वांची आठवण काढते तसं तिथं आजही सगळे मोहिनीची आठवण काढतात. गेल्या जन्मी ही कोणीतरी महाराणी असणार बघा. कधी बिचारीनं एक दाणासुद्धा एकटीनं खाल्ला नाही.'

''बाई, रमैय्या कशी आहे हो?''

''मोहिनी, तू हे विचारू नयेस असं वाटत होतं. पण शेवटी विचारलंसच अगं मध्यंतरी ती खूप आजारी पडली. ती फक्त तुझाच ध्यास घेऊन बसली होती. तुझीच आठवण काढत होती. मी तुझा आळंदीला फोटो काढला होता. तो तिला दिला. तिनं तो उशाशी ठेवलेला. सारखी ती त्या फोटोकडं बघून रडायची. मोहिनी तिला वाचवण्यासाठी आम्ही खूप धडपडलो पण बिचारी त्या आजारात गेली.''

मोहिनी हे ऐकून आपले अश्रू आवरू शकली नाही. आयुष्यातला थोडा काळ ती त्या रमैय्याची आई होती.

''हे बघ मोहिनी'' आभाळाकडं बघत द्रविडबाई म्हणाल्या, ''खरा आपला डॉक्टर तो तिथं वर बसला आहे. सर्वांचं आयुष्य त्याच्या हातात आहे. तेव्हा वरून बोलावणं आलं की आपल्याला जायलाच लागतं. बरं मोहिनी ते जाऊ दे, मला सांग राणी, राधा तुला भेटायला येतात की नाही.''

''बाई, वरचेवर आम्ही एकमेकींना भेटत असतो. कधी मी कोल्हापुरला

त्यांच्याकडं जाते. तिथं असतील तर ते पण मला येऊन भेटतात.''

''अरे वा! मग तर स्वारी एकदम खुशीतच असेल.''

मोहिनीला लाजलेलं बघून द्रविडबाईंना हसू आवरेना.

''बाई, मला तीन नातवंडं आहेत. आपण जाऊ या काय त्यांना भेटायला.?''

''मोहिनी या वेळेला नको, मी जेव्हा पुढच्या वेळेला येईन तेव्हा आपण सर्वांना भेटू या.''

रात्रीपण पुन्हा द्रविडबाईंकरता पंचपक्कान्नाचा बेत केला होता. दुसऱ्या दिवशी द्रविडबाई जायला निघाल्या. रखमाबाईसाहेबांनी त्यांची देवघरात नेऊन ओटी भरली. थोडं त्यांना शेतावरचं धान्य दिलं. मोहिनीनं द्रविडबाईंना वाकून नमस्कार केला. द्रविडबाईंनी तिला कडकडून मिठी मारली. दोघींच्यापण डोळ्यांतून अश्रू ओघळत होते.

''बाई, मी तुम्हांला कधी विसरणार नाही, तुमच्यामुळेच मला हे माझं गोकुळ दिसलं. बाई,तुम्ही परत याल ना? मला पत्र लिहीत जा, तुमचं पत्र वाचलं की खूप बरं वाटतं बघा.''

द्रविडबाईंनी शिवाजीराव आणि रखमाबाईसाहेबांना वाकून नमस्कार केला.

''आईसाहेब, माहेरचं सुख काय असतं ते मला ह्या दोन दिवसांनी दाखवलं.''

''बाई, असं का म्हणता? जेव्हा केव्हा आमची आठवण येईल तेव्हा कसलाही संकोच न करता येत जा, हे तुमचंच घर आहे असं समजा.''

''आईसाहेब, तुम्ही जशा मोहिनीच्या आई तशा माझ्यापण, एक सांगावसं वाटतं.''

''काय बाई बोला ना?''

''अजयच्या लग्नाला आपल्याला पाहिलेलं. त्यानंतर आज बघते खूप थकलाय आईसाहेब.अहो, मोहिनीकडं पहायचं म्हणजे आपल्याकडं दुर्लक्ष करायचं काय?''

''नाही हो ती तर बिचारी गरीब गाय आहे. ती कशाला कुणाला त्रास देईल? खरं सांगू बाई, माझ्या लाडक्या नातीचं म्हणजे विक्रमच्या मोठ्या मुलीचं लग्न झाल्यापासून फार एकटं वाटतं. आम्हा दोघींना पण एकमेकींची खूप सवय होती बघा. ती होती तोपर्यंत मला माझ्याकडं बघायला लागायचं नाही. ती स्वत: डॉक्टर. त्यामुळे मला काही जरी झालं तर वेळेवर औषध द्यायची, टॉनिक द्यायची.''

''मोहिनी, तू का आईसाहेबांच्याकडं बघत नाहीस?''

''अहो तिची काय चूक नाही, ती खूप सांगते बाई, आता वयोमानानं असा दम लागायचाच.''

''आईसाहेब, एवढंच सांगेन स्वत:कडं दुर्लक्ष करू नका. अंड, दूध वगैरे घेत चला. पुढच्या वेळेला येईन ते फक्त तुम्हांला भेटण्याकरता म्हणून येईन.''

पुढं काही न बोलता द्रविडबाई उदयच्याबरोबर एस. टी. स्टँडकडे गेल्या. द्रविडबाई गेल्यावर मोहिनी काही न बोलता तशीच थोडा वेळ सोप्यावर बसून राहिली.

◆

अलीकडे प्रतापरावांना थोडा बदल म्हणून राधा त्यांना राणीच्या घराकडून आपल्या घरी घेऊन आली. एके दिवशी राधा आणि प्रतापराव गप्पा मारत बसलेले असताना गड्यांनी येऊन राधाला फोन आलाय म्हणून सांगितलं. राधानं जाऊन फोन घेतला. खूप वेळ ती होय, नाही एवढंच बोलत होती. मधे मधे ती आपले डोळे पुसत होती. फोन खाली ठेवल्यावर ती प्रतापरावांच्या खोलीत गेली. प्रतापराव आपले पलंगावर तंबाखू चोळत बसलेले होते.

"राधा, कुणाचा फोन होता गं?"

राधानं काही न बोलता खोलीचा दरवाजा लावून घेतला आणि ती प्रतापरावांच्या शेजारी खुर्चीवर बसून रडायला लागली.

"अगं राधा सांगशील की नाही काय झालं ते?"

आपले डोळे पुसत प्रतापरावांच्याकडं बघत ती म्हणाली,

"आबा, तुम्ही माझ्या आईचा काय विचार केलाय?"

"का काय झालं राधा?"

"आबा आईचे पैसे वेळेवर का पोहोचत नाहीत? आपण इथे सर्व मजेत राहतो, चैन करतो आणि तिथं आई."

एवढं बोलून ती रडायला लागली.

"आबा, तुमची आईबरोबर सोडचिठ्ठी झाल्यावर तुम्ही आजोबांना ऐंशी हजार रुपये आईच्या नावानं बँकेत ठेवण्याचं कबूल केलंत, त्यांना ते पैसे नको होते. ते त्या रकमेचं व्याज आईंकरता वापरणार होते आणि ती रक्कम आम्हा दोघींच्या नावावर ठेवणार होते. मध्यंतरी तुम्ही ती रक्कम बँकेत ठेवली, पण काहीतरी तुमचं काम निघालं म्हणून तुम्ही ती रक्कम बँकेतून उचलली. काही हरकत नाही, गरजा सर्वांनाच असतात. तुम्ही पण कामाशिवाय त्याला हात लावणार नाही मला माहीत आहे. निदान पाचशे रुपये तरी वेळेवर पोहोचतात की नाही हे बघायचं होतंत."

प्रतापराव शांतपणे आपल्या मुलींचं बोलणं ऐकत होते.

"आबा आईंना भेटायला दामिनी हॉस्पिटलमध्ये गेल्या. आईंच्या बारीक-सारीक गरजा त्यांनी पुरविल्या. हा त्यांचा मोठेपणा आहे. पण त्या हे विसरल्या की ह्या पेशंटच्या भावना अगदी नाजूक झालेल्या असतात; आणि त्याबरोबर एक खानदानी स्त्रीचं लग्नानंतरचं विश्व म्हणजे नवरा! आईंनी त्यांच्यासमोर तुम्हांला

भेटण्याची इच्छा व्यक्त केली. त्याप्रमाणे त्यांनी आईंची इच्छा तुम्हाला भेटवून पूर्ण केली. तुम्ही आईंना जेव्हा भेटायला हॉस्पिटलमध्ये गेलात तेव्हा त्यांनी तुमच्याकडे त्यांच्या दोन सोन्याच्या बांगड्या आणि मंगळसूत्र मागितलं. आबा तुम्ही विद्वान आहात. तुम्हीच सांगा माझ्या आईचं तुमच्यावर किती प्रेम आहे. कदाचित स्वत:पेक्षा जास्त पण असेल. त्यांनी मागून मागून काय मागितलं तर सौभाग्याचं लेणं! त्यांना काही कळत नसतं तर त्यांनी पैसे मागितले असते, खायला मागितलं असतं, कपडे मागितले असते पण नाही त्यांनी मागितलं ते तुमचं आयुष्य. दामिनींना गावातल्या शेंबड्या मुलांबद्दल, अपंग मुलांबद्दल, त्रासलेल्या स्त्रियांबद्दल प्रेम होतं. मग त्यांना आईंना घरी आणायला काहीच कठीण नव्हतं. आबा, अहो कितीतरी घरांमध्ये दोन बायका एकत्र नांदतात. अहो, तपस्वींच्या घरामध्ये तीन बायका एकत्र गुण्यागोविंदानं नांदतात. मग इथे या दोघी एकत्र का राहू शकत नव्हत्या? आम्हांला पण आमच्या आईंना परत आपल्या प्रपंचामध्ये वावरताना बघून किती आनंद झाला असता? आबा, आम्हांला आमच्या आईंना पैसे देण्यामध्ये काहीच अडचण नाही. पण आई तशा खूप स्वाभिमानी आहेत. त्यांना स्वत:च्या नवऱ्याचे पैसे हवेत. आबा, दामिनीबरोबर तुमचा घटस्फोट झाला तेव्हा तुम्ही त्यांना काही पोटगी दिली नाही का? आम्ही त्याबद्दल तुम्हाला काही विचारलं का? आई बिचाऱ्या साध्या-भोळ्या त्यांना साधे पाचशे रुपये मोजून तरी घेता येतील की नाही ते माहीत नाही. प्रश्न होता ऐंशी हजारांचा! कसं जमेल त्यांना मोजायला? आबा तुम्ही आणि दामिनीनं जर आईंना वाड्यात आणलं असतं; तर खूप बरं झालं असतं, पण तसं न करता आईंना भेटून त्यांच्या इच्छा जागृत केल्या. पण जागृत केलेल्या इच्छांचा विचार करायला नको होता काय? आईंना आई-वडील-बहिणी-भाऊ-जावई-मुली सर्व मिळाले पण तिचा नवरा? आबा सोडचिठ्ठी झाल्यावर सुद्धा काही स्त्रिया मंगळसूत्र का घालतात? तुम्ही गप्प आहात म्हणजेच ते स्त्रीधन आहे असं समजू? मग ते काढताना किंवा घालताना नवऱ्याची आठवण होत नसेल का? खरी वाड्याची मालकीण ती आणि तिचीच ही अवस्था?''

एवढा वेळ शांत बसलेले प्रतापराव राधाला म्हणाले,

''राधा, मी मोहिनी पलीकडं कुणावरच प्रेम करू शकलो नाही. दुसरं लग्न केलं पण धड दामिनी सुखात राहू शकली नाही आणि मी पण सुखात राहू शकलो नाही. खरं तर माझाच निर्णय चुकला कुणाला कशाला दोष देऊ.''

''आबा, मला वाटतं तुम्ही जर आईंना वाड्यात घेऊन आला असता, तर कदाचित तुम्ही तिघंही आनंदानं राहिला असता आणि आईंना पण तुमच्याबरोबर राहिल्याचं समाधान वाटलं असतं.''

''राधा, तू जे बोलतेस ते कदाचित खरं असेल कदाचित निर्णय घ्यायला मी

चुकलो असेल. शेवटी मी पण माणूस आहे. काही चुका माझ्या हातून घडल्या असतील.'' बोलता बोलता प्रतापरावांचा गळा दाटून आला. आबांची ती अवस्था बघून राधानं त्यांना एकदम मिठी मारली.

''राधा, तुझ्याकडं यायच्या आधीच मी मोहिनीची रक्कम बँकेत ठेवून आलोय.''

''आबा, मग कशाला माझ्या तोंडून सगळं ऐकत होता? तिथंच एक कानाखाली वाजवायची नव्हती का?''

''बघत होतो तू काय बोलतेस ते ! पण राधा माझ्या मनामध्ये एक कायम खंत राहील ती म्हणजे मी मोहिनीला वाड्यात आणू शकलो नाही. मला खात्री आहे तुम्ही माझ्यासारखं तिला टाकणार नाही. माझ्यानंतर तुम्ही तरी तिला तिच्या हक्काच्या घरी आणत जा.''

''आबा, असं का बोलताय?''

''नाही गं! आता मी खूप थकलोय. परमेश्वरानं आता मला न्यावं.''

''आबा!'' म्हणत राधानं प्रतापरावांना मिठी मारली. ''आबा, असं बोलू नका. आम्हांला तुम्ही हवे आहात.''

आपले डोळे पुसत प्रतापराव राधाला म्हणाले,

''राधा, एक विचार कर, सर्व वैभव सोडून मी असा इतकी वर्षं तुमच्या दोघींकडं का राहतोय? त्या वाड्यामध्ये मला काय कमी आहे. पण त्या ठिकाणी मला जुन्या आठवणी खूप सतावतात गं.''

''आबा, तुम्ही माझ्यावर चिडला?''

''नाही गं पोरी, तू जे बोललीस ते खरं आहे.''

''आबा, आईंनी आपल्या सर्वांपेक्षा खूप सोसलंय. आता तरी कुणी त्यांना दुखवू नये असं वाटतं.''

''म्हणूनच म्हणतो तिला जेवढं म्हणून सुख तुम्हांला देता येईल तेवढं सुख तुम्ही तिला द्यावं. तिचे आई-आबा सर्व तिला डोळ्यात तेल घालून जपतात. त्यात तुमचा पण सहभाग असावा. खरं सांगू राधा, मोहिनी आपल्या सर्वांपेक्षा शहाणी आहे. आपणच जीवनामध्ये वेड्यासारखे वेडेवाकडे निर्णय घेतो आणि शहाणपणाचं सोंग पांघरतो.''

''खरं आहे आबा, आबा माझ्याकडून काही चुकलं असेल, तर मला माफ करा.''

प्रतापरावांनी राधाला एकदम जवळ घेऊन उराशी कवटाळलं.

''आबा, आई आणि तुम्ही दोघांनी पण सुखात राहावं, असं आम्हा दोघींना वाटतं.'' एवढं बोलून आपले डोळे पुसत राधा खोलीबाहेर निघून गेली.

◆

मोहिनी आपल्या आबांबरोबर सोप्यात बोलत बसलेली होती.

"आबा, तुम्ही एक बघितलंत! विक्रमच्या मोठ्या मुलीचं लग्न झाल्यापासून आई खूप गप्प गप्प राहतात. कुणाशी त्या जास्त बोलत नाहीत."

"अगं मोहिनी, ती त्यांची लाडकी नात होती. दोघींची खूप गट्टी जमली होती. स्वत: ती डॉक्टर असल्यामुळे तुमच्या आईंना ती टॉनिक द्यायची. त्या टॉनिकवरच होत्या. तिची पण आपल्या आजीवर खूप माया होती."

"खरं आहे आबा! विक्रमच्या तिन्ही मुली डॉक्टर झाल्या. किती बरं वाटलं मनाला."

"अगं, अजून त्या दोघींचा अभ्यास पूर्ण व्हायचा आहे आणि तू त्यांना डॉक्टर करून रिकामी झालीस!" शिवाजीराव मोहिनीकडं बघत हसत म्हणाले.

"अहो आबा, त्या दोघी इतक्या हुशार आहेत. अगदी आरामात पास होतील बघा. आता सगळ्यात मी निवांत झाले बघा."

"ते कसं गं बेबी?"

"आता बाहेरच्या डॉक्टरकडून बिलकूल तपासून घेणार नाही."

"का गं?"

"अहो, कुठं तरी शॉक देतील, याची भीती वाटते. ह्या तिघी माझ्याच मुली. मग त्या कशाला शॉक देतील. म्हणूनच त्यांच्याकडूनच तपासून घेणार. ह्यावर शिवाजीराव खदखदून हसायला लागले.

"अगं बेबी, त्या पण लग्न करून गेल्यावर पुढचं काय?"

"आबा, अजयच्या नाहीतर उदयच्या मुलांपैकी कोणीतरी डॉक्टर होईलच की?"

"हो मग, मात्र तुझा खरा खात्रीचा घरचा डॉक्टर होईल बघ. तू असं कर त्या मुलांच्या पाठीमागं डॉक्टर व्हा म्हणून लाग."

"होय आबा, तसंच करते."

"बेबी, खरंच तू किती साधी आहेस गं. जा जरा तुझ्या आईंना काही पाहिजे काय बघून ये. सकाळपासून त्या अंथरुणात झोपूनच आहेत बघ."

"मोहिनी आईच्या खोलीत गेली. त्यांच्या पायाजवळ बसत ती त्यांचे पाय चेपायला लागली."

"कोण बेबी, जेवलीस का गं?"

"होय आई, धाकट्या वहिनींनी मला आणि आबांना वाढलं."

"बेबी, जरा लवकर जाऊन भांडं आण गं, मला खूप मळमळायला लागलंय बघ."

मोहिनी भांडं घेऊन आली आणि आपल्या धाकट्या वहिनींना पण तिनं

स्वयंपाकघरातून बोलावून आणलं. धाकट्या वहिनींनी ते भांडं घेऊन आईसाहेबांसमोर धरलं. मोहिनी आपल्या आईंची पाठ चोळू लागली.

"आईसाहेब, उलटी होत नसेल तर उगीच काढू नका. आतड्याला त्रास होईल." पण थोड्याच वेळा रखमाबाईसाहेबांना खूप उलट्या झाल्या.

शिवाजीराव पण आत येऊन उभे होते. ते आपल्या धाकट्या सूनबाईंना म्हणाले,

"आता त्यांना बरं वाटेल बघा, पित्त झालं असणार."

मोहिनी आबांकडं बघत म्हणाली,

"आबा, आता आईंना कुठलं औषध द्यायचं."

"असं करा सूनबाई, जरा त्यांना लिंबू-पाणी द्या. बाकी काही नको."

रखमाबाईसाहेब अंथरुणात शांत पडून होत्या. पुढं जेव्हा दोन दिवस त्या अंथरुणातून उठल्या नाहीत. तेव्हा मात्र त्यांनी उदय आणि अजयना बोलावून घेतलं. तिथल्या डॉक्टरांना रखमाबाईसाहेबांची तब्येत दाखवली. पण त्या डॉक्टरांच्या औषधांनी त्यांना गुण येईना. मग मात्र कोल्हापूरहून विक्रमना बोलावून घेतलं. विक्रमनी आपल्या आईसाहेबांची तब्येत बघितली ते आबांना म्हणाले,

"आबा, मी थोडे दिवस आईंना कोल्हापुरला घेऊन जातो. चांगल्या डॉक्टरांच्याकडून त्यांना तपासून घेतो. मुलीपण जरा लक्ष देतील आणि जरा बदल झाल्यावर आईंना बरं वाटेल. काळजी करू नका."

"विक्रम, मी येऊ का तुमच्याबरोबर?"

"नको आबा, तसं काही वाटलंच तर तुम्हांला मी बोलावून घेतो."

विक्रम रखमाबाईसाहेबांना घेऊन गेल्यावर मोहिनी आपल्या आबांजवळ बसत म्हणाली,

"आबा, आईंना जास्त बरं नाही का हो?"

"अगं, आता वयोमानानं तसं व्हायचंच."

"मग, तुम्ही अजून घट्ट आहात की."

ह्यावर अजय, उदय, धाकट्यावहिनी सर्व हसायला लागले. शिवाजीराव मोहिनीकडं बघत म्हणाले,

"बेबी, माझं फिरणं किती आहे! आपल्या शरीराला व्यायाम गरजेचा असतो. तुला आणि तुझ्या आईंना सांगून मी कंटाळलो. पण तुम्ही फिरणं काही सुरू केलं नाही."

"आबा, उद्यापासून फिरायला जाते हं."

"आजपासून का नाही?" यावर मोहिनी हसायला लागली.

दुसऱ्या दिवशी सकाळी मोहिनी आपली देवपूजा आटोपून आपल्या आबांच्याजवळ

येऊन बसली. आबांना जरा शांत बघून मोहिनीनं विचारलं,

"आबा कसला विचार करताय?"

"काही नाही गं बेबी धाकट्या सूनबाईंना आत स्वयंपाकघरात जाऊन जरा मदत कर जा."

मोहिनी आत जाताच शिवाजीरावांनी रामजीला हाक मारली.

"रामजी, विक्रम यांना घेऊन गेलेत पण खूप काळजी वाटते बघ. जरा अजयना घेऊन बघून यावं म्हणतोय."

"सरकार, मग इचार कसला करत बसलाय? जाऊन या जा की!"

"अरे पण, मोहिनी?"

"सरकार, मी आक्कासाहेबांच्याकडं लक्ष देतो. तुम्ही काय बी काळजी करू नका."

तेवढ्यात मोहिनी आतून येऊन आपल्या आबांजवळ बसली. तिचं सर्वस्व म्हणजे आपले आबा. आबा जवळ असल्यावर तिला आपल्या आई, मुली, आपली भावंडं कोणी लागत नाही. हे शिवाजीराव ओळखून होते.

"बेबी"

"काय आबा?"

"मी जरा तुझ्या आईंना बघून येऊ?"

"का आबा? विक्रम आणि मोठ्या वहिनी, मुली आहेत की त्यांच्याबरोबर?"

"अगं बेबी, असं कसं म्हणतेस? तूच विचार कर मी जर गेलो नाही तर त्यांना काय वाटेल?"

"मग आबा मी पण येते ना तुमच्याबरोबर!"

"नको बेबी, तिथं लहान जागा मी फक्त जातो. त्यांना बघतो नि लगेच परत येतो."

"जा आबा पण रात्री परत या."

अजयांच्या बरोबर शिवाजीराव जायला निघाल्यावर मोहिनीनं परत विचारलं,

"आबा मी येऊ तुमच्याबरोबर?"

"बेबी!"

"बरं बरं मी येत नाही. पण तुम्ही लवकर या, आबा, तुम्ही असं का करत नाही."

"कसं, बेबी?"

"आईंना इकडं घेऊन या, म्हणजे तुम्हांला परत जायला नको."

ह्यावर अजय हसत म्हणाले,

"आबा, आक्कांचं सर्वस्व म्हणजे तुम्ही, तुम्ही त्यांच्या नजरेसमोरून हलून

चालत नाही.''

"खरं आहे अजय, अहो हिचं हे आताचं नाही. अगदी लहानपणापासून ती अशीच आहे. तिनं माझ्यापलीकडं कुणाकडंही हट्ट केला नाही.''

"हो आबा, आक्कांसारखी साधी, सरळ बाई मी कधी पाहिलीच नाही. अगदी निष्पाप आहेत हो त्या.''

"अजय, अगदी सत्य बोललात बघा चला, आता लवकर, उशीर होतोय.''

◆

दोन दिवस झाले तरी आबांकडून काही निरोप आला नाही. त्याचं येणं पण झालं नाही. हे पाहून मोहिनी खूप अस्वस्थ झाली. तिच्या धाकट्या वहिनी, उदय सर्वच कोल्हापुरला गेलेले. रामजीमामा आणि घरातील गडी माणसं मोहिनीची समजूत काढत होती. पण तिनं कुणाचंही ऐकलं नाही. सारखी दाराजवळ जाऊन आपल्या आबांची वाट बघत उभी राहायची. अचानक एके दिवशी दोन-तीन गाड्या दारात येऊन उभ्या राहिल्या. विक्रम गाडीतून आपले डोळे पुसत येत मोहिनीला म्हणाले,

"चला आक्का, आत चला.''

मोहिनी विक्रमचं ऐकत आत गेली. पण आत एका बाजूला उभं राहून ती दरवाज्यातून बाहेर बघू लागली. उदय, अजय पण डोळे पुसत आत आले. दुसऱ्या गाडीतून मोहिनीला आपल्या दोन्ही बहिणी रडत खाली उतरताना दिसल्या. तिला सर्व काही विचित्र वाटलं. वाड्यात सकाळपासून स्वच्छता चाललेली. गडी माणसं जिकडंतिकडं जमखाने अंथरत होती. कुणाला कशासाठी म्हणून तिनं विचारलं, तरी तिला कोणी काही सांगितलं नाही. गावातल्या बायका येऊन बसून जात होत्या. कितीतरी बायका मोहिनीला मिठी मारून रडल्या. मोहिनीला वाटायचं आईंना बरं नाही म्हणून सर्व रडतात. पण जेव्हा तिनं आपल्या आबांना रडत गाडीतून उतरताना बघितलं, तेव्हा मात्र तिचा धीर सुटला. ती कुणाचाही विचार न करता आपल्या आबांजवळ गेली आणि त्यांचा हात धरून ती विचारायला लागली,

"आबा, हे सगळे का रडतात?''

शिवाजीरावांनी 'बेबी' म्हणत मोहिनीला एकदम मिठी मारली.

"पोरी तुझी आई आपल्या सर्वांना सोडून गेली गं.''

मोहिनी पुढं काही बोलायच्या आत तिला तिच्या मोठ्या वहिनी हाताला धरून आत घेऊन गेल्या. पुढं पाचच मिनिटात मोहिनीच्या आईचं शव गुलाबाच्या पाकळ्यांनी सजवलेल्या गादीवर ठेवलं गेलं. मोहिनी नि:स्तब्ध होऊन आपल्या

आईच्या चेहऱ्याकडं बघत होती. गावातील घरातील सर्व पाहुणे त्यांना हार घालून नमस्कार करत होते. बाहेर एका बाजूला भजनी मंडळ अखंड 'जय जय राम कृष्ण हरी' भजन म्हणत होतं. संपूर्ण वाड्यात रडण्याचा आवाज भरला होता.

''आक्का, चला आईंच्या पाया पडा.''

मोहिनी आपल्या आईंजवळ गेली आणि तिनं नमस्कार करण्याकरता डोकं जमिनीवर टेकलं. डोकं खाली टेकताच ती टाहो फोडून रडायला लागली.

मोठ्या वहिनींनी पुढं होऊन तिला मायेनं उठवलं आणि तिला आपल्याबरोबर आत घेऊन गेल्या.

रखमाबाईसाहेबांचं शव उचलताच गावातील बायकांनी हळदी-कुंकवाच्या पाण्याच्या बादल्या हातात धरल्या. शवापाठोपाठ हळदी-कुंकवाचं पाणी शिंपडलं जात होतं. शव दृष्टीआड होईपर्यंत सर्व नातेवाईक शिवाजीरावांना, सर्व भावंडांना आवरत होते.

त्यानंतरचे तेरा दिवस सर्व भावंडं तिथंच वाड्यात होती. ते दिवस वगैरे तिन्ही भावांनी अगदी शास्त्रोक्त पद्धतीनं पार पाडले. मोहिनी आपल्या आबांना सोडून राहत नव्हती. सारखी त्यांच्याजवळ बसून असायची. राणी, राधा त्यांच्या सासरची मंडळी सर्व येऊन भेटून गेले. मोहिनीच्या दोन्ही बहिणींना माहेरचा दु:खाचा आहेर केला गेला. त्या दोघी पण सर्वांना भेटून अगदी जड मनांनी आपल्या सासरी परत गेल्या.

पंधरा दिवसांतच सर्व वाडा एकदम रिकामा झाला. सर्वजण आपापल्या कामाला लागले. घरातील सर्व मुलं शाळेसाठी म्हणून परत कोल्हापुरला गेली. आता वाड्यात फक्त उरले मोहिनी आणि शिवाजीराव.

या पंधरा दिवसात शिवाजीराव खूप थकल्यासारखे वाटायचे. मुळातच ते शांत होते आणि आता तर ते क्वचितच बोलायचे. एक दिवस ते बाहेर सोप्यावर काहीतरी वाचत बसलेले. मोहिनीनं आपल्या आबांच्या जवळ बसत विचारलं,

''आबा, काय वाचताय?''

मोहिनीकडं बघत शिवाजीराव म्हणाले,

''जरा भगवतगीता वाचत होतो गं.''

''आबा, आई माझ्या स्वप्नात आल्या होत्या.''

''काय म्हणत होत्या.''

''काही नाही हेच त्यांचं नेहमीचं. कुणाशी भांडू नकोस, कुणाला त्रास देऊ नकोस, तुझी तब्येत नीट सांभाळ, आबांना नीट सांभाळ.''

''होय गं बेबी, त्यांना तुझी खूप काळजी होती बघ. पण तू कधी त्यांचं ऐकलं नाहीस.''

मोहिनीनं एकदम आपला पदर डोळ्यांना लावला.

''आबा, मी आईंना खूप खूप त्रास दिला.''

"नाही बेबी, तुझा त्रास त्यांना कधीच वाटला नाही. उलट तुझं सर्व काही करताना त्यांना आनंद वाटायचा. तुला हसलेलं बघितलं की त्यांचं मन आनंदानं भरून यायचं."

"आबा, मला परत भेटतील आई?"

शिवाजीरावांनी चमकून मोहिनीकडं पाहिलं. स्वत:ला सावरत ते तिला म्हणाले,

"बेबी तुला सोडून त्या कुठंच जाऊ शकत नाहीत. तुझ्या भोवतीच तर त्यांचा वावर आहे. नाहीतर सांग, आमच्या कुणाच्या स्वप्नात दर्शन न देता फक्त तुझ्याच स्वप्नात त्या का आल्या?"

"आबा, स्वप्न म्हणजे काय हो?"

शिवाजीराव मान हलवत मोहिनीला म्हणाले,

"बेबी, मला तरी कुठं माहीत आहे, स्वप्न म्हणजे काय?" आणि विषय बदलत ते म्हणाले,

"बेबी, मला एक कप चहा घेऊन येतेस?"

"आणते की." म्हणत मोहिनी उठली.

"मोहिनी चहाचा कप घेऊन आली. शिवाजीराव खुर्चीवर डोळे मिटून बसलेले. त्यांच्या चेहऱ्यावर ऊन पडलं होतं. पण त्याचं त्यांना भान नव्हतं.

"आबा, चहा घेताय ना?"

शिवाजीरावांनी आपले डोळे उघडले आणि त्यांनी मोहिनीच्या हातातून चहाचा कप घेतला.

"आबा, जरा सरकून बसा ना म्हणजे ऊन लागायचं नाही."

"हो गं नामस्मरण करता करता भानच राहिलं नाही बघ." शिवाजीराव म्हणाले,

"आबा, नामस्मरण कसलं करीत होता?"

"अगं, नामस्मरण देवाचं दुसरं कुणाचं?"

"नामस्मरण कशासाठी आबा?

"बेबी!" शिवाजीराव चहाचा घोट घेत म्हणाले, "अगं बरं वाटावं म्हणून त्याचं नामस्मरण करावं. वेडेवाकडे विचार मनात येत नाहीत. मनाला शांती मिळते. खरंच बेबी नामस्मरणात खूप शक्ती आहे. सुखदु:ख सारं काही विसरायला होतं."

शिवाजीराव भान हरपून बोलत होते. मोहिनी त्यांच्याकडं एकटक बघत होती.

◆

दिवस सरत होते. सर्वजण आपापल्या उद्योगात व्यस्त होते. मोहिनी दर

सोमवारी न चुकता अकरावा अध्याय वाचायची. जर चुकून विसरलीच तर शिवाजीराव तिच्याकडून वाचून घ्यायचे. सुट्टी लागली, की ती विक्रमच्या, अजयच्या, उदयच्या मुलांची वाट बघायची. ती मुलं पण आपल्या आत्यांना खूप माया लावायची. तिचा त्या सर्व मुलांत वेळ अगदी मजेत जायचा. ही मुलांची सुट्टी कधी संपूच नये, असं तिला वाटायचं. ते दिवस तिला बहरल्यासारखे वाटायचे. पण ते त्या मुलांच्या हातात होतं ना मोहिनीच्या हातात. सुट्टी संपल्यावर मुलं जायला निघाली की ती बिचारी भरल्या डोळ्यांनी त्यांना दारात उभी राहून निरोप द्यायची.

खूप दिवसांपासून राणी, राधाकडून काहीच खबरबात नव्हती. विक्रम, उदयना मोहिनी प्रतापरावांविषयी विचारायची. पण त्यावर ते नुसतं बघू या म्हणायचे. त्यामुळे ती खूप अस्वस्थ झाली होती. घरातील सर्वांना माहीत होतं की प्रतापरावांची प्रकृती जास्त बिघडल्यामुळे त्यांना उपचारासाठी राणी, राधा मुंबईला घेऊन गेल्या होत्या. त्यांना हेही माहीत होतं की प्रतापराव मृत्युशी झुंज द्यायला लागलेत. म्हणूनच सर्वजण मोहिनीला त्याबाबतीत टाळत होते. कोणीच आपल्याला नीट उत्तर देत नाही, नीट बोलत नाही, हे मोहिनीच्या मनाला खटकायला लागलं. शिवाजीरावांजवळ बसायला म्हणून जायची, तर ते सुद्धा काहीतरी निमित्त काढून उठून जायचे, हे सगळं तिला असह्य झालं होतं.

शिवाजीरावांनी मोहिनी कुठं दिसत नाही म्हणून ते तिच्या खोलीत गेले आणि मोहिनीला त्या अवस्थेत बघून ते तिच्याजवळ जाऊन बसले. मायेनं त्यांनी तिच्या डोक्यावरून हात फिरवला.

"बेबी, वर बघ बघू अगं काय वेडेपणा चालवलायस?"

मोहिनी एकदम आपल्या आबांना मिठी मारून रडायला लागली.

"आबा, माझं काय चुकलं का हो?"

"असं का वाटतंय तुला बेबी?"

मग विक्रम, उदय, अजय माझ्याशी का बोलत नाहीत? रोज त्यांचा आक्कांशी बोलल्याशिवाय दिवस चांगला जात नाही म्हणे; आणि आताच का हे सगळे दोन दिवस मला सारखं टाळतात? तिघी वहिनींना काय विचारायला गेलं की कामं आहेत, म्हणून निघून जातात. सगळेच मला टाळतात."

"बेबी, तसं काही नाही तू तर सर्वांची लाडकी. अगं खरंच सर्वांच्या डोक्यात काहीतरी कामं, विचार असणारच. अशा वेळेला आपण त्यांना त्रास देणं बरोबर नाही. मला बघ मी कसा शांत बसून नामस्मरण करतो. तसं तू पण कर. काहीतरी भलतासलता विचार मनात आणू नकोस. चल ऊठ लवकर न्हाणीत जाऊन तोंड धुऊन ये."

मोहिनी उठून खोलीबाहेर जाताच शिवाजीरावांचे डोळे भरून आले. देवासमोर

हात जोडत ते म्हणाले,

'परमेश्वरा, बेबीचं कुंकू सहीसलामत ठेव'

शिवाजीराव डोळे पुसत बाहेर सोप्यावर गेले.

त्या दिवशी जेवणाकडं कुणाचंच लक्ष नव्हतं पण मोहिनी मात्र पोटभर जेवून उठली.

दुसऱ्या दिवशी सकाळी अंघोळ करून मोहिनी आरशासमोर केस विंचरायला बसली. कुंकवाची डबी उघडून तिनं कुंकू लावायला घेतलं तर त्यात कुंकू संपलेलं. तिनं आपल्या मोठ्या वहिनींना हाक मारली. वहिनींनी खोलीत येत तिला विचारलं,

"दिवाणसाहेब, आपल्याला काही पाहिजे का?"

"वहिनी माझं कुंकू संपलंय, जरा तुमचं आणून देता काय?"

"देते हं दिवाणसाहेब", म्हणत डोळ्यांना पदर लावतच वहिनी खोलीबाहेर गेल्या. मोलकरणीकडून पाठवलेलं कुंकू आरशासमोर बसून मोहिनीनं आपल्या कपाळी लावलं. तिच्या तिघी वहिनी दारातून हे बघत होत्या. तिघींच्याही तोंडून एकच वाक्य आलं-

'दिवाणसाहेबांच्या कुंकवाला परमेश्वरानं धक्का लावू नये.'

'बेबी, पोथी वाचलीस का गं?"

"आबा, बरी आठवण करून दिलीत आताच वाचायला घेते हं."

शिवाजीरावांच्या वाड्यात शांत वातावरण असणं साहजिकच होतं. कारण कितीही झालं तरी प्रतापराव ह्या घरचे ज्येष्ठ जावई होते. मोहिनीचे पती तसेच ते राणी, राधाचे वडील होते. त्यामुळे कुणी व्यक्त करत नसलं तरी प्रत्येकाच्या मनामध्ये त्यांच्याविषयी थोडीतरी सहानुभूती होतीच आणि ह्यामुळे मोहिनी त्यांच्यासमोर जेव्हा वावरायची तेव्हा सर्वांनाच तिला बघून कासावीस व्हायचं, तिच्याशी बोलण्याचं कुणाचंच धाडस होत नव्हतं.

देवाची पोथी वाचून मोहिनी सरळ स्वयंपाकघरात गेली. तिथं तिच्या थोरल्या वहिनी होत्या.

"वहिनी!"

"या दिवाणसाहेब, आवरलं का सगळं?"

"होय वहिनी, वहिनी मला खूप भूक लागली आहे हो, काहीतरी खायला देता का?"

"आज लवकर दिवाणसाहेब?"

"वहिनी काही कळेना बघा, भुकेनं अगदी पोटात कालवायला लागलंय."

"बसा दिवाणसाहेब."

मोहिनी पाटावर बसली. तिच्या त्या निष्पाप चेहऱ्याकडं बघून वहिनींचे डोळे

भरून आले. पण शांतपणे वहिनींनी एक गरम भाकरी आणि भाजी ताटात घालून मोहिनीला दिली. वहिनींकडं लक्ष न देता मोहिनी खात म्हणाली,

"वहिनी, आज भाजी खूपच चांगली झाली आहे हो."

एक भाकरी संपवून तिनं दुसरी भाकरी मागून घेतली. त्या भाकरीचे एक-दोन तुकडे खाल्ले असतील तेवढ्यात विक्रमनी आपल्या पत्नीला हाक मारली.

"अहो, जरा ऐकलं का?"

बाहेर जाताच त्यांनी वहिनींना जरा बाजूला घेत म्हटलं,

"दाजी गेले."

"काय...?"

"अहो, जरा हळू आक्का ऐकतील!"

मोहिनी स्वयंपाकघरातून बाहेर येत विक्रमना म्हणाली,

"विक्रम, जरा गरम भाकरी आणि भाजी खाता? वहिनींनी छान भाजी केली आहे बघा."

"नको आक्का, भूक नाही."

एवढं बोलून ते आपल्या बायकोला घेऊन वर माडीवर गेले आणि तिला म्हणाले,

"अहो हे बघा, सर्व धीरानं घ्या आपण सर्व उद्या आक्कांना घेऊन त्यांच्या गावी जायचं आहे. दाजीचं शव उद्यापर्यंत तेथे पोहोचेल म्हणे."

"काय हो हे दिवाणसाहेबांचं नशीब? दाजीसाहेबांच्या नावाचं केवढ्या कौतुकानं मंगळसूत्र घालायच्या. एखादा मणी जरी पडला तरी बिचाऱ्यांना ते गोठवून होईपर्यंतही धीर नसायचा आणि तेवढासुद्धा दागिना त्यांच्या अंगावर परमेश्वराला बघवेना आणि हॉस्पिटलमधून त्या स्वत:च्या घरी पहिल्यांदा जाणार आणि ते पण हे काळे मणी उतरायला!" विक्रमच्या पत्नींना पुढं बोलवलं नाही.

"अहो, तुम्हीच आता आक्कांकडं तुमची मुलगी म्हणूनच बघितलं पाहिजे. आता कुठंतरी त्या बिचाऱ्या आईच्या दु:खातून सावरल्या. अहो कळत नाही म्हणून काय झालं? आईचा तो स्पर्श, त्यांची आक्कांना मारलेली हाक, आईचं त्यांच्या बरोबरचं बोलणं. सर्व काही आक्कांना आठवत असेल की? तशी आक्कांची स्मरणशक्ती आमच्या सर्वांपेक्षा जास्त चांगली आहे. त्यांना सर्व काही व्यवस्थित आठवतं बघा. जरा कुठं ह्या सर्व गोष्टींचा विसर पडला असेल असं वाटायचं. तेवढ्यात हे त्यांच्या नशिबी यावं! परमेश्वरानं माझ्या आक्कांच्या वाट्याला एवढं दु:ख का द्यावं? त्या बिचारीनं कुणाचं वाईट केलंय? साध्या मुंगीला पण त्यांनी दुखावलं नसेल. गेल्या जन्माचे भोग म्हणावे पण एवढी वर्षं? एवढं बोलून विक्रमनी आपले डोळे पुसले. आपलं तोंड धुऊन ते जिना उतरून खाली गेले.

पाठोपाठ त्यांच्या पत्नी पण खाली गेल्या.

आपल्या वहिनींना बघून मोहिनी म्हणाली,

"वहिनी, आज कधी नाही ते अडीच भाकरी खाल्ली बघा, कुठून एवढी भूक लागली काही कळलंच नाही. आता नाही सर्वांच्याबरोबर जेवणार हं."

"अहो दिवाणसाहेब, किती छोट्या भाकऱ्या होत्या."

"वहिनी, तुमचे डोळे एवढे लाल कशाने झालेत? तरी सांगत होते जास्त चुलीजवळ बसू नका म्हणून बघा ते धुरानं काय झालं. जा जरा न्हाणीत आणि गार पाण्यानं डोळे धुवा."

मोहिनीच्या वहिनींना काही बोलवेना. त्या न्हाणीत जाऊन खूप रडायला लागल्या. त्यांच्या डोक्यात एकच भीती होती. आता दिवाणसाहेबांना काय सांगायचं?"

मोहिनी आपल्या आबांजवळ जाऊन बसली.

"आबा, खूप भूक लागली म्हणून आज तुमच्या आधीच जेवले बघा. आबा दोन दिवस झाले बघते, तुम्ही माझ्याशी खूप तुटक तुटक बोलता हो. माझा तुम्हांला कंटाळा आला का?"

शिवाजीरावांनी मोहिनीला एकदम जवळ घेतलं.

"अगं बेबी, असा विचार पण करू नकोस. अगं तुझ्याशिवाय आता माझ्या आयुष्यामध्ये काय उरलंय? तुझ्यासाठी म्हणून तर जगतोय. तुला कंटाळून कुठं जाऊ? शिवाजीराव आपल्या मनाला सावरत म्हणाले. आतून मोठ्या वहिनींनी येऊन तिला आत नेलं.

"दिवाणसाहेब उशीर झालाय आता झोपा जरा."

मोहिनी, पलंगावर आडवी झाली. वर छताकडे बघत ती झोपायचा प्रयत्न करायला लागली. तिनं डोळे मिटले होते. पण झोप येत नव्हती. पहाटे पहाटे तिचे डोळे जडावले.

"अहो, मला सतार वाजवता येईल?"

"मोहिनी, तुझ्या बोटांकडे कधी बघितलंस का? ही बोटं कलावंताची आहेत. कदाचित माझ्याहीपेक्षा चांगली सतार तुझ्या बोटांतून बोलेल."

"मला शिकवाल?"

"का नाही? माझी लाडकी पत्नी माझी शिष्या झाली तर त्यासारखा आनंद नाही."

मोहिनी सतार छेडत होती. मान डोलावत प्रतापराव दाद देत होते.

मोहिनी दचकून जागी झाली. क्षणभर तिला काहीच समजलं नाही. ती अंथरुणात उठून बसली. बाहेर उजेडलेलं दिसत होतं. ती उठून खाली आली. चूल भरण्यासाठी ती न्हाणीकडं जात होती. समोर विक्रमना बघून तिनं त्यांना विचारलं,

"विक्रम, चहा घेतला?"

"हो घेतला. तुम्ही अजून घेतला नसेल. बरं आक्का, आपण जरा तुमच्या गावी जाऊन येऊ या?"

"विक्रम, अगदी माझ्या मनातलं बोलला बघा. खूप दिवसांपासून ह्यांना बघायची इच्छा होती. पण कुणाला सांगणार? राणी, राधाकडं चौकशी करावी म्हटलं, तर त्या पण बरेच दिवस इकडं आल्या नाहीत."

◆

"आक्का, तिथं गेल्यावर शांत राहायचं. बिलकूल दंगा करायचा नाही, राणी, राधाला भेटायचं आणि आपण परत यायचं."

विक्रम असं का बोलायला लागलेत. हे तिला बिचारीला काहीच कळलं नाही. तिघं भाऊ, भावजया, मोहिनी, दोन गडी माणसं सर्व मिळून जीपमधून मोहिनीच्या गावाकडं जायला निघाले. मोहिनीच्या मनाला खूप वर्षांनी आपल्या गावी आपल्या घरी जाणार ही कल्पना सुखावत होती. मोहिनीचं सगळं लक्ष गाडीबाहेरच होतं. मधे मधे ती आत गाडीत बघायची, तर तिला तिन्ही वहिनी डोळे पुसताना दिसायच्या.

"कशाला वहिनी रडताय? ह्यांना बरं वाटेल बघा. माझ्याकडं बघा मी कसं मन घट्ट केलंय." तरीपण कोणी काही बोललं नाही.

गाडीनं आता मोहिनीच्या गावात प्रवेश केलेला. जिकडं बघावं तिकडं शुकशुकाट. बाजारपेठेतील दुकानं पण बंद होती. गाडी प्रतापरावांच्या वाड्याकडं निघालेली. संपूर्ण गल्लीच्या कोपऱ्यांपर्यंत गाड्या लागलेल्या

मोहिनीच्या तोंडातून एकदम वाक्य आलं-

"एवढी सगळी माणसं ह्यांना बघायला आलेत की काय? ह्यांना पहिल्यापासूनच माणसाचं वेड फार. अगदी तुमच्यासारखं आहे बघा विक्रम."

गाडी वाड्याजवळ थांबताच विक्रमांनी परत आपल्या आक्कांना सांगितलं,

"आक्का, अगदी शांत राहायचं हं."

मोहिनीनं आपल्या मोठ्या वहिनींचा हात धरून वाड्यात प्रवेश केला. जिकडंतिकडं रडण्याचे आवाज येत होते . सर्व वाडा आत-बाहेर लोकांनी भरलेला होता. भजनाचे स्वर पण कानावर पडत होतं. प्रतापरावांच्या भावांनी येऊन त्या सर्वांना वर नेलं. मोहिनीला घाबरलेलं बघून वहिनींनी तिचा हात घट्ट धरला. प्रत्येकजण प्रतापरावांना हार घालून नमस्कार करत होते. मोहिनी इकडंतिकडं बघायला लागली. राणी, राधा पलंगाजवळ बसून खूप रडत होत्या. आपल्या मामांना बघून त्यांना मिठी मारून त्या खूप रडायला लागल्या. राणी, राधा आपल्या आईला येऊन भेटल्या. दोघींना

आवरणं कठीण झालं.

मोहिनीला वहिनींनी धरून प्रतापरावांच्या पलंगाजवळ नेलं आणि त्यांनी मोहिनीच्या कानात काहीतरी सांगितलं. त्याप्रमाणं मोहिनीनं आपल्या गळ्यातलं मंगळसूत्र प्रतापरावांच्या पायाजवळ ठेवलं. नमस्कार करण्यासाठी तिनं आपलं डोकं प्रतापरावांच्या पायावर टेकलं. डोळे पाणावले. मनातल्या मनात ती एवढं म्हणाली,

'तुम्ही पण मला एवढ्यात कंटाळलात?'

मोहिनीला घेऊन घरातील बायका दुसऱ्या खोलीकडं गेल्या. मोहिनी अगदी शून्य नजरेनं इकडंतिकडं बघत होती. राणी, राधा, प्रतापरावांच्या बहिणी सर्व मोहिनीजवळ बसलेल्या. मोहिनीची नजर सारखी इकडंतिकडं फिरत होती. कदाचित जुन्या आठवणी तिच्या डोळ्यांसमोर तरळत असतील.

प्रतापरावांचं शव उचललं गेलं. मुलींना मात्र आवरणं कठीण झालं. सर्वांनी परत प्रतापरावांचं अंतिम दर्शन घेतलं. मोहिनीनं पण आपले हात जोडले. तिच्या डोळ्यातून झरझर अश्रू ओघळले. पण ती शांत होती. वाड्याच्या बाहेर प्रतापरावांचं शव नेताच मोहिनी आपल्या भावांकडं बघत म्हणाली,

''विक्रम, आपण निघू या का?''

एकवार तिघांनी पण आपल्या आक्कांकडं बघितलं आणि राणी, राधाचा निरोप घेऊन मोहिनीसह सर्व आपल्या गाडीकडं गेले. परतीचा संपूर्ण प्रवास मोहिनी अगदी शांत बसली होती. आपल्या वाड्यात पोहोचताच मोहिनी न्हाणीमध्ये गेली.

न्हाणीतून जेव्हा ती परत आली तेव्हा तिचे डोळे लालबुंद झाले होते. ती कुणाशीही काही न बोलता पलंगावर आडवी झाली. शिवाजीराव सर्वांना म्हणाले, ''तिला झोपू द्या. ती तशी हुशार आहे. कितीही खोल घाव असले तरी ती ते सहन करेल. तिच्यासाठी दोनच व्यक्ती महान. एक तिचा नवरा आणि दुसरा तिचा बाप. आता मी एकटाच उरलो तिच्या आयुष्यात. प्रतापरावांनी दुसरं लग्न केलं नसतं तर ती आज स्वत:च्या घरात असती.'' शिवाजीरावांना पुढे बोलवेना. ते गदगदून रडायला लागले. विक्रमनी त्यांना आपल्या मिठीत घेतलं.

''विक्रम, आपल्या बेबीनं किती सहन करायचं रे? त्या पोरी पण पोरक्या झाल्या बघ. धड बाप नाही आणि आई असून ती पण त्यांच्यापासून लांब. आज मोहिनी जर त्या वाड्यात असती, तर त्यांना किती मोठा आधार वाटला असता.''

''खरं आहे आबा, मला त्या दोघींनी जेव्हा मिठी मारली तेव्हा त्यांना कसा धीर द्यायचा मला कळलं नाही.''

शिवाजीरावांच्या तिघी सुना मोहिनीच्या खोलीत बसून होत्या. मोहिनी रात्री पण जेवली नाही. फक्त एक कप कॉफी घेऊन ती झोपली. मोहिनीला छताकडं बघत असताना केव्हा झोप लागली कळलं नाही. झोपेतच ती भूतकाळात हरवली. तिला

एक गोड स्वप्नं पडलं.

"अहो, अहो, तुम्ही काय करायला लागला आहात? किती हाका मारायच्या? साधी ओसुद्धा देत नाही बघा." बोलत बोलत मोहिनी प्रतापरावांच्या खोलीत आली. आता कळलं ओ का देत नाही ते. ही माझी सवत आहे ना तुमच्या मांडीवर. मग कशाला लक्ष द्याल तुम्ही आमच्याकडं! खरोखरच इतका एकेकदा राग येतो ना हिचा!."

"अहो बाईसाहेब, ह्या माझ्या सतारीनं बिचारीनं तुमचं काय हो वाईट केलंय?" सतार बाजूला ठेवत प्रतापराव म्हणाले, "तुमच्या हाताला ही कसली घाण लागलीय.?"

मोहिनीनं बघण्यासाठी आपला हात पुढं करताच प्रतापरावांनी हळूच तो हात धरत तिला आपल्याकडं ओढलं. मोहिनी क्षणातच त्यांच्या मांडीवर कलंडली.

"अहो, कोणी आलं तर काय म्हणेल?"

"काही कोणी म्हणत नाही. मोहिनी तुम्ही आजकाल स्वयंपाक शिकण्यात, सतार शिकण्यात, भरतकाम शिकण्यात मशगूल असता म्हणून मग आम्ही सतार थोडा वेळ छेडली तर एवढा राग! तुम्ही जर अशा आमच्याजवळ बसला, तर कशाला हो आम्हांला सतार आठवेल."

"सुरू झालं तुमचं? कोणी बघितलं तर काय म्हणतील माहीत आहे तुम्हांला?"

"काय म्हणतील सांगा पाहू?"

"मोहिनीचा नवरा बाईलवेडा."

"आम्हांला ते मान्य आहे."

"काही लाजच नाही बघा तुम्हांला!" ह्यावर प्रतापराव मनमोकळे हसायला लागले. मोहिनीपण त्या हसण्यात सामील झाली.

मोहिनी दचकून जागी झाली. अंथरुणात उठून तिनं पाहिलं तर सगळीकडं काळोख पसरलेला. न कळत तिच्या डोळ्यातून झरझर पाणी वाहायला लागलं. सर्व वातावरण तिला कसं भयाण वाटू लागलं. तिनं आपल्या पायात स्लीपर घातले आणि ती शिवाजीरावांच्या खोलीकडं चाचपडत चाचपडत गेली. शिवाजीराव जागेच होते. ते काहीतरी वाचत बसलेले. मोहिनीला बघताच त्यांनी विचारलं,

"बेबी, तुला काही हवं आहे काय?"

"आबा, मी इथं तुमच्याजवळ झोपू? खूप भीती वाटायला लागली आहे बघा."

"अगं झोप ना बेबी, त्यात काय विचारतेस?"

"मोहिनी आपल्या आबांच्या पलंगावर झोपली. सकाळी तिला लवकर जाग आली नाही आणि तिला कुणी उठवलं पण नाही.ती जेव्हा उठली तेव्हा आपले आबा खुर्चीत काहीतरी वाचत बसलेले तिनं पाहिलं.

“आबा, आज मला उठायला उशीर झाला बघा. तुम्ही तरी उठवायचं होतं.”

“बेबी, इतकी छान झोप लागलेली तुला कशाला तुझी झोपमोड करू?”

“आबा, काय वाचायला लागलाय?”

“अगं भगवतगीता वाचायला लागलोय.”

“आबा, तुमच्या खोलीत खूप शांत झोप लागली बघा.”

एवढं बोलून मोहिनी न्हाणीत गेली. तोंड धुऊन मोहिनी जेव्हा बाहेर आली तेव्हा तिच्या मोठ्या वहिनी हातात चहाचा कप घेऊन तिची वाटच बघत उभ्या होत्या.

“वहिनी कशाला त्रास घेतलात मी स्वयंपाकघरात आले असते की.”

“ह्यात कसला आलाय त्रास दिवाणसाहेब.”

“तुम्ही चहा घेतला वहिनी?”

“हो दिवाणसाहेब, आताच घेतला.” थोड्या वेळानं वहिनींनी तिला विचारलं. “दिवाणसाहेब, झोप लागली की नाही?”

मोहिनीचे डोळे पाणावले. वहिनींच्या पोटात कालवून आलं. त्यांनी मोहिनीच्या हातातली कपबशी बाजूला ठेवत तिला एकदम आपल्या मिठीत घेतलं. मोहिनी वहिनींच्या मिठीत सामावत हमसून हमसून रडायला लागली. वहिनींनी तिला शांत करायचा प्रयत्न केला नाही. तिचं मन हलकं होईपर्यंत तिला तसंच मिठीत घेतलं. खरोखरंच वहिनी आता तिला आपली मुलगी म्हणूनच सांभाळत होत्या.

थोड्या वेळानं मोहिनी स्वत: न्हाणीत गेली आणि स्वच्छ तोंड धुऊन बाहेर आली. परत आपल्या वहिनींजवळ बसत ती म्हणाली,

“वहिनी, तुम्हांला उगीचच त्रास दिला बघा.”

“असं का म्हणता दिवाणसाहेब? आपण एकमेकांना समजून घ्यायचं नाहीतर कोणी घ्यायचं?”

“कसलं काय आलंय वहिनी! माझ्या नशिबातच संसारसुख नसेल, तर त्याचा विचार करणं पाप आहे आणि आता तर काय संपलंच सगळं.” तिनं आपला पदर डोळ्यांना लावला. “वहिनी ह्या परमेश्वराला हे सगळं जर माहीत होतं, तर त्यानं मला ह्या संसाराच्या मोहात का टाकलं?”

मोहिनी आज खूप विचारपूर्वक बोलत होती. वहिनींना तिला काय सांगून समजवायचं तेच कळत नव्हतं. पुढं मोहिनीच बोलू लागली,

“वहिनी, माझा कुणाला काय उपयोग आहे? मला का या परमेश्वरानं नेलं नसेल? त्या मुलींची होरपळ, माझी ही अवस्था, काय सुख मिळत असेल हे सर्व बघून त्या परमेश्वराला? ह्यांना ठेवलं असतं तर निदान त्या मुली पोरक्या झाल्या नसत्या. मला वेडीला पाठीमागं ठेवून काय उपयोग? उलट जिथं राहीन तिथं सर्वांना माझं ओझंच ना?” बोलता बोलता तिला हुंदका आवरता आला नाही. ‘दिवाणसाहेब’

म्हणत वहिनींनी तिला एकदम मिठीत घेतलं. त्यांच्या डोळ्यातील अश्रू मोहिनीच्या पाठीवर पडत होते. मोहिनी पण त्यांच्या कुशीत मुसमुसून रडू लागली. कोण ह्या मोहिनीला मेंटल पेशंट म्हणेल? ती खूप विचारपूर्वक बोलत होती. ती डोळे पुसत वहिनींना म्हणाली,

"वहिनी, आता ह्या परमेश्वराकडं एकच मागते की मला आता दगड कर. ह्या मेंटल आजाराबरोबर जर भावना जागृत झाल्या नसत्या, तर वहिनी फार बरं झालं असतं बघा."

मोहिनीचा चेहरा रडून रडून लालबुंद झाला होता. ती तशीच उठून न्हाणीकडं गेली. वहिनी मात्र अश्रूपूर्ण नजरेनं अजूनही पलंगावर बसून होत्या. एवढा वेळा दारात उभे राहून सर्व ऐकत उभे राहिलेले शिवाजीराव खोलीत येत आपल्या सूनबाईंना म्हणाले,

"अहो, ही मोहिनी खूप हुशार आहे हो. बघितलं ना तिचे विचार किती सुंदर आहेत. का म्हणून तिच्याच वाट्याला हे यावं."

आपला पदर डोक्यावर नीट घेत वहिनी म्हणाल्या,

"खरोखरच पिताजी आमचे देखील एवढे मोठे विचार नाहीत हो."

तेवढ्यात मोहिनी खोलीत आली. तिचा चेहरा लालबुंद झाला होता.

"आबा, असे उभे का? बसा ना."

"अगं बेबी, तुला आवडेल असं पुस्तक आम्ही मागवून घेतलंय, तेच सांगायला आलोय."

"कुठलं पुस्तक आबा?"

"दासबोध, चल मी तुला वाचून दाखवतो."

"चला आबा." म्हणत मोहिनी आपल्या आबांबरोबर बाहेर सोप्यात गेली. पाठीमागून थोरल्या वहिनी तिला शून्य नजरेनं पाहात तशाच उभ्या होत्या.

◆

"मोहिनी, दासबोध हा ग्रंथ खूप प्रसिद्ध आणि महान आहे. ह्या ग्रंथाला खूप महत्त्व आहे. जेव्हा जेव्हा मी हा वाचेन, तेव्हा मन लावून ऐकत जा." शिवाजीराव दासबोधाविषयी मोहिनीला सांगत होते.

"आबा, हे पुस्तक वाचायच्या आधी मला थोडं ह्याचं महत्त्व सांगा म्हणजे तुम्ही वाचताना मला समजायला जरा सोपं जाईल."

"बेबी, दासबोध हा ग्रंथ रामदास स्वामींनी लिहिला होता. त्यांनी भेट स्वरूपात हा ग्रंथ शिवाजीमहाराजांना दिला. शिवाजमहाराजांनी या ग्रंथाला आपल्या माथ्याला

लावून त्याचा स्वीकार केला. हा ग्रंथ आपल्याला भक्तीचे मार्ग सांगतो, शहाण्या माणसाची लक्षणं दाखवतो, माणसानं जीवनामध्ये कसं वागावं, हे शिकवतो. त्याबरोबर मूर्ख माणसाची लक्षणं पण दाखवतो.''

''म्हणजे आबा माझ्यासाठी काय?''

''बेबी, तू मूर्ख नाहीस. तू दुःखी आहेस आणि बेबी मी वाचून दाखवत असताना किंवा सांगत असताना मधे बोलायचं नाही ऐकतेस ना?''

''हो आबा.''

''बेबी, तू हा ग्रंथ जर समजून घेतलास तर तू कुठल्याही परिस्थितीचा सामना करू शकशील. अगं जन्म जसा आहे तसा मृत्युसुद्धा अटळ आहे. जन्म घेतो म्हणून कोणी जन्म घेऊ शकत नाही तसंच आपण मरतो म्हटलं तरी सहज मरण येत नाही. प्रत्येक गोष्टीची वेळ यावी लागते.''

मोहिनी लक्ष देऊन आपल्या आबांचं बोलणं ऐकत होती.

''बेबी, तुझ्या आयुष्यामध्ये जे घडलं ते घडायला नको होतं पण विधिलिखित जे काही लिहिलं आहे ते कुणालाही टाळता येत नाही. येईल त्या प्रसंगाला तोंड देण्याचं तुझ्यात सामर्थ्य आहे. ते तू टिकविण्याचा प्रयत्न कर. अशी घाबरू नकोस. अगं सीतेसारख्या राजकुमारीला पण चौदा वर्षं वनवास भोगावा लागला. अग्निपरीक्षा द्यावी लागली. रामाशी लग्न केलं तेव्हा तिला माहीत होतं काय की आपल्याला ह्याच्याबरोबर वनवास भोगावा लागणार आहे?''

''पण आबा, तिच्या सोबतीला राम आणि लक्ष्मण होते. इथं मी एकटीच होते ना?''

क्षणभर शिवाजीराव अचंबित झाले पण स्वतःला सावरत म्हणाले,

''बेबी तू म्हणतेस, ते बरोबर आहे. पण अग्निपरीक्षा सीतेला एकटीलाच द्यावी लागली ना? म्हणूनच तुला सांगत असतो. तुला दोन मुली, जावई आहेत. नातवंडं, भाऊ, भावजया, बहिणी एवढा मोठा परिवार आहे. त्यांचा विचार कर. पाठीमागे तुझ्या आयुष्यामध्ये जे काही घडलं त्याचाच विचार करत बसू नकोस. रडत बसू नकोस.''

''आबा, तुम्ही जे बोलता ते खरं आहे. आतापर्यंत वाटायचं मी एकटीच दुःखी आहे. पण तुमच्याकडून हे सर्व ऐकल्यावर आता थोडं जगण्याचं बळ मिळेल बघा. आबा, तुम्ही काही काळजी करू नका. मी लवकरात लवकर सर्व काही विसरायचा प्रयत्न करेन.''

''कसं असतं बेबी, आयुष्यामध्ये सगळे सुखाचे सोबती असतात. पण दुःखात क्वचितच एखादा. कोणी नसतं म्हटलं तरी हरकत नाही. भरल्या घरात आपण रडायला लागलो, तर माणसं थोड्याच दिवसांत आपल्याला कंटाळायला लागतात.

माझ्याकडं बघ, तुझी आई संपूर्ण आयुष्यभर माझी सावली म्हणून वावरली. आम्ही दोघांनी मिळून हिवाळे, उन्हाळे, पावसाळे सर्व एकत्र काढले. तुझी आई माझ्याबरोबर नसती तर मला तुम्हा सर्व भावंडांना वाढवणं शक्य होतं कां? अगं जखमांचे घाव मलमपट्टीनं जसे भरून येतात, तसंच हृदयाचे घाव पण माणसाच्या प्रेमानं भरून आले पाहिजेत.'' मोहिनीकडं पाहत शिवाजीराव म्हणाले.

''बेबी, कळतंय ना, मी जे बोलतोय ते?'' आपले डोळे पुसत मोहिनीनं आपली मान हलवली.

''मी हे कठोर शब्द बोलतोय म्हणून राग मानू नकोस. मी ह्या घराबद्दल किंवा तू इथं राहतेस म्हणून हे तुला सांगत नाही. पण बेबी हा जगाचा नियम आहे. हसत हसत दुसऱ्यांना हसवत देखील आपली दुःख पचवता येतात आणि एवढं तू शिकावसं असं मला मनापासून वाटतंय.''

''आबा, तुम्ही सांगताय तशी मी वागण्याचा प्रयत्न करीन.''

''तू खूप विचारी आहेस बेबी, तुला काहीही अवघड जायचं नाही. फक्त मनापासून प्रयत्न कर.'' शिवाजीरावांनी आपले डोळे पुसले. ''बेबी, मी समजू शकतोय तुझे घाव अजून ताजे आहेत, तुला सावरायला खूप वेळ लागेल. पण तुझा कुणाला कंटाळा येईल एवढा वेळ लावू नकोस.''

मोहिनीचे डोळे भरून आले पण ती शांतपणे आपल्या आबांचं बोलणं मन लावून ऐकत होती.

''बेबी, तुला माझा राग नाही ना आला?''

''छे! हो आबा! उलट तुमचे हे शब्द मला जगायला शिकवतील. तुमचा माझ्यावर एवढा जीव आहे म्हणून तर तुम्ही वारंवार मला सावरण्याचा प्रयत्न करताय. आबा, आपण दासबोधाचं वाचन केव्हापासून करायचं?''

''बेबी, आपण उद्यापासून दासबोधाचं वाचन सुरू करू या. सगळे आपल्या मनाचे आणि नशिबाचे खेळ आहेत बघ बेबी. माणसानं ठरवलं तर तो काहीही करू शकतो. तू असे चांगले ग्रंथ वाचायला लागलीस, तर आपोआप तुला त्याची गोडी निर्माण होईल आणि त्यात तुला मनःशांती तर मिळेलच शिवाय तुझं मन पण प्रसन्न राहील. जा जरा आत जाऊन सर्वांशी गप्पा मारत बैस.''

मोहिनीनं आत जाऊन आपलं तोंड स्वच्छ धुतलं आणि ती स्वयंपाकघरात गेली. तिच्या मोठ्या वहिनी भाजी नीट करत बसलेल्या, मोहिनीला बघताच त्या म्हणाल्या,

''दिवाणसाहेब या, बसा ना!''

''वहिनी, ती भाजी द्या माझ्याकडं, मी भाजी नीट करते तुम्ही दुसरं काहीतरी कामं करा.''

क्षणभर वहिनी मोहिनीकडे बघतच राहिल्या. काही न बोलता वहिनींनी आपल्या पुढ्यातलं भाजीचं ताट मोहिनीकडं दिलं आणि स्वत: चुलीजवळ गेल्या.

"वहिनी, सुट्टी लागली ना हो? मग मुलं अजून कशी नाही आलीत?"

"दिवाणसाहेब, पुढच्या आठवड्यात सगळे ह्यांच्याबरोबर येताहेत?"

"वहिनी, खरंच, विक्रम पण येणार आहेत?"

वहिनी मोहिनीकडं बघून हसल्या.

"वहिनी, का हसलात? अहो, विक्रम घरात असले की खूप मोठा आधार वाटतो बघा आणि मुलं आली की घर कसं भरल्यासारखं वाटतं."

भाजी नीट करून झाल्यावर मोहिनी आपल्या खोलीकडं गेली. आणि आपल्या पलंगावर बसून शांतपणे नामस्मरण करायला लागली. थोड्याच वेळात वहिनींनी तिला जेवणाकरिता हाक मारली. सर्वांच्याबरोबर गप्पा मारत मोहिनी जेवली. आपल्या आबांच्या शब्दांचा तिच्या मनावर खूप प्रभाव पडला होता. कुठंतरी कोपऱ्यात बसून तिचं मुसमुसून रडणं पाहून शिवाजीरावांना मोहिनीची खूप काळजी वाटायची. पण तिच्यातला हा बदल पाहून शिवाजीरावांना समाधान वाटलं.

◆

दुसऱ्या दिवशी मोहिनी आपली अंघोळ आटोपून सोप्यावर आपल्या आबांची वाट बघत बसलेली. शिवाजीरावांनी येताच तिला विचारलं,

"बेबी, आज आमच्या आधी सर्व आटोपलंस?"

"आबा, तुम्ही आजपासून दासबोध वाचून दाखवणार आहात ना?"

"मी विसरलो नाही बेबी."

आपल्या हातातला ग्रंथ त्यांनी तिला दाखवला. आपल्या खुर्चीवर बसत त्यांनी तिला शेजारी बसायला सांगितलं. मोहिनीचं सगळं लक्ष त्या ग्रंथाकडं होतं.

'बेबी, असं काय बघत बसलीस? चल आधी त्या ग्रंथाला नमस्कार कर."

मोहिनीनं त्या ग्रंथासमोर आपलं डोकं टेकलं पण उभी राहण्याऐवजी परत ती त्या ग्रंथाकडं बघत राहिली.

"बेबी, काय झालं? असं का बघत बसलीस?"

"आबा, हा खरंच दासबोध आहे का हो?"

"अगं हो असं का विचारतेस?"

'अरे बापरे, एवढा मोठा? केव्हा हो आबा हा वाचून व्हायचा?"

"अगं बेबी, बघूनच घाबरलीस मग लिहिणाऱ्यानं किती कष्ट घेतले असतील ह्याचा विचार केलास?"

"होय की हो आबा, याचा विचार मी केलाच नाही.'

"अगं मी काही संपूर्ण ग्रंथ वाचणार नाही. जेवढं जेवढं महत्त्वाचं आहे तेवढंच मी तुला वाचून दाखवणार आहे. वाचू ना बेबी?"

"हो आबा वाचा ना मी ऐकते."

"आज मी तुला ह्यात जे गणपतीचं महत्त्व सांगितलं आहे ते वाचून दाखवतो."

"आबा, गणपती नको हो."

"काय हे बेबी, देवाबद्दल असं बोलतात काय!"

"अहो आबा, माझा राम गेल्यावर आम्ही वाड्यात गणपती पुजायचा बंद केला."

"ती तुमची खूप मोठी चूक झाली बेबी, अगं ह्या सर्व नशिबाच्या गोष्टी असतात. तुम्ही त्यासाठी परमेश्वराला का दोष देता? आपल्या आयुष्यामध्ये चांगलं काही घडलं तर तुम्ही त्या परमेश्वराला विसरता आणि वाईट काही घडलं तर लगेच तुम्ही परमेश्वराला दोष देता. अगं या वाड्यात पण अनेक संकटं आली-गेली. म्हणून काही आम्ही गजाननाची स्थापना थांबवली नाही."

"तुम्ही बोलताय ते खरं आहे. आबा, आमचंच चुकलं. आबा, तुम्ही मला गणपतीचं महत्त्व वाचून दाखवा, मला ऐकायला आवडेल?"

"हे बघ बेबी, मी संपूर्ण वाचन समजावून सांगेपर्यंत शांत राहायचं. माझं संपूर्ण सांगून झाल्यावर वाटलं तर तू मला प्रश्न विचार."

मोहिनी अगदी शांत बसलेली पाहून शिवाजीरावांना समाधान वाटलं.

"बेबी, गजाननाला विघ्नहर्ता पण म्हणतात. जगात ज्याला कोणी नाही त्याला गजानन असं आहे म्हणतात. विष्णू-शंकरासारखे देव पण त्याला नमस्कार करतात. त्याची आपण मनापासून भक्ती केली की, आपल्या कुठल्याही कामात अडथळे येत नाहीत आणि आपलं मन प्रसन्न राहतं. हा चौदा विद्यांचा स्वामी आहे. सर्व विद्यांचा स्वामी म्हटला तरी चालेल. बेबी, तू या गजाननाचं नामस्मरण तरी करून बघ. तुला कसलीही भीती वाटणार नाही आणि तुझ्या उर्वरित जीवनाची वाटचाल पण तोच तुला दाखवेल. बेबी, ऐकते आहेस ना?"

"होय आबा, तुमचं बोलणं मनापासून ऐकते आहे."

"बेबी, ह्या सर्व गोष्टींबरोबर आपली लक्षणं पण उत्तम हवीत. कसल्याही गोष्टीत वाद घालत बसायचं नाही. शक्य तेवढं शांत राहायचं. विचार केल्याशिवाय बोलायचं नाही, कुणाशी भांडू नये, जिथं प्रेम नाही तिथं रूसू नये, कायम स्वच्छ राहावं, शिव्या शाप कुणाला देऊ नये, त्याबरोबर अति आहार करू नये आणि अति झोपू नये. मग काय सर्व लक्षात ठेवून वागणार ना?" अगं हे फक्त तुझ्यासाठी नाही. आपणा सर्वांसाठी आहे... अहो सूनबाई असं लपून का ऐकता? बाहेर या ना."

मोहिनीच्या मोठ्या वहिनी आपला पदर सावरत बाहेर आल्या.

"पिताजी, आपण दिवाणसाहेबांना जे सांगत होता ते सगळं मी भाजी नीट करताना ऐकत होते. पिताजी खरंच परमेश्वराचं प्रवचन ऐकल्यासारखं वाटलं बघा. माझं स्वयंपाकघरात लक्ष नव्हतं. सारं लक्ष तुमच्या बोलण्याकडं लागलं होतं."

"समजलं बेबी, हे आपल्या सर्वांसाठी आहे ते? अगं, मी स्वत: या सगळ्यांना सुना मानत नाही. यापण माझ्याच मुली आहेत असं समजतो. तुम्ही सर्व या घरात हसतखेळत राहिला की मनाला खूप समाधान वाटतं बघ. अगं बेबी, सुखात-दु:खात जे सर्व एकत्र असतात त्यालाच सुखी कुटुंब म्हणतात. दु:ख शक्यतो एकट्यानं पचवावं पण सुख मात्र सर्वांबरोबर वाटावं. मी खूप काही सांगतोय म्हणून कंटाळा नाही ना आला मुलींनो."

"छे! हो आबा, तुम्ही किती छान बोलताय हो! खरंच आबा, तुम्ही किती हुशार आहात, ह्यावर शिवाजीराव आणि वहिनी हसायला लागल्या.

"अहो सूनबाई, दासबोध काय जेवू नका म्हणत नाही."

मोहिनी आणि तिच्या वहिनी हसतच स्वयंपाकघराकडं गेल्या. पाठीमागून शिवाजीरावांच्या हसण्याचा आवाज ऐकायला येत होता.

जेवण वगैरे आटोपून मोहिनी आपल्या खोलीत झोपायला गेली. पण शिवाजीराव मात्र सोप्यावर बसलेले. मोठ्या सूनबाई त्यांच्याजवळ येत म्हणाल्या,

"पिताजी, झोपत नाही?"

"नाही सूनबाई? तुम्ही झोपा जा, मी जरा थोडा वेळ इथंचं बसतो."

"पिताजी, दिवाणसाहेबांवर अध्यात्माचा खूप चांगला परिणाम घडायला लागला आहे बघा."

"अहो, तोच माझा प्रयत्न चालला आहे. एकदा तिला अध्यात्माची गोडी लागली म्हणजे झालं. आता अध्यात्म, नामस्मरण हेच तिच्या आयुष्याचे खरे सोबती आहेत, असं मी समजतो."

"असं का म्हणता पिताजी, आम्ही सगळे राणी, राधा काय त्यांना टाकणार आहोत काय?"

"अहो, तुम्ही सगळे तिचेच आहात, पण तिला तिच्या जुन्या आठवणीतून बाहेर काढण्याचा मार्ग हे अध्यात्मच दाखवेल. म्हणून तर मी तिला सतत अध्यात्माच्या गोष्टी सांगत असतो. हा माझा तिच्यात बदल घडवण्याचा एक प्रामाणिक प्रयत्न आहे. बघू या परमेश्वर मला कितपत यश देतोय ते... सूनबाई, तिची स्मरणशक्ती फार चांगली आहे हो."

"काळजी करू नका पिताजी, तुमच्या प्रयत्नांना नक्कीच यश येईल. हॉस्पिटलमधून आलेल्या दिवाणसाहेब आणि आजच्या दिवाणसाहेबांमध्ये खूप फरक झाला आहे.

पिताजी, उशीर झालाय आता जरा आराम करा.''

''नका हो, एवढी ह्या म्हाताऱ्याची काळजी करू!''

''पिताजी, तुम्ही आम्हांला तुमच्या मुली मानता ना? मग हा एका मुलीचा अधिकारच समजा.'' शिवाजीरावांचे डोळे भरून आले ते काही न बोलता उठून आपल्या खोलीकडं गेले.

◆

आपली अंघोळ, देवपूजा आटोपून मोहिनी बाहेर सोप्यावर आली. बाहेर कोणीच नाही हे पाहून तिनं आत जाऊन चष्मा आणला. एका खुर्चीत बसून तिनं दासबोध ग्रंथ आपल्या हातात घेतला. तो जड ग्रंथ तिला पेलवला नाही. म्हणून तिनं मांडी घातली.तो ग्रंथ मांडीवर ठेवत तिनं त्या ग्रंथाला नमस्कार केला आणि ती पानं चाळायला लागली. तेवढ्यात शिवाजीराव सोप्यावर आले पण मोहिनीचं त्यांच्याकडं लक्ष गेलं नाही. शिवाजीराव आपल्या मुलीकडं कौतुकानं बघत होते. थोड्या वेळांनी त्यांनी मोहिनीला हाक मारली, ''बेबी''

मोहिनीनं वर मान केली आणि आपल्या आबांकडं बघून ती फक्त हसली.

''आबा, खूप बारीक अक्षरं आहेत हो.थोडी मोठी पण अक्षरं आहेत, पण काही समजत नाही हो.''

''अगं, अशी घाबरू नकोस, थोड्याच दिवसांत तुला हे कळायला लागेल.''

आपल्या आबांकडं ग्रंथ देत ती म्हणाली,

''आबा, आज तुम्ही मला नामस्मरणाचं आणि भक्तीचं महत्त्व वाचून दाखवणार आहात.''

''अरे वा! मोहिनी तुझ्या लक्षात आहे की.''

''आबा, तुम्ही जेव्हापासून वाचून दाखवायला लागला आहात ना तेव्हापासून खरोखरच मनाला शांती मिळाली बघा.''

''बेबी, मला तुझ्याकडून हीच अपेक्षा होती. ऐक तर आता हे बघ बेबी, नामस्मरणाला खूप महत्त्व आहे. नामस्मरण हे प्रत्येकानं करावं, पहाटे नामस्मरण करावं, दुपारी आणि संध्याकाळीपण करावं जेव्हा जेव्हा वेळ मिळेल तेव्हा केलं तरी चालेल. सुख असो वा दुःख असो, नामस्मरण करायला विसरू नये. डोळे मिटूनच नामस्मरण करावं असं काही नाही. तुम्ही शांत बसलेले असतानासुद्धा परमेश्वराचं नाव घ्यावं. मी एकटा बसलो असताना तू जेव्हा मला विचारतेस आबा, तुम्ही काय करताय?तेव्हा मी फक्त नामस्मरणच करत असतो. नामस्मरण केल्यामुळे, बेबी, आपल्या डोक्यात वेडेवाकडे विचार येत नाहीत. कुणाबद्दलही आपल्या मनामध्ये

द्वेष, मत्सर, बाळगू नयेत. अगं, मोठं मोठे महापापी केवळ नामस्मरणानं अतिशय पवित्र होऊन गेले. म्हणजेच विचार कर नामस्मरणामध्ये किती शक्ती आहे ती! तू नामस्मरण करतेसच यापुढेही कर, मन लावून कर, आज फिरायला गेली होतीस?''

''नाही आबा, तुमच्याजवळच बसले आहे की!''

''संध्याकाळी जायला विसरू नकोस. आतापर्यंत जे काही मी सांगितलं, वाचून दाखवलं ते नीट लक्षात राहील ना?''

''होय आबा, आबा, आज विक्रमच्या मुली येणार आहेत?''

''राणी, राधा कुठं? आल्या नाहीत गं?''

''आबा, मुलांना सुट्टी लागल्यावर येणार आहेत. असा अजयकडून निरोप आला आहे. आबा, मुली आल्यावर मी त्यांच्याबरोबर पंधरा दिवस गावाकडं जाऊन येऊ.''

''जा ना बेबी, शेवटी तुझंच घर आहे.''

''हे असताना त्या घरात जायला बरं वाटलं असतं.'' असं म्हणत मोहिनीनं आपला पदर डोळ्यांना लावला.

''अगं बेबी, जे आपल्या नशिबात नाही त्याचा विचार कशाला करायचा? आता तुझी आई नाही पण त्या आज नाहीत म्हणून मी काय कुढत बसतोय का? तुम्हा सर्वांच्या मध्ये, नातवंडांत माझे मन रमतंच ना?''

''खरं आहे आबा.'' स्वत:ला सावरत ती म्हणाली, ''आबा, मला दोन साड्या घ्यायच्या आहेत हो.''

''अगं मग सांगायचं नाही का एवढे दिवस? तुझ्या कुठल्याही वहिनीला सांगितलं असतंस तर अगदी हौसेनं तुला त्यांनी आणून दिल्या असत्या.''

''आबा, कसं मागायचं हो? कशाला माझी कटकट?''

इतक्यात मोठ्या वहिनी चहा घेऊन येत म्हणाल्या,

''काय पिताजी, काय बोलणं चाललंय?''

''आबा, तुम्ही काही वहिनींना सांगू नका. मला काही नको.''

''पिताजी, तुम्ही मला मुलगी मानता ना? मग तुम्ही सांगायलाच हवं.''

शिवाजीराव हसत म्हणाले,

''अहो, ह्या मोहिनीला दोन साड्या पाहिजेत.''

मोहिनीनं मान खाली घातलेली. मोहिनीच्या वहिनींनी तिच्याजवळ जाऊन मायेनं तिचा चेहरा हातानं वर केला. मोहिनीच्या डोळ्यात पाणी बघून त्या म्हणाल्या,

''दिवाणसाहेब, तुमचा तुमच्या भावांवर हक्क नाही काय? अहो, तुम्ही तर ह्या घरामध्ये हक्क गाजवायचा. आम्ही तुम्हांला परके वाटतो काय दिवाणसाहेब?''

मोहिनीनं एकदम आपल्या वहिनींना मिठी मारली.

"वहिनी, तुम्हा सगळ्यांशिवाय मला आता कोण आहे? राणी, राधा त्यांच्या सासरी, आई म्हणायच्या, सासुरवाशीण मुलींना त्रास नाही द्यायचा."

"काय खोटं आहे त्यात, दिवाणसाहेब?"

"नाही हो वहिनी, मी मागितलं नाही म्हणजे माझ्या भावांना काय कमी व्याप आहेत काय? त्यांचा प्रपंच, मुलांची शिक्षण आणि त्यात माझा त्रास कशाला? इथं राहते तुमच्या सगळ्यांबरोबर ते काय कमी आहे का?"

"अरे बाप रे बाप! दिवाणसाहेब, तुम्ही एवढा विचार करताय! आता तुमच्या भावांना सांगितलंच पाहिजे."

"नको वहिनी, त्यांना खूप वाईट वाटेल. माझं चुकलं वहिनी, ह्यापुढं मला काही लागलंच तर मी सांगत जाईन."

शिवाजीराव हे ऐकून खूप हसायला लागले. त्या दोघींचं प्रेम बघून त्यांना खूप समाधान वाटलं. मनातल्या मनात ते म्हणाले,

परमेश्वरा, आता मला नेलंस तरी चालेल. आता मला बेबीची बिलकूल काळजी नाही.

◆

नेहमीप्रमाणे शिवाजीराव मोहिनीजवळ येऊन बसले. पण मोहिनीचं ते हसणं, बोलणं नव्हतं. त्यांनी मोहिनीच्या डोक्यावर हात ठेवत तिला विचारलं,

"बेबी, अशी तू गप्प का बसलीस?"

मोहिनीनं आपले डोळे पुसत आपल्या आबांकडं बघितलं. तिला रडताना बघून शिवाजीराव घाबरले.

"बेबी, तुला कोणी काही बोललं का?"

"नाही आबा, तसं काही नाही. आज कुणास ठाऊक पण सारखी आईंची आठवण येते बघा."

"अगं का आठवण येणार नाही! शेवटी ती तुझी आईच होती ना?बेबी, एक विचारू?"

"विचारा ना आबा."

"तुला कधी कधी आमचा राग येत असेल, नाही?"

'कशाकरता आबा?"

"अगं एवढी वर्षं तू हॉस्पिटलमध्ये होतीस आणि त्या काळात आम्ही तुला भेटायलासुद्धा येऊ शकलो नाही."

"आबा, नाही आलात तेच बरं झालं, तुम्हांला ते बघणं झालं नसतं.इतकं

विचित्र वातावरण ते. मला कधीतरी आठवण झाली तर अंगावर काटा येतो बघा.''

''बेबी, तुझ्या आजारपणात आम्हा दोघांचं पण तुझ्या भावंडांकडं खूप दुर्लक्ष झालं बघ.''

''खरं आहे आबा ह्या सर्वांनी माझ्या प्रेमापोटी खूप काही सहन केलंय हो.''

''तू हॉस्पिटलमध्ये गेल्यावर प्रतापरावांच्या आग्रहामुळेच मी तुझ्या भावंडांच्या शिक्षणाकडं जास्त लक्ष दिलं. खर्चाच्या बाजूनं मुलांनी मला खूप समजून घेतलं बघ. लहान वयातच परिस्थितीनं विक्रम खूप समजूतदार बनला. त्याचा मला खूप मोठा आधार होता. तू मिरजेला होतीस तेव्हा तर बिचाऱ्यांनी कसे दिवस काढले काय सांगू?

''समजू शकते मी आबा.''

''विक्रमनी राजकारणात पाऊल टाकलं. तेव्हा पण खूप अडचणी आल्या, पण ते घाबरले नाहीत. उदय आणि अजय पण विक्रमच्या पाठीशी उभे होते. खूप काही विकायला लागलं. पण आम्ही डगमगलो नाही, कुणाच्या दारात गेलो नाही. आज जे विक्रम आमदार दिसतात ती सर्व त्यांची जिद्द आणि धडाडी आणि ह्या गजाननाची कृपा. जसं विक्रमांनी राजकारणामध्ये लक्ष घातलं, तसं उदय आणि अजय मनापासून शेतात राबायला लागले. तिघांच्यापण मुलांची शिक्षण पण व्यवस्थित सुरू झाली.''

''आबा, ही सर्व तुम्हा दोघांची पुण्याईच म्हणायची.''

''वसूचं लग्न, छोटीचं लग्न व्यवस्थित पार पडलं आणि सर्वात मोठी परमेश्वराची कृपा म्हणजे आमच्या हयातीतच तू चांगली बरी होऊन परत घरी आलीस. आपण सर्व एकत्र आलो ते काही कमी आहे काय?''

''तुम्ही जे बोलता ते खरं आहे आबा. मला कधी स्वप्नातदेखील वाटलं नव्हतं की मी परत कधी घराचं सुख भोगू शकेन.''

''बेबी, तुझ्या दोन्ही मुलींचे संसारपण व्यवस्थित चाललेत बघ. तुझ्या कष्टाचं फळ तुझ्या मुलींना मिळालं. फक्त वाईट वाटतं ते ह्याचंच की प्रतापरावांनी आपल्या तब्येतीकडं दुर्लक्ष केलं, बेबी तुला वाईट वाटणं साहजिकच आहे पण जे घडणार आहे त्याला आपण काही करू शकत नाही. बेबी तुझ्याएवढं कोणीच सोसलं नसतं. अगं संपला आता तुझा वनवास. तुझे तिघं भाऊ पाठीमागं असताना तू का घाबरतेस? नशिबानं तुझ्या भावजयापण तुझ्यावर खूप प्रेम करतात. आता मी खात्रीपूर्वक सांगतो की दु:खाची साधी सावलीसुद्धा तुझ्याजवळ यायला घाबरेल. अगं परमेश्वर एवढा निष्ठुर नाही गं.'' बोलता बोलता शिवाजीरावांना खोकल्याची उबळ आली.

''आबा, तुमचं तुमच्या तब्येतीकडं अजिबात लक्ष नाही बघा.''

''अगं, आता वयोमानानं असं चालायचंच.''

तेवढ्यात उदय आणि अजय त्या दोघांजवळ येऊन बसले.

"आबा, आमच्या पोटात खूप दुखतंय बघा."

"का रे?"

"अहो, आक्का आल्यापासून पहातोय तुमचं आमच्याकडं बिलकूल लक्ष नाही" ह्यावर मोहिनी हसायला लागली.

"आक्का, तुम्ही कायम असंच हसत रहा."

"अरे, उदय, अजय विक्रमची काय खबरबात?"

"आबा, दादांच्या लागोपाठ दोन मीटिंग असल्यामुळे ते आले नाही. उद्या पण काँग्रेसचा मेळावा आहे. बहुतेक ते सगळं झाल्यावर दादा येतील."

पुढं दोनच दिवसांत विक्रम आपल्या मुलांच्यासमवेत आले. दारातूनच त्यांनी 'आक्का' म्हणून मोहिनीला हाक मारली. त्या हाकेची मोहिनी आतुरतेनं वाट बघायला लागलेली. विक्रम आत येऊन आपल्या आबांच्या आणि मोहिनीच्या पाया पडले. वहिनी आणि मुलीपण सर्वांच्या पाया पडल्या. मोहिनी आपल्या वहिनींना म्हणाली,

"वहिनी तुम्ही नसला की बिलकूल करमत नाही बघा."

"आता नाही हं लवकर परत जाणार." ह्या वाक्याबरोबर सर्वजण हसायला लागले.

विक्रम आपल्या आक्कांना म्हणाले,

"विक्रम नसला तरी चालेल, पण वहिनी पाहिजे काय?"

"असं नाही हो विक्रम, तुमच्यामुळेच तर आम्हांला एवढ्या चांगल्या वहिनी मिळाल्या ना!" ह्यावर परत सगळे खळाळून हसले.

"आबा, माझ्यापेक्षाही आक्कांना जास्त चांगलं पॉलिटिक्स जमतं की!" लगेच वहिनी आपल्या नंणदेची बाजू घेत म्हणाल्या,

"दिवाणसाहेबांचं, खरंच आमच्या तिघींच्यावर प्रेम आहे हं!"

शिवाजीरावांना असं एकत्र कुटुंब जमलं की खूप बरं वाटायचं. थोडावेळ सर्वांच्याबरोबर बसून मुली आपल्या आत्यांना घेऊन वर माडीवर गेल्या. मोहिनी माडीवर जाताच शिवाजीराव आपल्या मुलांना म्हणाले,

"आता काय माझं खरं नाही, सारखा थकवा येतोय. बेबीची सारखी काळजी वाटायची. पण तुम्हा भावंडांचं तिच्याबद्दलचं प्रेम बघून आता तिची काही काळजी वाटत नाही. ती तशी खूप स्वाभिमानी आहे, जरा तापट असली तरी तितकीच प्रेमळ आहे. नोकर माणसांनी जरा तिच्याकडं दुर्लक्ष केलं, तर एक कानाखाली लगावून देते."

ह्यावर अजय म्हणाले,

"आबा, आपण चिडलो तर आपण काय करतोय?"

शिवाजीराव विक्रमना म्हणाले,

"विक्रम, तिचं एक मात्र समजू शकलो नाही, ते म्हणजे ती वरचेवर प्रतापरावांची आठवण काढते आणि रडत बसते."

"आबा, ते साहजिकच आहे. त्यांना आपल्या संसाराचे दिवस आठवणारच. ते आपण समजून घेतलं पाहिजे."

"आबा, परवा मी आक्कांच्याजवळ बसलेलो असताना त्यांनी त्यांच्या आणि दाजींच्या जुन्या आठवणी सांगितल्या. क्षणभर सगळं ऐकून मला खूप आश्चर्य वाटलं." उदय म्हणाले.

"तशी मोहिनीची स्मरणशक्ती खूप चांगली आहे. पण एक बघितलंत ती कुणालाही नावं ठेवत नाही. फक्त आपल्या नशिबाला कोसते."

तेवढ्यात आतून ताटं वाढल्याचा निरोप आला. सर्वजण हात धुऊन जेवायला गेले. तिथं मोहिनीला बघून तिघांनी विचारलं,

"आक्का, तुम्ही जेवला नाही?"

"आज सर्व भावांच्याबरोबर जेवावं म्हणून थांबले."

सर्वांना तिघी वहिनी आग्रहानं वाढत होत्या. मध्येच विक्रम मोहिनीला म्हणाले,

"आक्का, परवाच राणी, राधा येऊन मला भेटून गेल्या."

"काय म्हणत होत्या?"

"तुमची चौकशी करत होत्या. त्यांनी काहीतरी तुमच्याकरता पिशवीतून दिलंय बघा."

"वहिनींनी दिलंय मला, साड्या आणि परकर पाठवलेत."

"आक्का, मुली सासुरवाशिणी आहेत, त्यांच्याकडे जास्त काही मागू नका हं! तुम्हांला काही हवं असलं तर आम्हा तिघांच्याकडं मागा."

"मागते ना, कधी अजयकडून पैसे मागते. कधी उदयकडून पैसे, अंडी मागते."

"पैशाचं काय करता आक्का?"

ह्यावर अजय हसत म्हणाले,

"सर्व पैशाचं खायला आणतात आणि गल्लीतील सगळ्या मुलांना गोळा करून वाटून टाकतात."

"अजय, मी वाटताना तुम्ही कधी बघितलंत?" ह्यावर सर्व हसायला लागले.

शिवाजीरावांचं मधे मधे खोकणं चालूच होतं. जेवण वगैरे आटोपल्यावर विक्रमच्या मधल्या मुलीनं शिवाजीरावांना तपासलं आणि ती वडिलांकडं वळत म्हणाली,

"आपण जरा आजोबांना कोल्हापुरला नेऊ या आणि त्यांच्या तपासण्या करून घेऊ या."

ह्यावर मोहिनी विक्रमांना म्हणाली,

"विक्रम गेला महिनाभर आबांना खोकल्याचा त्रास आहे. मी खूपदा त्यांना डॉक्टरांना दाखवा म्हणून सांगितलं. पण ते ऐकतच नव्हते."

"एवढे दिवस मला का नाही सांगितलं आक्का?"

"कुणाला काही सांगायचं नाही म्हणून आबांनी सांगितलं होतं."

"आणि त्यांचं ऐकून तुम्ही गप्प बसला आक्का? उदय, आपण उद्याच आबांना कोल्हापुरला घेऊन जाऊ या."

"अहो, आता वयोमानानं असं व्हायचंच कशाला ह्या म्हाताऱ्याची काळजी करताय? मी घर सोडून कुठंही जाणार नाही."

"आबा, आम्ही कोणी तुमचं याबाबतीत ऐकणार नाही. तुम्ही आमच्याबरोबर यायलाच पाहिजे."

हे सर्व ऐकून मोहिनीचे डोळे भरून आले. तिनं घाबरत घाबरत विक्रमना विचारलं,

"विक्रम, मी पण तुमच्याबरोबर येऊ?"

"आक्का, तसं काही लागलंच तर तुम्ही ह्यांच्याबरोबर या. तसं मी तुम्हांला लगेच कळवतो."

"म्हणजे वहिनी इथंच आहेत होय? मला वाटलं तुम्ही सगळे मला एकटीला सोडून जाणार?"

शिवाजीरावांनी मोहिनीला जवळ घेतलं.

"अहो, ही माझ्याशिवाय एकटी राहू शकत नाही."

◆

दुसऱ्या दिवशी विक्रम, उदय, अजय आपल्या आबांना घेऊन कोल्हापुरला गेले. बरोबर विक्रमची मधली मुलगी पण होती. पुढं आठ दिवसांनी निरोप आल्यावर घरातील बायका, दोन गडी माणसं मोहिनीला घेऊन कोल्हापुरला गेले. मोहिनी राणीकडंच राहिली. शिवाजीरावांना हॉस्पिटलमध्ये ॲडमिट केलेलं होतं. राणी, राधाबरोबर मोहिनी रोज आपल्या आबांना बघायला हॉस्पिटलमध्ये जायची. आपल्या आबांजवळ पलंगावर बसून त्यांच्या चेहऱ्याकडं बघून हमसून रडायची. आपली आई, प्रतापराव गेले तेव्हा ती घाबरलेली नसेल पण आपले आबा आजारी आहेत, ही कल्पनाच तिला सहन होत नव्हती. तिला रडताना बघून शिवाजीरावांनी तिला

आपल्याजवळ बोलवलं.

"अगं बेबी, असं रडतेस काय? प्रत्येक माणसाला आज नाही उद्या जायचंच आहे. आणखी किती वर्षं तो परमेश्वर मला आयुष्य देईल?"

"आबा माझ्यासाठी..." मोहिनीला पुढं बोलवेना. ती आपलं डोकं त्यांच्या पलंगावर टेकून, हुंदके देऊन रडायला लागली.

शिवाजीरावांना बोलताना दम लागत होता, सारखा घाम येत होता, मोहिनीची धाकटी बहीण वसूनं मोहिनीला आपल्या जवळ घेतलं.

"आक्का, रडू नका. आबांना जास्त त्रास होईल."

"बरं, बरं... नाही रडत!" म्हणत मोहिनीनं आपले डोळे पुसले. मोहिनी उठून खोलीबाहेर जायला लागली. इतक्यात आबांनी हाक मारताच ती परत त्यांच्याजवळ आली. ती येताच ते म्हणाले.

"हे बघ बेबी, अध्यात्म कधी विसरू नकोस. अकरावा अध्याय नियमित वाचत जा. 'दासबोध' मधलं जेवढं वाचायला जमेल तेवढं वाचत जा. नामस्मरण करत जा."

मोहिनी आपल्या आबांना त्रास नको म्हणून नुसती मान हलवत होती. मधे मधे ती आपले डोळे पुसत होती.

"बेबी, तू खूप शहाणी आहेस. कुणाला त्रास देऊ नकोस, सर्वांचं ऐकत जा. जेव्हा जेव्हा राग येईल तेव्हा तेव्हा मनातल्या मनात एक ते हजार आकडे मोजत जा."

शिवाजीरावांना जास्तच दम लागत होता. इतक्यात डॉक्टरांनी खोलीत येऊन सर्वांना खोलीबाहेर जायला सांगितलं. राणी, राधा आपल्या आईंना घेऊन घरी गेल्या.

दुसऱ्या दिवशी समजलं की शिवाजीरावांना मुंबईला घेऊन जाणार आहेत. राणीनं ह्यातलं काही मोहिनीला सांगितलं नाही. तिनं मोहिनीला फक्त एवढंच सांगितलं,

"आई, आजोबांना बोलण्यामुळे खूप त्रास होतोय म्हणून डॉक्टरांनी त्यांना पाच ते सहा दिवस कोणीच भेटायचं नाही असं सांगितलं आहे. आई तुम्ही मन लावून नामस्मरण करा आणि परमेश्वराकडं एवढंच मागून घ्या की आजोबांना लवकर बरं वाटू दे म्हणून."

आपल्या मुलीचं ऐकून मोहिनीनं नामस्मरण करायला सुरुवात केली. मधे मधे ती कॅलेंडरकडं बघायची. तिला आबांना भेटण्याचा दिवस कधी येतोय याचा ध्यास लागलेला.

विक्रम, उदय, अजय आबांना वाचवायचा खूप प्रयत्न करत होते. पैसा पाण्यासारखा खर्च करत होते. मुंबईतील उपचार पूर्ण करून आता शिवाजीरावांना

परत कोल्हापुरला आणलं होतं. डॉक्टरांचा प्रयत्न चालूच होता, कुटुंबातले सर्वजण दवाखान्यात जमले होते, गजाननाचा अभिषेक चालूच होता, सर्व भावंडांनी कुठलाही देव सोडला नाही. पण नियतीच्या मनात काही वेगळंच होतं. सर्व प्रयत्न करूनही शिवाजीरावांना कोणी वाचवू शकलं नाही, त्यांची प्राणज्योत मावळली.

मोहिनीनं आपल्या आबांना मिठी मारून टाहो फोडला. मोहिनीचा भरभक्कम आधार तुटला.

"आबा, असं मला एकटीला सोडून जाऊ नका हो. मला पण तुमच्याबरोबर घेऊन चला. मला कुणाकरता असं पाठीमागं सोडून निघालात आबा?"

राणी, राधा आपल्या आईला आवरण्याचा प्रयत्न करत होत्या. पण ती काही केल्या ऐकत नव्हती. तिचं रडणं कोणीच थांबवू शकत नव्हतं. सारं घरदार शोकसागरात बुडून गेलं होतं. सर्व नातेवाईक मुलांना आवरायचा प्रयत्न करत होते.

शिवाजीरावांच्या वाड्यावर जणू पहाड कोसळल्यासारखं भयाण वातावरण झालेलं. विक्रम, उदय, अजय सारखे खंबीर पुरुष ढासळले होते. शिवाजीराव म्हणजे कुटुंबाचा आधारस्तंभ. शिवाजीरावांचं शव उचलताच मोहिनी, तिच्या भाऊ भावजयांनी टाहो फोडला. नातेवाईकांना त्यांना आवरणं फार मुश्किल झालं.

त्या दिवशी वाड्यात सगळी सामसुम होती.सुन्न वातावरण होतं. कुणीही अन्नाचा कण शिवला नाही. तिघीही सुना अजूनही ढसाढसा रडत होत्या. त्या तिघीपण शिवाजीरावांना मुलींसारख्याच होत्या.

आबा म्हणजे मोहिनीचा श्वास. आबा हे मोहिनीच्या जीवनाचा आधार 'आता आबा नाहीत, आता माझं काय होणार?' हा विचार मोहिनीला भेडसावत होता. तिच्या मोठ्या वहिनींना तिची ही अवस्था जाणवली. तिच्याजवळ जाऊन त्यांनी मोहिनीच्या डोक्यावरून मायेनं हात फिरवला. मोहिनीनं मागं वळून पाहिलं, आपल्या वहिनींना पाहताच त्यांना मिठी मारून ती हमसून रडायला लागली. थोडावेळ वहिनींनी तिला रडू दिलं.

"दिवाणसाहेब, माझ्याकडं बघा पाहू कशाला काळजी करताय? मी आहे ना तुम्हांला?" वहिनींच्या डोळ्यातून अश्रू टपकत होते. राणी पण तिथं आली तिनं पण आपल्या आईला खूप समजावलं.

तिघा भावांनी मिळून आपल्या वडिलांचे दिवस पार पाडले. माहेरवाशिणींना दु:खाचा माहेरचा आहेर देऊन व्यवस्थित घरी पाठवलं. मोहिनीला हे बघून वाईट वाटलं. पण ती काही बोलली नाही.

संध्याकाळी विक्रम मोहिनीजवळ बसत म्हणाले,

"आक्का, जोपर्यंत मी जिवंत आहे. तोपर्यंत तुम्ही कसलीच काळजी करू नका."

मोहिनीच्या डोळ्यांतून पाणी आलं. अजय आणि उदय पण तिच्याजवळ बसत म्हणाले,

"आक्का, तुमची काळजी करायला तीन भाऊ आहेत. आबांची इच्छा होती की आम्ही तुम्हांला सांभाळावं. आबा सर्वांनाच हवे होते. पण परमेश्वरी इच्छेपुढं इलाज नाही."

मोहिनीनं रडून रडून लाल झालेला चेहरा वर करत त्यांना म्हटलं,

"अजय, तुम्ही कोणी माझी काळजी करू नका. मी कुणालाही त्रास देणार नाही."

"आक्का, असं का म्हणता? तुम्ही तर ह्या घरच्या सर्वांत मोठ्या, असं स्वत:ला परकं वाटून घेऊ नका. लग्नाच्या आधी जसं ह्या वाड्यात वावरत होता तसंच वावरत जा."

"अहो, आता माझी काळजी करू नका. आबांनी मला संकटाला सामोरं जायचं सामर्थ्य दिलंय. तुम्ही आपापल्या प्रपंचाकडं लक्ष द्या. रडत बसू नका. अशानं आबांच्या आत्म्याला शांती नाही मिळायची."

"आक्का, त्या दिवशी बघितलंत ना. कावळ्यांनी सुद्धा लवकर अन्नाला शिवलं नाही."

"होय ते मला माहीत आहे. म्हणूनच उगीचंच काळजी करू नका. आता माझा वेळ मला जे आबांनी थोडंफार अध्यात्म शिकवलं आहे ते वाचण्यात घालवीन. तुम्ही पण जाऊन आपापली कामं सांभाळा."

तिघं उठून बाहेर जाताच मोहिनी जपमाळ काढून नामस्मरण करायला लागली. शक्यतो गप्प गप्प असायची.

◆

राणी, राधा मुलांची सुट्टी लागल्यावर गावाकडं आल्या. आपल्या मुलींना बघून मोहिनी खूप खूष झाली. दुसऱ्याच दिवशी त्या आपल्या आईंना म्हणाल्या,

"आई, तुम्हांला घेऊन जायला आलोय."

"कुठं नेता मला?"

"आई, तुमच्याच घरी."

"अगं, पण विक्रमांना विचारायला पाहिजे."

"आई, मामांना विचारूनच आलोय घेऊन जा म्हणाले."

मोहिनीनं आपली बॅग भरली. आपल्या धाकट्या वहिनींना सांगून ती मुलींबरोबर गावाला गेली. आपलं गाव, आपलं घर ही कल्पना तिला सुखावत होती. वाड्यात

येताच विठोबा येऊन मोहिनीच्या पाया पडला.

"विठोबा, म्हातारा झालास की रे?"

"मला ओळखलं वहिनीसाहेब?"

"अरे तुला आणि जनाला मी कसं विसरेन."

"जना वारली की जी!"

"अरेरे! बिचारीनं माझी खूप सेवा केली बघ. इथं येताच ठरवलं होतं की मुलींच्याकडून एक लुगडं विकत घ्यायचं आणि तिला वाड्यात बोलावून द्यायचं. बरं जाऊ दे. विठोबा, तुझी मुलं पण मोठी झाली असतील नाही?"

"आई, ह्याची मुलं आता चांगली नोकरी करतात."

"बरं झालं बाई, ह्यानं ह्या वाड्यात खूप कष्ट काढलेत गं. विठोबा तुझ्या मुलांना चांगल्या नोकऱ्या मिळाल्या हे तुझ्या कष्टाचंच फळ आहे. माझ्या आयुष्यामध्ये मी खूप सहन केलं पण आज माझ्या दोन्ही मुलीचं चांगलं झालं. हे बघून अगदी समाधान वाटतं."

"खरं आहे जी! चला वहिनीसाहेब, जरा वाडा फिरून बघा चला."

"अरे, मागच्या वेळेला मी आले होते. तेव्हा तू नव्हतास."

"व्हय जी, तुम्ही गेला आणि मी आलो. तुमची भेट झाली नाही म्हणून खूप वाईट वाटलं बघा. वहिनीसाहेब आता तुम्ही हितंच रहा. मुली जाईनात सासरी आपण सगळी राहू या."

"आता राहून काय करतोस विठोबा? जेव्हा इच्छा होती तेव्हा ह्यांचं दुसरं लग्न झालेलं, तरीही वाटलं होतं येऊन राहावं. कितीतरी घरांमध्ये दोन बायका एकत्र राहतात की रे! पण ह्यांना ते पटलं नाही. शेवटी माझ्याच नशिबात नव्हतं, असं समजायचं."

"रडू नका वहिनीसाहेब."

"बघा आता गावात समद्यासनी कळल्यावर कसे सगळे तुम्हांला भेटायला येतात!" तेवढ्यात राधा विठोबाला हाक मारत आत आली.

"अरे विठोबा, मुलांना, आम्हांला भूक लागलीय रे, वाढ ना रे जेवायला. तुझ्या गप्पांनी काय पोट भरणार आहे?"

विठोबा हसतच उठला आणि स्वयंपाकघराकडं गेला.

"आई तुमचं इंजेक्शन?"

"कोण देणार?"

"मी देते की आई."

मोहिनीनं बॅगेतून सिरींज आणि इंजेक्शन काढून दिलं. राधानं डोसप्रमाणं सिरींजमध्ये इन्शुलीन घेतलं आणि इंजेक्शन दिलं.

"अरे वा ! राधाआक्का, तुम्ही पण डॉक्टर झाला की!"

राधा आपल्या आईच्या गळ्यात पडत हसायला लागली.

"राणीआक्का, तुम्ही आईंना संध्याकाळी इंजेक्शन द्या हं."

"नाही गं बाई पाहिजे तर रितेश देईल बघ."

"आई, ही एवढी भित्री कशी हो?"

"नाही हं राधा, माझी राणी खूप हुशार आहे."

तेवढ्यात विठोबानं वाढलंय म्हणून सांगितलं. तिघं नातवंडं, मोहिनी, राधा, राणी जेवायला टेबलावर बसले. मोहिनीनं आपल्या नातवंडांना हात धुतले का म्हणून विचारलं. तिघांनी पण उठून आपले हात धुतले.

"आज काय केलं राहूल, रोहन, रितेश?"

"काही नाही आजी, आम्ही नदीवर पोहायला गेलो होतो."

"बघा हं बाबांनो, सांभाळून जात जा. जाताना कुणाला तरी बरोबर घेऊन जा."

"आजी, शेतावरची माणसं असतात की."

"हं मग हरकत नाही, विठोबा, उद्यापासून कुणाला तरी ह्यांच्याबरोबर थांबायला सांगत जा. राणी, डॉ. माधव गावात आहेत का गं?"

'आई, संध्याकाळी डॉक्टर आणि अविनाश गुरुजी तुम्हांला भेटायला येणार आहेत."

"वहिनीसाहेब, संध्याकाळी पुलावा करू काय?" विठोबानं विचारलं.

"पुलाव खायला द्याल, गोड खायला द्याल आणि डायबेटिस वाढला तर रे?" राधा म्हणाली.

"असं एका दिवसांनी वाढतोय व्हय? काही नाही जी ह्यांचं काय बी ऐकू नका. आपण संध्याकाळी पुलावा खायचाच. आयुष्यभर वहिनीसाहेबांनी लई सोसलं निदान आता तरी त्यानला खाऊ द्या की."

"नाही रे विठोबा, मुलींचं बरोबर आहे. मला हा साखरेचा आजार झाल्यापासून खूप सांभाळायला लागतं बघ. तरी तुझी इच्छा मोडणार नाही. थोडा पुलावा खाईन हं. अजून तुझ्या हातची चव विसरली नाही."

विठोबाला हे ऐकून आणखीन थोडा हुरूप आला. राणी, राधानं ओळखलं आज पुलाव नक्कीच चांगला होणार.

"राणी, वाड्यात तुमचे काका, काकी, आईसाहेब आहेत काय?"

"आई, आजी वारल्या, पण काका-काकी आहेत. आपण संध्याकाळी जाऊ या भेटायला."

"राणी, ह्यांची सतार आहे का गं?"

"आई, दादांचे धाकटे भाऊ...'

'अगदी चांगले आठवतात मला.''

''हो, त्यांचा धाकटा मुलगा चांगली सतार वाजवतो. त्याला आबांनी आपली सतार दिली.''

''बरं झालं. अगं वाद्यं कायम वापरात असावीत, नाही तर त्यांना गंज चढतो.''

''आई, आपण थोडा वेळ विश्रांती घेऊ या.''

संध्याकाळी मोहिनीनं छानशी साडी नेसली आणि आपल्या जाऊबाईंना भेटायला त्यांच्या वाड्यात गेली. एक तास झाला तरी अजून आई कशा आल्या नाहीत, म्हणून राणी, राधा पण त्या वाड्यात गेल्या, काकी आणि आई पूर्वीच्या आठवणी काढत बोलत बसलेल्या त्यांना दिसल्या.

''काकी, काय चाललंय?''

''राणी, राधा या बसा. अगं आम्ही जे दिवस एकत्र काढले, त्यांच्या आठवणी काढत होतो.

'आई, तुम्हांला आठवतं सगळं.''

''अगं न आठवण्यासारखं काय आहे! आम्ही थोडीच वर्षं एकत्र काढली पण थोड्या काळात आम्ही खूप मजा केली गं. ते सतार शिकणं, भरतकाम, बॅडमिंटन खेळणं. सगळं काही आठवतं. बघ मला बॅट कधी सरळ धरताच आली नाही. बॅट एकीकडे मारायची आणि फूल एकीकडं जायचं. पण आमचा खेळ कधी थांबला नाही. ह्यावर सर्व हसायला लागले.

''आई, वाड्यात जाऊ या?'' तुम्हांला डॉक्टर आणि अविनाश गुरुजी भेटायला येणार आहेत.''

''अगं होय की, आमच्या गप्पांमध्ये विसरले बघ.''

मोहिनी वाड्यात आली तेव्हा ती दोघं वाट बघत उभी होती. दोघांनी मोहिनीला वाकून नमस्कार केला.

''आई, हे डॉक्टर!''

''डॉक्टर तुमचे केस पांढरे झाले की हो?''

''वहिनी, आता मला नात झाली ना.''

''तुमची बायको.''

''आहे ना इथे.''

''कधीतरी भेटायला घेऊन या.''

''उद्याच घेऊन येतो वहिनी.''

''आणि अविनाश गुरुजी तुमचं कसं काय?''

''वहिनी, तीन मुलगे आहेत.''

''म्हणजे तीन सुना सेवा करायला येणार तर!''

ह्यावर सर्वजण हसायला लागले.

"डॉक्टर, मी तुम्हांला खूप त्रास दिला नाही?"

"कसला आलाय त्रास वहिनी? हा तर तुमचा आणि दादांचा हक्कच होता."

"अविनाश, तुमचा सतारीचा रियाज अजून सुरू आहे ना?"

"वहिनी, दादांच्या कृपेनं खूप मैफिली केल्या. खूप पारितोषिकं मिळवली. पण वहिनी अजूनही मी सतार शिकतोय, संगीत आणि वाद्यांची विद्या अशी आहे की जेवढं शिकाल तेवढं कमीच वाटतंय."

"ते खरं आहे ह्यांच्या पण तोंडात हेच शब्द असायचे. मला कधी तुमची सतार ऐकवणार?"

"आई, काळजी करू नका. आपण उद्याच त्यांच्या सतारीचा कार्यक्रम ठेवूया! डॉक्टर आज जेवायला थांबा हं." राणी म्हणाली,

"काय राणी, काय खास बेत?"

"अहो, आज लाडक्या वहिनीसाहेबांकरिता विठोबानं खास बिर्याणी बनवली आहे."

मोहिनी डॉक्टरांना म्हणाली,

"डॉक्टर, जरा माझी औषधं बघता का?"

"चला ना वहिनी, दाखवा चला."

मोहिनी आपल्या खोलीकडं डॉक्टरांना घेऊन गेली. आपल्या बॅगेजवळ बसत तिनं गळ्यातल्या चेनमधल्या किल्लीनं आपली बॅग उघडली. डॉक्टरांच्या बाजूला राणी, राधा, अविनाश बसून तिचे हावभाव बारकाईनं बघत होते. राधा डॉक्टरांना म्हणाली,

"डॉक्टर, तुम्हांला माहीत आहे काय? आमच्या आईंचा मौल्यवान खजिना या बॅगेत आहे?"

बॅग उघडताच राधा म्हणाली,

"खुल जा सीम सीम!" ह्यावर सर्व हसायला लागले.

"राधा, करा या म्हातारीची चेष्टा."

बॅगेत धोतराच्या कपड्यामध्ये ब्लाऊज ठेवलेले, एका छोट्या पिशवीत त्यांच्या गोळ्या, इंजेक्शन वगैरे ठेवलेलं. साड्या पण फडक्यात नीट गुंडाळून ठेवलेल्या. त्यांचा कंगवा, साबण, पावडर, पण एका छोट्या पिशवीत व्यवस्थित ठेवलेला.

"बघितलं का डॉक्टर आमच्या आईंचा खजिना."

"डॉक्टर, ह्या मुलींना काही एक ह्यातलं कळत नाही. अहो, आम्हांला पूर्वीपासूनच सवय आहे. फडक्यात ठेवल्यामुळे ब्लाऊज, साड्या, वगैरे स्वच्छ राहतात. त्यांना धूळ लागत नाही आणि डॉक्टर मला दुसऱ्यांचा कंगवा वापरायला

आवडत नाही. अहो, हॉस्पिटलमध्ये तेच व्हायचं. कोणी पण कंगवा वगैरे वापरायचं त्यामुळे मला खूप राग यायचा, तसं साबण पण मी माझाच वापरते. इथं काही गरज नाही म्हणा! हे पण माझंच घर आहे.''

''अहो वहिनी, काय तुम्ही ह्या राधाचं ऐकता? लहान असताना जशी दंगेखोर होती तशीच अजूनही आहे बघा.''

आपल्या हातातल्या गोळ्या बघत डॉक्टर म्हणाले,

''वहिनी, हा डोस अगदी बरोबर आहे. वहिनी तुम्हांला शक्तीच्या गोळ्यापण आणून देतो. ह्या गोळ्यांबरोबर तीपण एक गोळी खायची.''

''डॉक्टर, गोळ्या नक्की आणून द्या. नाहीतर सारखं मला विचारतील डॉक्टरांनी गोळ्या दिल्या काय गं?'' मोहिनी राधाच्या या वाक्यावर हसायला लागली.

''डॉक्टर, आज माझ्या राणीनं माझ्यासाठी भजनीमंडळ बोलावलंय?''

''तुम्हांला आवडतात का भजनं?''

''डॉक्टर, भजनाला येताना टाळ घेऊन यायला विसरू नका.'' ह्या वाक्यावर राणी जरा राधावर ओरडलीच.

मोहिनी राधाला म्हणाली,

''अगं राधा, तुला दोन मुलं झाली तरी तुझा पोरकटपणा गेला नाही?''

डॉक्टर ह्यावर म्हणाले,

''वहिनी, अजूनही ती राहूल, रोहन आणि रितेशबरोबर क्रिकेट खेळते!''

''आता काय करू हिला?'' म्हणत मोहिनी हसायला लागली,

राधानं आपल्या आईच्या गळ्यात पडत तिची पापी घेतली.

''अगं माझं सोनं गं ते! डॉक्टर अजूनही ही लहान आहे नाही?''

तेवढ्यात सर्वांना वाढलंय म्हणून विठोबा सांगायला आला. डॉक्टरांनी मोहिनीला इन्शुलिनचं इंजेक्शन दिलं.

खरोखरच आज विठोबानं फार स्वादिष्ट पुलाव केलेला.

''डॉक्टर, बघा आज आपल्या वहिनीसाहेबांकरिता विठोबानं किती छान पुलाव केलाय.''

''काजी असं म्हणताय? तुम्हांला कधी करून घातला नाही व्हय?''

''अरे विठोबा, तुझा पुलाव चांगलाच होतो. पण आज तू पुलाव्यात तुझा खास मसाला वापरलास, तो मसाला म्हणजे तुझं आईच्याबद्दलचं खरं प्रेम.''

''तुम्ही म्हणतात ते खरं हाय जी. वहिनीसाहेब आल्यामुळे घर कसं भरल्यासारखं वाटतंय.''

''आई, तुम्ही इथंच रहा, म्हणजे आम्ही जेव्हा येऊ तेव्हा आम्हांला चांगलं जेवायला मिळेल.''

"का आक्का, जास्त बोलायला लागलाय जी? जळक्या लाकडाची आठवण झाली काय?"

"म्हणजे काय रे?" मोहिनीनं विचारलं.

"अहो वहिनीसाहेब, तुम्ही नव्हता तेव्हा ह्या दोघींनी मला खूप सतावलं जी. मसाला वाटू द्यायचा नाही, स्वयंपाक सरळ करू द्यायचा नाही, मग मी चुलीतलं जळकं लाकूड काढून ह्यांच्या पाठीमागं पळायचे. ह्या काय माझ्या हाताला लागायच्या नाहीत बघा. मीच दमलो की गप्प खाली बसून टाकायचो."

ह्यावर मोहिनीची नातवंडं खूप हसायला लागली.

"आक्का, जरा दहा रुपये द्या जी."

"ते कशाला रे?"

"नाही जी! अगोदर काळी बाहुली आणून वाड्याला बांधतो. म्हणजे कुणाची दिष्ट लागणार नाही."

ह्यावर मोहिनी म्हणाली,

"विठोबा, आमच्या वेळेला बाहुली बांधली असतीस तर..?"

तिचे डोळे भरून आले. आपले डोळे पुसत ती म्हणाली,

"विठोबा, त्यावेळी तू तसा लहान होतास नाही तर नक्कीच बाहुली बांधली असतीस."

सर्वांचं जेवण झाल्यावर राणीनं विठोबाला हाक मारली -

"अरे विठोबा, उद्या आपण सगळे दुपारचं जेवण घेऊन शेतावर जाऊ या, म्हणजे आई आबांच्या समाधीचं दर्शन घेतील."

"व्हय जी, संपूर्ण दिवस शेतावरच काढू या. वहिनीसाहेबांना पण आवडेल बघा."

दुसऱ्या दिवशी ठरल्याप्रमाणे अंघोळ वगैरे आटोपून सगळेजण मुलांसह शेतावर गेले. वहिनींना त्रास नको म्हणून डॉक्टरांनी मोहिनीला गाडीतून शेतावर पोहोचवलं. मोहिनीला संपूर्ण परिसर खूप आवडला. तिनं आधी गणपतीचं दर्शन घेतलं आणि मग प्रतापरावांच्या समाधीचं दर्शन घेतलं. आपल्या आईला राधा म्हणाली,

"आई, तुम्ही स्लीपर का घालता? मी तुम्हांला उद्या चप्पल आणून देते."

"नको ग बाई तुझी चप्पल! कुठेतरी घसरून पडायची बघ. अगं मोतीबिंदूचं ऑपरेशन झाल्यामुळे मला कमी दिसतं बघ. कुठंतरी पडेन असं वाटतंय आणि त्यात तू माझ्या पायात चप्पल घाल."

"आई, आम्ही घसरून पडतोय काय?"

"हे बघ राधा, तुला तुझी आई स्लीपर घालते म्हणून लाज वाटते काय?"

"नाही हो आई मला असं वाटतं की माझ्या आईनं सगळं चांगलं वापरावं."

"तुला एवढं वाटतंय, तर नवीन स्लीपर आणून दे."

राणीनं सर्वांसाठी गड्याला कणसं भाजायला सांगितली. बांबूंच्या बेटात सतरंजी घातलेली होती. त्यावर मोहिनी आपल्या नातवंडांबरोबर कणसं खात बसलेली. कणसं खाऊन राहूल, रितेश आणि रोहन क्रिकेट खेळायला लागले. त्यांच्याबरोबर गावातली चार-पाच मुलं शेतावर आलेली.

थोड्याच वेळात विठोबा वाड्याकडून जेवणाची बुट्टी घेऊन आला. जेवणाचा बेत शेतावर शोभेल असाच होता. झुणका-भाकरी, खर्डा, अंड्याचं सुकं, दहीभात असा साधाच बेत होता. मोहिनी कौतुकानं आपल्या नातवंडांना वाढत होती. राणी, राधानं आपल्या आईला हाक मारली -

"अहो आई, जरा आमच्याकडे पण लक्ष द्या की."

"काय जी अजून काय लहानग्या हाय?"

"गप रे विठोबा, वहिनीसाहेबांना दाखवतोस काय, की अजूनही मी मुलींना ओरडतोय?" ह्यावर विठोबा मनापासून हसायला लागला."

जेवण वगैरे आटोपल्यावर बांबूच्या बेटात सतरंजीवर मोहिनी जरा आडवी पडली. राणी, राधा पण आडव्या झाल्या. तेवढ्यात राहूल, रोहन आणि रितेश पळत आले. मोहिनी त्यांना म्हणाली,

"अरे बाळांनो, असे उन्हात खेळू नका रे? निदान डोक्यावर टोप्या तरी घाला." आपल्या मुलींच्याकडं वळत ती म्हणाली, "अगं आल्यापासून बघते तुमचं जरासुद्धा मुलांच्याकडं लक्ष नाही."

"आई, तुम्ही असताना आम्ही कशाला लक्ष देऊ?" ह्यावर मोहिनी हसायला लागली. परत ती एका कुशीवर वळली आणि डोळे मिटायचा प्रयत्न करायला लागली. बांबूच्या बेटात सावली तर होतीच हवा पण थोडी गार असल्याकारणांनी तिघींना पण झोप लागली. समाधीच्या पाया पडल्यापासून मोहिनीला मनातल्या मनात प्रतापरावांची खूप आठवण येत होती. पण तिनं तसं कुणाला जाणवू दिलं नाही. पण जुन्या आठवणी तिला सतावत होत्या. मुली गाढ झोपल्या होत्या.

◆

ती हळुवार तेथून उठली. कठड्यावर ठेवलेल्या घागरीतलं पाणी घेऊन ती प्यायली आणि प्रतापरावांच्या समाधीजवळ जाऊन तिनं समाधीवर आपलं डोकं टेकलं. तिच्या डोळ्यातून झरझर पाणी वाहायला लागलं. मनातल्या मनात ती त्यांना विचारत होती -

'अहो, तुम्हांला माझी आठवण येते का हो? काय हो हा असा आपला अर्धवट संसार? तुम्ही नाही, आबा नाहीत. मी एकटी पाठीमागं काय करू? खूप एकटं वाटतं हो! मला लवकर तुमच्याकडं बोलावून घ्या हो. आपण सर्वांपेक्षा खूप लांब आपला प्रपंच परत थाटू. घेऊन जाल ना?'

तेवढ्यात राणी, राधानं आपल्या आईजवळ येत विचारलं,

"आई, काय करायला लागलाय?"

"अगं काही नाही. परत वाड्याकडं जायच्या आधी ह्यांच्या समाधीच्या पाया पडावं म्हटलं."

दुसऱ्या दिवशी मोहिनीनं राणी, राधाला विचारलं,

"मुलींनो, आता मी गावी परत जाऊ का गं?"

"का आई, तुम्हांला इथं करमलं नाही काय?"

"अगं न करमण्यासारखं इथं काय आहे?"

'मग?'

"अगं माझी भावंडं लहान आहेत गं.'

"आई, आता मामांना नातवंडं झाली की."

"किती झालं तरी ते मला लहानच. आता राणी पुढच्या वेळेला मी कोल्हापुरला तुझ्या सासरी येईन. तसं मी रितेशला वचन दिलंय."

"आई, संध्याकाळी मी डॉक्टरांना सांगेन आणि तुम्हांला आम्ही त्यांच्या गाडीतून गावी सोडतो हं."

"राणी, जरा मला फरसाण आणि बिस्कीटं घेऊन देशील का? गल्लीतील मुलं माझ्यावर खूप प्रेम करतात. त्यांना आपलं खायला दिलं की खूप बरं वाटतं."

"आई तुम्ही किती चांगल्या आहात हो!" म्हणत राणीनं तिची पापी घेतली. आई, तुमच्याबरोबर केळी आणि चिक्कू देते हं, मामींना आठवणीनं द्या."

"होय गं बाई, तुझ्या मामीलाच देते, काळजी करू नकोस." त्यावर राणी हसायला लागली.

डॉक्टरांना सांगितल्याप्रमाणे संध्याकाळी डॉक्टर गाडी घेऊन दारात आले. मोहिनी सर्वांचा निरोप घेऊन गाडीत बसली. राणी, राधा पण गाडीत बसल्या.

"राणी, आज तुमचं मी बिलकूल ऐकणार नाही. आज कोंबडं कापायलाच लावते, जेवण करूनच जा."

"आई, ह्यावेळेला आग्रह करू नका. मुलं तिथंच आहेत. तेव्हा आम्हांला लवकर परतायला पाहिजे."

"अगं दरवेळेला तुम्ही अशीच काहीतरी कारणं सांगता आणि तुमच्यामुळे मला विक्रम आणि वहिनी न जेवता पाठवलं म्हणून ओरडतात."

बोलण्याच्या नादात गाडी येऊन विक्रमच्या वाड्यासमोर थांबली. विक्रमची पण गाडी दारात उभी होती, हे पाहून मोहिनी मुलींना म्हणाली,

"आज तुमचे मामा मामी आहेत बघा."

गाडीतून उतरून सगळे आत गेले. राणी, राधा मामांना भेटायला माडीवर गेल्या. विक्रमनी दोघींना पण आपल्याजवळ घेतलं.

"काय मग, आमच्या आक्का गावाकडं रमल्या की नाही?"

"मामा, अगदी छान रमल्या. त्यांची जुनी माणसं त्यांना येऊन भेटली. त्या वाड्यातल्या काकींच्याबरोबर गप्पा मारायला जायच्या आणि मुख्य म्हणजे त्या नातवंडांत इतक्या रमायच्या, की मामा त्या आम्हा दोघींना पण विसरायच्या." ह्यावर विक्रम हसायला लागले.

"मुलींनो नातवंडं म्हणजे दुधावरची साय गं! माणूस कितीही कंटाळू दे पण आपल्या नातवंडांना पाहिलं की मन प्रसन्न होतं."

"पण मामा, आईंचं तुमच्यावर खूप प्रेम आहे बघा."

"अगं, आक्का पहिल्यापासूनच खूप प्रेमळ. आम्हां भावांना पण आक्कांचं खूप वेड आहे बघ. अगं परवाच आलोय पण खाली गेल्यावर आक्कांच्या पलंगाकडं लक्ष जायचं. अगं, नुसत्या त्या वाड्यात वावरल्या की बरं वाटतं बघ."

राधा आपल्या मामांना म्हणाली. "मामा, आमच्या आईंची स्मरणशक्ती मात्र पॉवरफुल आहे बघा. त्यांना हॉस्पिटलमधलं सगळं आठवतं त्यांना ते विसरा म्हटलं तरी परत थोड्या वेळांनी डॉक्टर, आया, पेशंट, द्रविडबाई सर्वांची आठवण काढतात."

"अगं राधा, त्यांच्या लग्नाची पहिली आठ वर्षं त्यांना चांगली आठवतात."

"होय मामा, काकींच्याबरोबर गप्पा मारताना दोघी जुन्या आठवणी काढत बसायच्या."

"मग राधा तूच विचार कर हॉस्पिटलमध्ये आयुष्याची बावीस वर्षं त्यांनी काढली. जवळजवळ जीवनातील दोन तपं म्हटलंस तरी चालेल. त्या ते दिवस कशा विसरतील? त्या कालखंडात त्यांनी तिथं खूप मैत्रिणी केल्या. त्यांच्या प्रेमळ स्वभावामुळे त्या स्टाफच्या लाडक्या बनल्या. हॉस्पिटलमधून आक्का घरी आल्या तेव्हा त्या द्रविडबाई, आया आपल्याकडं राहिलेल्या त्यांच्या तोंडातून पण आपल्या आईचं कौतुक ऐकलंस ना? आपण आक्कांच्या जागी असतो. तर असं सगळं आपल्याला आठवलं नसतं काय?"

"मामा, तुमचं अगदी बरोबर आहे बघा."

"आपण जसे सर्व आक्कांचे कुटुंबीय आहोत तसंच ते एक त्यांचं कुटुंबच आहे, असं त्या समजतात."

'मामा, मामी कुठं दिसत नाहीत?''

''त्यापण आपल्या नातवंडांच्यात व्यग्र असतात. त्यांना तुझ्या मामाची आठवणपण येत नाही. ह्यावर राणी, राधा हसायला लागल्या. तेवढ्यात विक्रमची पत्नी सरबताचे ग्लास घेऊन आत आल्या.

''काय हो, मुलींना माझ्याबद्दल काय सांगताय?'' ह्यावर परत सर्व हसायला लागले.''

''मामी, आई कुठं आहेत हो?''

''बघायचं आहे तुमच्या आई काय करतात ते? जरा त्या गॅलरीतून खाली चौकात वाकून बघा.''

राणी, राधा, विक्रम सर्वांनी गॅलरीतून खाली बघितले. मोहिनी सर्व मुलांना गोळा करून फरसाण आणि बिस्कीटं वाटत होती. राधानं तिला हाक मारली.

''अहो आई, आम्हांला विसरू नका.''

मोहिनीनं वळून वर बघितलं. विक्रम, राणी, राधा, वहिनी तिला दिसल्या. ती हसायला लागली. त्यांच्या त्या निरागस चेहऱ्याकडं बघून विक्रम म्हणाले,

''राणी, राधा तुमच्या आईचं मन खूप विशाल आहे. असं मन क्वचितच बघायला मिळतं.''

राणी, राधा आपल्या मामांच्याकडं बघत म्हणाल्या,

''मामा, आता आजोबा पण नाहीत, आम्ही आईंना कायमचं गावी घेऊन जाऊ का?''

''पोरींनो, हा तुमचा मामा जोपर्यंत जिवंत आहे, तोपर्यंत आक्कांची बिलकूल काळजी करू नका. एकच करा. तुम्ही तुमचे प्रपंच नीट सांभाळा. कधी गावी याल तेव्हा त्यांना बदल म्हणून घेऊन जात जा. तुमच्या पाठीशी आपला मामा आहे हे कधीच विसरू नका.''

वहिनीपण त्या दोघींच्याजवळ जात म्हणाल्या,

''हे बघा राणी, राधा तुम्ही पूर्णपणे तुमच्या संसारात लक्ष घाला.

अजून मुलांची शिक्षणं पार पाडायची आहेत तिकडं लक्ष द्या.''

आपले डोळे पुसत मुलींनी मामींना विचारलं,

''मामी, आम्ही निघू? डॉक्टरांना उशीर होईल. मुलं पण वाड्यात आहेत.''

''तुम्ही असं न जेवता घरातून जाऊ नका. तुम्हांला तुमच्या मामाचं घर परकं वाटतं काय?''

''नाही हो मामी, आम्हांला तरी तुमच्याशिवाय कोण आहे? पुढच्या वेळेल्या जेवल्याशिवाय जाणार नाही मग झालं?''

दोघी मामा-मामींच्या पाया पडून खाली गेल्या. मामींनी येऊन दोघींची ओटी

भरली. धाकट्या मामी खाली आलेल्या त्यांच्याही त्या पाया पडल्या. आपल्या आईंच्या पाया पडून दोघींनी निरोप घेतला. डॉक्टरांनी पण सर्वांना नमस्कार केला. त्यांनी मोहिनीला आणलेले नवीन सिरींज, सुया, इन्शुलीन सगळं काही दिलं.

"डॉक्टर, मला वाटलं तुम्ही विसरला."

"वहिनी, माझ्या चांगलं लक्षात होतं. सकाळी वाड्यात द्यायला जमलं नाही. म्हणून आता बरोबर घेऊन आलो."

"अजयमामा, तुम्ही इतका वेळ कुठं होता?" राधानं विचारलं.

"अगं, डॉक्टर एकटेच बसलेले म्हणून त्यांच्याबरोबर गप्पा मारत बसलेलो." दोघींनी अजयना नमस्कार केला आणि गाडीत जाऊन बसल्या.

सकाळी मोहिनी आपली अंघोळ, देवपूजा आटोपून बाहेर सोप्यावर गेली तिचे तिघे भाऊ गप्पा मारत बसलेले. मोहिनीला बघताच उदय म्हणाले,

"आक्का, या ना अशा उभ्या का?"

मोहिनी आपल्या भावांजवळ जाऊन एका खुर्चीवर बसली. तिघांच्या राजकारणांवर गप्पा चाललेल्या, जसं सर्व काही समजतं अशी ती शांतपणे ऐकत बसलेली. मध्येच विक्रमच्याकडं बघत ती म्हणाली,

"विक्रम, आता परत तुमच्या निवडणुका की काय?"

ह्यावर अजय म्हणाले,

"आक्का, ह्यावेळेला दादा नक्की मंत्री होणार बघा."

"आता ते मंत्रीच आहेत ना?" ह्यावर तिघेपण हसायला लागले.

"अहो आक्का, आता तुम्ही लाल दिव्याच्या गाडीत बसणार."

"अहो अजय, तुम्ही बोललात त्यात सगळं मिळालं. तुम्ही तिघांनी पण खूप कष्ट काढलेत हो. आता कुठंतरी आपल्या पदरात चांगले दिवस पडलेत. मी जरी तुमच्याजवळ नव्हते पण मला आबांनी सारं काही सांगितलंय. अशीच तुमच्या तिघांची भरभराट होऊ द्या. माझं काय हो, परमेश्वराची आज्ञा आली की जायचं."

"आक्का, तुम्ही असं बोलू नका हो. तुम्ही ह्या घरच्या प्राइम मिनिस्टर आहात."

"म्हणजे काय हो अजय?"

"आक्का, दादा फक्त मंत्री होणार पण तुम्ही मात्र मंत्र्याच्या वरच्या मंत्री होणार." ह्यावर तिघंही हसायला लागले.

मोहिनीच्या डोळ्यात एकदम पाणी आलं.

"आक्का, काय झालं?"

"काही नाही हो." म्हणत ती आत गेली.

तेवढ्यात विक्रमचे कायकर्ते आले. आतून चहा-बिस्किटं आली. मोहिनी कौतुकानं आपल्या भावांचे हावभाव बघत होती. तेवढ्यात मोहिनीच्या धाकट्या वहिनी तिच्याजवळ येऊन बसल्या.

''दिवाणसाहेब, काय चाललंय?''

''बघा वहिनी माझे भाऊ किती छान बोलतात ते! तिघेही किती हुशार आहेत, नाही?''

''दिवाणसाहेब, तुमचेच भाऊ आहेत ना, मग हुशार असणारच!''

''वहिनी, ते तिघं आहेतच तेवढ्या गुणाचे कधीपण बघा वहिनी ते माझ्याशी किती मायेनं वागतात. मी अशी वेडी आहे म्हणून त्यांना जरा पण लाज वाटत नाही.''

''दिवाणसाहेब, असं म्हणू नका. अहो, ते एक आजारपण होतं. आता त्यातून तुम्ही बऱ्या झालात. परत स्वत:बद्दल वेडा हा शब्द उच्चारू नका, नाहीतर मी तुमच्याशी कधीही बोलणार नाही.''

आपल्या वहिनीच्या गळ्यात पडत मोहिनी म्हणाली,

''नको गं बाई असं माझ्यावर रुसू नका. परत कधीही असं बोलणार नाही.

''लाल दिव्याची गाडी कधी येणार? एकदा कलेक्टरची लाल दिव्याची गाडी बघितलेली आणि एकदा ह्यांच्याकडे कोणीतरी लाल दिव्याच्या गाडीतून भेटायला आलेलं.''

''अहो दिवाणसाहेब, दाजीसाहेब तेवढे मोठे होतेच की! मोठी माणसं त्यांना भेटायला येणारच.''

''वहिनीं तुम्हांला हे आवडायचे?''

''अहो, त्यांच्या सतारीचा कार्यक्रम कधी रेडिओवर लागायचा तेव्हा आम्ही सगळे मन लावून ऐकायचो. खरोखरच खूप मोठे सतारवादक होते ते.''

हे ऐकून मोहिनीचे डोळे भरून आले.

''वहिनी, कोणी ह्यांच्याबद्दल बोलायला लागलं की मनाला खूप बरं वाटतं बघा. अहो माझ्या आयुष्याचा जरी थोडाच काळ ह्यांच्याबरोबर गेला असला तरी पती तो परमेश्वरच ना?''

''खरं आहे दिवाणसाहेब!''

तेवढ्यात विक्रम आत आले. देवाच्या पाया पडले. आपल्या आई-आबांच्या फोटोच्या पाया पडले आणि त्यांनी मोहिनीला वाकून नमस्कार केला.

''विक्रम, विजयी व्हा आणि ह्या खेपेला घरी लाल दिव्याच्या गाडीतून परत या. मी तुमची वाट बघेन. विक्रम राजकारणाबरोबर आपल्या तब्येतीकडं लक्ष द्या.''

अजय पण जायला निघाले. मोहिनीनं अजयना हाक मारली.

"अजय, एक दोनशे रुपये मला देणार काय?"

"का आक्का, काय खिरापत वाटायची आहे वाटतं?"

मोहिनी आणि अजयच्या पत्नी हसायला लागल्या. उदय आत येताच ती त्यांना म्हणाली,

"उदय!"

"हुकूम, आक्का"

मोहिनीनं त्यांना एकदम जवळ घेतलं.

उदय वहिनींच्याकडून एक वीस अंडी जरा पाठवून द्या.

ह्यावर अजयांच्या पत्नीनं त्यांना विचारलं.

"दिवाणसाहेब, अंडी कशाला पाहिजेत?"

"अहो, शेतावरच्या माणसांसाठी, गडी माणसांसाठी जरा रस्सा करायला सांगते."

"आक्का, राजेंद्रला सांगून जातो तो तुम्हांला आणून देईल."

"उदय, राणी, राधाला भेटा हं.'

"हो आक्का, नक्की भेटेन."

"आक्का, तुमच्यासाठी कोल्हापूरहून काय आणू?"

"लाल दिव्याची गाडी!"

ह्यावर सर्वांच्या डोळ्यांतून आनंदाश्रू आले. सर्वजण गेल्यावर धाकट्या वहिनी मोहिनीला म्हणाल्या,

"दिवाणसाहेब, चला येताय ना माझ्याकडं?"

"नको वहिनी, जरा माझ्या भावांसाठी नामस्मरण करत बसते."

"बरं नंतर जेवायला येताय ना?"

"नको वहिनी, इथं आम्ही आणि गडी माणसं अंड्यांचा रस्सा करून जेवणार आहोत."

आपले भाऊ गेल्यापासून मोहिनी रोज निवडणुकीबद्दल गावात विचारपूस करायची. न चुकता देवाची पूजा करायची. नामस्मरण करायची. कुणी काही निवडणुकीबद्दल बोलायला लागलं की तिचे कान तिकडंच असायचे.

◆

आज निकालाचा दिवस होता. मोहिनीला नुसती हुरहूर लागून राहिलेली. ती अखंड नामस्मरण करायला लागली. आपला विक्रम मंत्री व्हायला हवा असा ध्यासच ती परमेश्वराकडं घेऊन बसलेली. सारखी बाहेर येऊन गावातली चर्चा

ऐकायची. कधी एकदाचा निकाल लागतोय असं तिला झालेलं आणि खरोखरच परमेश्वरानं तिचं ऐकलं. तिचे भाऊ विक्रम मंत्री झाले. तिचा आनंद गगनात मावेना. पुढे आठच दिवसांत शिवाजीरावांच्या वाड्यासमोर लाल दिव्याची गाडी येऊन थांबली.

वाड्यात येणाऱ्या जाणाऱ्यांचा मान विक्रम स्वीकारत होते. संपूर्ण घरदार आनंदानं सद्‌गदित झालं होतं. मोहिनी आतल्या खोलीतून आपल्या भावाचं कौतुक बघत होती. विक्रम,उदय, अजय आत आले. विक्रमनी आई-आबांच्या फोटोला हार घालून नमस्कार केला. मोहिनी बाजूला एकटीच उभी होती. ती अजूनही विक्रमचं कौतुक एकटक बघत होती. विक्रम मोहिनीकडं आले. विक्रम जवळ येताच तिच्या डोळ्यातून आनंदाश्रू टपकू लागले. 'आक्का' म्हणत विक्रमनी मोहिनीला मिठी मारली.

"आक्का, आता रडायचं नाही. आता ते आपलं कष्टाचं तप संपलं. आता नाही रडायचं, आता फक्त हसायचं. तुम्ही हसला की आम्हांला आणखी काय पाहिजे?"

मोहिनीची मिठी आणखीनच घट्ट झाली.

"विक्रम, तुमचं कौतुक बघायला आई-आबा असायला पाहिजे होते हो!"

विक्रमनी मोहिनीला आई-आबांच्या फोटोकडे नेलं. फोटोकडं बघत ते म्हणाले,

"आक्का, आई-आबांची पुण्याई आज फळाला आली!"

दोघांनी मिळून मोठ्या श्रद्धेनं आपल्या आई-आबांच्या फोटोला नमस्कार केला. मोहिनी, इतर भावंड आणि भावजयांच्या डोळ्यातून पण आनंदाश्रू आले. कदाचित हा सर्व भावंडांचा सुवर्णप्रसंग पाहून आई-आबांच्या आत्म्याला चिर:शांती मिळाली असेल. सर्व मिळून बाहेर सोप्यावर आले.

मोहिनीला हसवण्याकरता म्हणून उदय आणि अजयनी तिला विचारलं,

"आक्का, लाल दिव्याच्या गाडीतून कुठं फिरायला जायचं?"

मोहिनीनं एकवार त्यांच्याकडं बघितलं.

"उदय, खरंच सांगू?"

तिचा तो भोळा-भाबडा चेहरा बघून मोठ्या वहिनी पुढं येत म्हणाल्या.

"दिवाणसाहेब, अगदी मनात असेल ते सांगा."

"वहिनी, मला आळंदीला जायचं आहे."

थोडावेळ सर्वजण शांतच राहिले. तेव्हा मोहिनी विक्रमच्याकडं बघत म्हणाली,

"तुम्हांला त्रास होत असेल तर नको जायला."

ह्यावर विक्रम, तिचे भाऊ-भावजया हसायला लागले. विक्रम तिला म्हणाले,

"आक्का, एक चार आठ दिवसांत माझं काम आटोपतो मग सगळे मिळून आपण आळंदीला जाऊ या. मंत्री झाल्यावर कुठल्याना कुठल्या देवस्थानाला मलाही गाडी घेऊन जायचंच होतं. मग आता तुम्ही सांगता तसं आळंदीलाच जाऊ या."

मोहिनीनं विक्रमना जवळ घेतलं.

"विक्रम, मंत्री झाल्यावर तुम्ही मला विसराल असं वाटलं होतं. पण मंत्री होऊनही तुम्ही अजून माझे पहिले साधे, सरळ विक्रमच राहिलात."

"आक्का, मंत्री म्हणजे माणूसच ना? चला, आता बाहेर कार्यकर्ते खोळंबले असतील."

अजय, उदय पण विक्रमबरोबर बाहेर गेले. मोहिनी खुर्चीवर जाऊन बसली. तिला द्रविडबाईंचे शब्द खरे वाटले. 'मोहिनी तुझे हे कष्ट वाया जाणार नाहीत. तुझ्या पदरी एवढं सुख येणार आहे की ते तुला व्यक्त पण करता येणार नाही.'

विक्रम मंत्री झाले म्हणून आज संपूर्ण कार्यकर्त्यांना आणि गावाला जेवण होतं. जेवणाच्या पंक्तींमध्ये उदय, अजय आणि घरातील माणसं वाढण्याकरिता जातीनं फिरत होती. मोहिनीला कुणीपण आपल्याकडे जेवायला आलं की खूप बरं वाटायचं. त्यात गावजेवण म्हटल्यावर तर बघायलाच नको. ती गडी माणसांना सांगत होती.

"अरे सर्वांना पोटभर वाढा रे."

◆

संपूर्ण दिवसभर मोहिनीचं मन फुलपाखरासारखं आनंदीत झालं होतं. विक्रम मंत्री झाल्यानं तिच्या डोळ्यासमोर सारखं आळंदीचं चित्र येत होतं. संपूर्ण दिवसभर गजबजून गेलेला वाडा संध्याकाळी एकदम शांत झाला. सर्वजण जेवण वगैरे आटोपून लवकरच झोपायला गेले.

मोहिनी पण जेवण आटोपून आपल्या खोलीत गेली. आई-आबांच्या फोटोकडे ती आनंदी नजरेनं बघू लागली. आई-आबा आपल्याकडं बघून हसताहेत, असं तिला वाटलं. न कळत तिला पण हसू आलं. तशीच जाऊन ती पलंगावर आडवी झाली. दिवसभराच्या दगदगीनं तिला शांत झोप लागली. पहाटे पहाटेच तिला गोड स्वप्न पडलं ---

झाँय झाँय सायरन वाजवत एका गाडीनं आळंदीत प्रवेश केला. त्या गाडीपाठोपाठ आणखीन एक गाडी होती. पुढच्या गाडीतून विक्रम, मोहिनी, विक्रमांच्या पत्नी आणि द्रविडबाई खाली उतरले. मागच्या गाडीतून उदय, अजय त्यांच्या पत्नी, मोहिनीच्या बहिणी, असे सारे खाली उतरले. सर्वजण ज्ञानेश्वर महाराजांच्या समाधीकडं जायला निघाले.

इंद्रायणी नदीकाठचा तो सुंदर परिसर, काठावरच ज्ञानेश्वर महाराजांची समाधी, टाळ-मृदंगाच्या गजरात 'ज्ञानबा तुकाराम, ज्ञानबा तुकाराम' भजन म्हणणारे भक्त, नदीच्या काठाला पाण्यात बुड्या मारणारे लोक, समाधीच्या सभोवती झुणका-

भाकरीचा प्रसाद खात बसलेले लोक, समाधीभोवती हात जोडून प्रदक्षिणा घालणारे भक्त, हे सगळं पाहून विक्रम, अजय, उदय, मोहिनीच्या वहिनी, तिच्या बहिणी सर्वांना प्रसन्न वाटलं.

सर्वजण चप्पल काढून आत दर्शनासाठी गेले. मोहिनी सर्वांना उद्देशून समाधीकडं बोट दाखवत म्हणाली,

'हीच ती ज्ञानेश्वर महाराजांची समाधी, सुरुवातीला माझ्या म्हणण्याप्रमाणं हा एक काळा दगड. पण द्रविडबाईंनी मला ह्या समाधीचं महत्त्वं समजावून सांगितलं. ह्या द्रविडबाईंनी म्हटलं म्हणून मी ह्या ज्ञानेश्वर महाराजांकडं मला माझ्या गोकुळात पोहोचव म्हणून मागून घेतलं. वाटलं नव्हतं हे मला माझ्या गोकुळात खरचं परत पाठवतील म्हणून. आज यांच्यामुळेच मी माझ्या सर्व गोकुळासह यांच्याकडे आलेय.''

मोहिनीच्या डोळ्यातून अखंड अश्रू वाहत होते. मोहिनीचं बोलणं सगळे भारावून ऐकत होते. ती पुढं बोलतच होती -

'द्रविडबाई, मी कसे ह्या ज्ञानेश्वर महाराजांचे उपकार फेडू.'

सर्वांचे डोळे भरून आले. विक्रमनी आपल्या आक्कांना जवळ घेतलं.

''खरंच आक्का, ह्या ज्ञानेश्वर महाराजांनीच तुम्हांला पाठवलं आणि आमचं अपूर्ण गोकुळ पूर्ण झालं.''

सर्वांनी मिळून झुणका-भाकरीचा प्रसाद खाल्ला. विक्रमनी मोहिनीच्या हातात ५०१ रुपये दिले.

'हे अभिषेकासाठी गुरुजींना द्या.''

मोहिनी गुरुजींच्याजवळ गेली. तिनं ते रुपये त्यांच्याकडं दिले आणि तिनं त्यांना वाकून नमस्कार केला. प्रसाद म्हणून गुरुजींनी मोहिनीच्या हातात दोन केळी आणि समाधीवरील दोन फुलं दिली. मोहिनीनं परत गुरुजींना वाकून नमस्कार केला.

''बाळा, मी तुला एकच आशीर्वाद देतो तू ह्या गोकुळाची यशोदामैया म्हणूनच राहशील.''

तेवढ्यात मोठ्या वहिनींची हाक तिच्या कानावर पडली.

''दिवाणसाहेब! अहो, दिवाणसाहेब!''....

मोहिनी अंथरुणातून दचकून जागी झाली. तिनं पाहिलं तर तिच्यासमोर वहिनी तिला हाका मारत उभ्या होत्या. ती अंथरुणात उठून बसली. ती दचकल्यामुळे वहिनींनी तिला विचारलं,

''दिवाणसाहेब, काय झालं?''

मोहिनी आपल्या वहिनींकडं बघून हसली पण काही बोलली नाही.

"सांगा ना दिवाणसाहेब, कसला विचार करताय?"

"वहिनी, मी सर्वांच्याबरोबर आळंदीला जाऊन आले."

"अहो दिवाणसाहेब, विश्वास ठेवा माझ्यावर आपण लवकरच आळंदीला जाऊ या."

"नाही वहिनी, मी खरंच आळंदीला तुम्हा सर्वांबरोबर जाऊन आले."

मोहिनीच्या शब्दांनी चकित होऊन वहिनी तिच्याकडं बघतच राहिल्या.

◆